ANTU VYADHULU

ALAKSHMIPATHI
ALAKSHMIPATHI

INFECTIOUS DISEASES

(THEIR CAUSES AND PREVENTION)

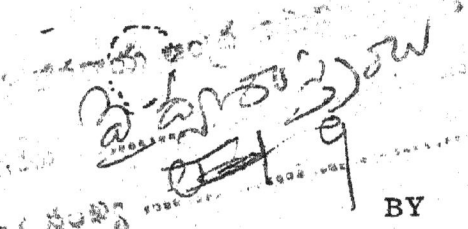

BY

Dr. A. LAKSHMI PATHI, B.A., M.B. & C.M.,

Author of a "Manual of Biology," "Cholera" and "Malaria;"
Editor, Natural Science Section, the Telugu Encyclopedia;
Hon Secretary, the Telugu Academy and Hon. Lecturer
on "First Aid," Engineering College, Madras.

SECOND EDITION.

PRINTED AT VEDAM & Co.,

MADRAS.

1915.

అంటువ్యాధులు

(వాని వ్యాపకము, నివారించు పద్ధతులు.)

ఇది.

'జీవశాస్త్రము' 'కలరా' 'చలిజ్వరము' మున్నగు గ్రంథముల
రచించినవారును, 'ఆంధ్రవిజ్ఞాన సర్వస్వ'మందలి ప్రకృతి
శాస్త్రభాగమునకు సంపాదకులును శస్త్రశాస్త్ర
వైద్యశాస్త్రవిశారదులును అగు

డాక్టరు. ఆచంట లక్ష్మీపతి, బి.ఏ., ఎం.బి., సి.ఎం., గారిచే
రచియింపఁబడినది.

1915

రెండవ కూర్పు.

సర్వస్వామ్యసంకలితము]

[వెల 0-12-0

పీ ఠి క

అంటువ్యాధులను గూర్చిన ఈ గ్రంథములోని ఇంచు మించు అన్నివిషయములను ఆంధ్రవిజ్ఞాన సర్వస్వమునకొక వ్యాసముగా వ్రాసియుంటిని. ఇపుడనేకులు దీనినొక ప్రత్యేక గ్రంథముగా ప్రకటించిన మిక్కిలి యుపయోగముగా నుండు నని వ్రాసియున్నందున సర్వస్వము వారి అనుమతిమీద దీని నిట్లు సంపుటముగా ముద్రింపించితిని.

ఇందిపుడు 'కలరా,' 'సన్నిపాతజ్వరము,' గ్రహాణి విరేచనములు,' 'మశూచకము,' 'తట్టమ్మ (పొంగు),' 'ఆట లమ్మ,' 'కోరింతదగ్గు.' 'గవదలు,' 'డెంగ్యూజ్వరము,' 'ఇన్ ఫ్లూఇంజా,' 'న్యూమోనియా,' 'పచ్చసెగ,' 'కొరుకు,' 'అడ్డ గర్రలు,' 'తామర,' 'శోభి,' 'గజ్జి' మొదలగు వ్యాధులను గూర్చి విపులముగా ఏబదిపుటలవరకు వ్రాసి పెంచియున్నాను.

జనసామాన్యమునకు సుబోధకమగుటకు గాను శాస్త్ర సంబంధమైన విషయములనుగూడ సాధ్యమైనంత సులభశైలిని వ్రాసియుంటిని. ఒకేవిషయమును గూర్చి రెండుమూడు ప్రదేశముల, మరింత బాగుగా మనస్సున నాటుటకుగాను, వివరించి యుంటిని. ఇట్టి పునరుక్తిదోషమును మన్నింతురుగాక.

ఈగ్రంథమునందు అంటువ్యాధుల వ్యాపకమును, నివారించు మార్గములను మాత్రమే వ్రాసియుంటినికాని, చికిత్సను గూర్చిగాని ఆయావ్యాధులలక్షణములను గూర్చిగాని వివరించి యుండలేను. 'అడుసుద్రొక్కనేల? కాలు గడుగనేల?' అనునట్లు వ్యాధివచ్చిన తరువాత చికిత్స చేసికొనుటకంటె వ్యాధి రాకుండ జేసికొను ప్రయత్నములనేర్పుట ఈగ్రంథముయొక్క ఉద్దేశ్యము.

ఆంధ్రభాషను జదువనేర్చిన వారందఱును దీనినొక్క సారి పఠించి లాభమునుబొంది నన్ను కృతార్థుని జేయవలయు నని మిక్కిలి ప్రార్థించుచున్నాను.

చింతాద్రిపేట,
౧౨-తేది ఆగష్టు ౧౯౧౫.

ఇట్లు,
ఆచంట. లక్ష్మీపతి.

విషయసూచిక.

మొదటి ప్రకరణము

(౧-౫)

రెండవ ప్రకరణము

(౫-౨౫)

మూడవ ప్రకరణము

(౨౫-౪౬)

నాల్గవ ప్రకరణము

(౪౨-౫౩)

అయిదవ ప్రకరణము

(౫౩-౬౦)

ఆరవ ప్రకరణము

(౬౦-౬౪)

ఏడవ ప్రకరణము

(౬౪-౭౪)

ఎనిమిదవ ప్రకరణము

(౭౪-౮౦)

తొమ్మిదవ ప్రకరణము

(౮౦-౯౨)

పదియవ ప్రకరణము

౯౨-౧౧౩)

పదునొకండవ ప్రకరణము

(౧౧౩-౧౧౭)

పండ్రెండవ ప్రకరణము

(౧౧౭-౧౩౦)

పదునారవ ప్రకరణము

(౧౯౨-౨౦౬)

అంటువ్యాధులు.

మొదటి ప్రకరణము.

అంటువ్యాధు లెవ్వి?

మశూచకము, కలరా, చలిజ్వరము, కుష్ఠరోగము (కుష్ఠువ్యాధి), సుఖరోగములు మొదలగు వ్యాధులు ఒకరి నుండి మరియొకరికి అంటుకొనునని సామాన్యముగా మన మందరము వినుచుండు విషయమే. కాని స్ఫోటకము, కలరా మొదలగునవి కొన్ని అనేకమంది కొక్కసారి మిక్కిలి వేగముతో వచ్చి ఒకరినుండి మరియొకరి కంటు తమ స్వభావమును ఎల్లరకును వెలిబుచ్చును. మరి కొన్ని వ్యాధులు ఇంత కంటె తక్కువ తీవ్రమైనవై తమ చుట్టునుండు వారలనెల్ల నంటుకొనక కొందరిని మాత్రమే, కొన్ని సందర్భములలో మాత్రమే అంటుకొనును. ఇంటిలో నొకనికి కుష్ఠరోగముగాని, క్షయవ్యాధి గాని ఉన్నయెడల, ఆవ్యాధి ఆ యింటిలో నందరకు వచ్చుటలేదు. ఏ కారణములచేత నీ వ్యాధులు కొందరను విడిచివేసి యితరులను పీడించునో ముందు తెలిసికొనగలరు. ఇట్లందరకు అంటకపోవుటచేత వాని కంటుకొను స్వభావమున్నదో లేదోయని కొందరు సందేహపడుదురు.

ఇదిగాక కలరా మొదలగు కొన్ని వ్యాధులు ఇతరుల కంటిన తరువాత కొన్ని నిమిషములలోనే తమ లక్షణములను సూచించును. క్షయ మొదలగు మరికొన్ని వ్యాధులంటిన తరువాత వాని లక్షణములు బయలుపడుటకు ఒక్కొక్కసారి కొన్ని సంవత్సరములు పట్టును. ఈకారణమును బట్టికూడ నీవ్యాధులు అంటువ్యాధులని ప్రజలు తెలిసికొనుట కంతగావీలు లేదు.

అంటువ్యాధుల కన్నిటికిని కొన్ని సామాన్య లక్షణములు అనగా పోలికలు గలవు. వీనిని బట్టి యేవి అంటువ్యాధులో యేవికావో శోధకులు గ్రహింపగలరు. అంటు వ్యాధులను వ్యాపింపజేయు విత్తనములు చెట్ల విత్తనముల బోలియుండును. సెనగమొక్కలు గింజనుండి మరునాటికే మొలచును. తాటి మొక్కలు చాల దినములకుగాని బయటపడవు. ఇట్లే అంటువ్యాధుల విత్తనములు మన శరీరములో ప్రవేశించిన తరువాత వాని జాతిభేదములనుబట్టి ఆ యా వ్యాధులు బయట పడుటకు వేరువేరు కాలములు పట్టును. అంటువ్యాధుల కన్నిటికి ఒక్కొక వ్యాధిని వ్యాపింపచేయుటకు ఒక్కొక జాతి విత్తనము కలదు. వృక్షములలో వేపచెట్టు, మఱ్ఱిచెట్టు, రావి చెట్టు, చింతచెట్టు, మొదలగు చెట్లకు ఒక్కొక చెట్టునకు ఒక్కొక జాతి విత్తనములు పుట్టి అవి పోయి వేరొకచోట మొలచి ఆయాజాతి చెట్లను ఎట్లు వృద్ధిచేయునో, అట్లే అంటు వ్యాధులును తమ తమ విత్తనముల మూలమున వ్యాప్తిని జెందును. ఒక వ్యాధిని కలుగజేయు విత్తనము ఒక రోగి

నుండి పుట్టి, అది క్రింద వివరింపబోవు నేదో యొక విధమున మరియొక మానవుని శరీరములో జేరి తిరిగి అక్కడ పెరుగుచు అదేవ్యాధిని కలుగజేయును. అనగా కలరా రోగినుండి పుట్టిన విత్తనములు మరియొక మానవుని శరీరములో జేరి కలరావ్యాధినే కలిగించును. ఇట్లే మశూచకపువిత్తనము లెప్పుడును మశూచకమునే కలిగించును కాని మరియొక వ్యాధిని కలిగింప నేరవు. మామిడిటెంకను పాతిపెట్టిన చింతచెట్టు మొలచునా?

పైని చెప్పబడిన అంటువ్యాధులను కలిగించు విత్తనములు మిక్కిలి సూక్ష్మమైన పరిమాణము గలవగుటచేత వానికి సూక్ష్మజీవులని పేరు. కావున సూక్ష్మజీవుల మూలమున గలుగు వ్యాధులన్నియు అంటువ్యాధులని గ్రహింపవలెను.

ఒక వ్యాధి అంటువ్యాధి యగునా కాదా అని తెలిసికొనుటకు ఈ క్రింది 5 సూత్రములను గమనింపవలెను.

౧. ఒక వ్యాధిని పుట్టించు సూక్ష్మజీవులు అదే వ్యాధి గల రోగులందరి శరీరములయందును కనబడవలెను.

౨. ఇట్లు కనిపెట్టబడిన సూక్ష్మజీవులను మనము ప్రత్యేకముగ తీసి సాధారణముగా సూక్ష్మజీవులు తిను ఆహారము వానికి పెట్టి పెంచినయెడల అవి తిరిగి పెరగవలెను.

3. ఇట్లు పెంచిన సూక్ష్మజీవులను వేరుపరచి వానిని సౌఖ్యముగనున్న ఇతరమానవుల శరీరములో నెక్కించినప్పుడు ఆ సూక్ష్మజీవులు క్రొత్తవాని శరీరములో మొదటి రోగికుండిన రోగచిహ్నములనన్నింటిని కనుబరచవలెను.

౪. ఈ ప్రకారము వ్యాధినిపొందిన రోగియొక్క శరీరములో ఈ సూక్ష్మజీవులను తిరిగి మనము కనిపెట్టవలెను.

౫. ఈ సూక్ష్మజీవులు తిరిగి మరియొకనికి ఇదేవ్యాధిని కలిగింప శక్తిగలవై యుండవలయును.

ఈ శోధనలన్నియు మానవులపట్లచేయుట కొండొకచో హానికరము కావున సాధారణముగ ఒక వ్యాధి ఇతరులకు వ్యాపించునా లేదా అని తెలిసికొనవలసివచ్చినప్పుడు మానవులకు మిక్కిలి దగ్గర కుటుంబములోచేరినకోతుల కా వ్యాధుల నంటించి శోధనలుచేయుదురు. పైని చెప్పిన శోధనప్రకారము కలరా మొదలగు అంటువ్యాధు లన్ని నిదర్శనములకు నిలచినవి కాని, కుష్ఠవ్యాధి విషయములోమాత్రము మీ శోధనలు పూర్తికాలేదు. కుష్ఠవ్యాధిగల రోగి శరీరములో నొక తరహా సూక్ష్మజీవులుండునుగాని, ఇవి కొత్తవారల కంటించి నప్పుడు వారికి ఈ వ్యాధి తప్పక అంటునట్లు శోధనలవలన తేలలేదు. బహుశః కుష్ఠవ్యాధి సూక్ష్మజీవి ఒకని శరీరములో ప్రవేశించిన తరువాత వ్యాధి లక్షణములు బయలుపడు వరకు పట్టుకాలము అనగా అంతర్గతకాలము అనేక సంవత్సరములేగాక రెండు మూడు తరములు కూడ ఉండునేమో యని సందేహముగ నున్నది. ఇట్లే ఇంకను కొన్ని వ్యాధుల విషయములో మధ్య మధ్య కొన్ని విషయములు తెలియకపోవుటచేత నవి అంటు వ్యాధులగునో కావో అను సందేహములున్నవి.

రెండవ ప్రకరణము.

సూక్ష్మజీవు లెక్కడ నుండును.?

ఈ సూక్ష్మజీవు లెక్కడెక్కడుండుననని మీరు అడిగినచో నవి సామాన్యముగా మన శరీరముమీదను, మన పేగుల లోపలను, మన ఇంటిలోపలను, వెలుపలను, గాలియందును, నీటియందును మనము ఎక్కడ శోధించినను అక్కడనుండునని చెప్పవచ్చును. తెలియనివారలకు, అవి యెట్టివియో, వాసిని చూచు టెట్లో తెలియకపోవుటచేత అవి కానరావు. ఎక్క డెక్కడ అశుభ్రతయు, క్రుల్లుచుండు పదార్థములును, హెచ్చు గనుండునో అక్కడ సూక్ష్మజీవు లధికముగ నుండును. మన ఇండ్లలో మన కాళ్ల క్రిందపడి దొర్లుచుండు చీమలకును, కల్లు ప మన తిని త్రతక ఆగలకను టేటిసిన రొన్ని విషయ ములు మనకు తెలిసినయెడల, ఎంత ప్రళ స్తమైన నీళ్లు తెచ్చి నను దాసి నిండ పురుగులున్నవని మనము చెప్పుదుము. ౧, ౨, ౩ పటములను చూడుము, ఎంత శుభ్రమయిన దు స్తులు తెచ్చినను వానినిండ మైల ఉన్నదని త్రోసివేయుదుము. ఈగ కండ్లు మనము పెట్టురోని ఇంట్రిప్రక్కను క్రుల్లుచుండు అవుపేడను ఒక్కసారి చూచినచో ఆరునెలలవరకు మనకు అన్నహితవు చెడిపోవును. ౮-వ పటము చూడుము.

1-వ పటము

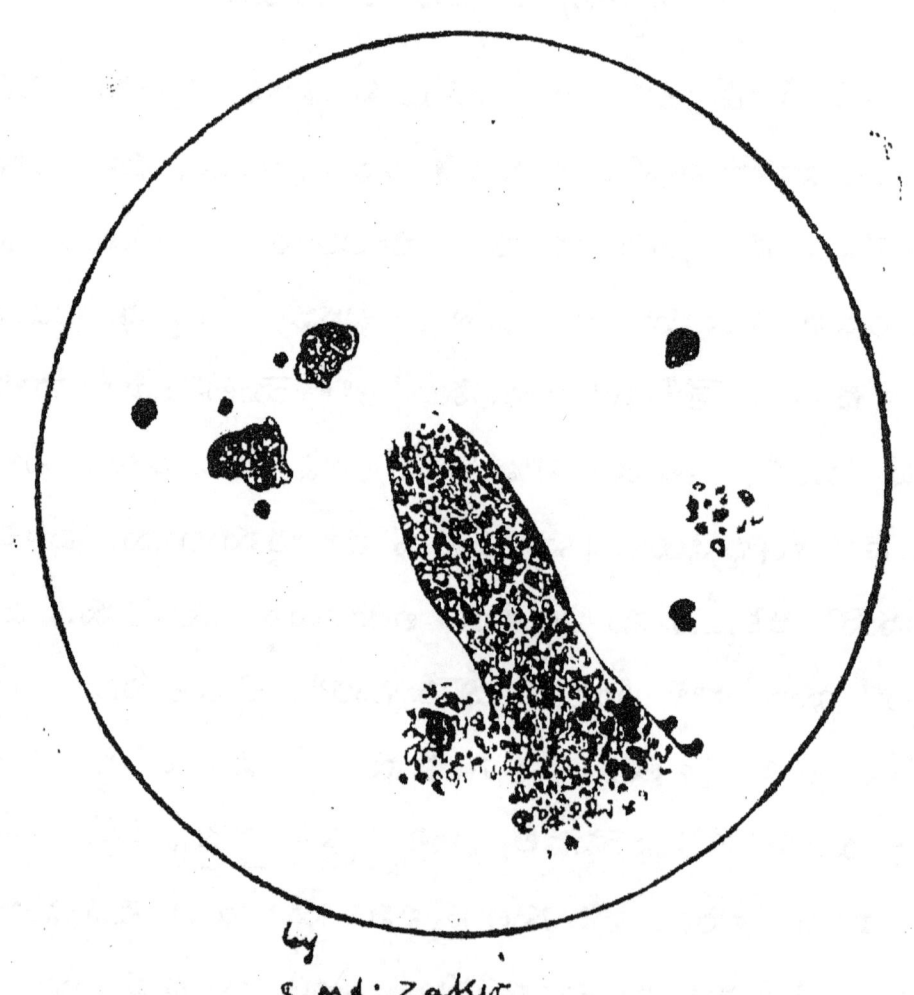

by
S. md: Zakir
artist. M. M. College

చెన్నపట్టణము కొళ్లాయిలోని నీటిబొట్టు.

సూక్ష్మజీవులు లేవుకాని నాచు సంబంధమైన ఆకుపచ్చని నలుసులు గలవు.

2-వ పటము

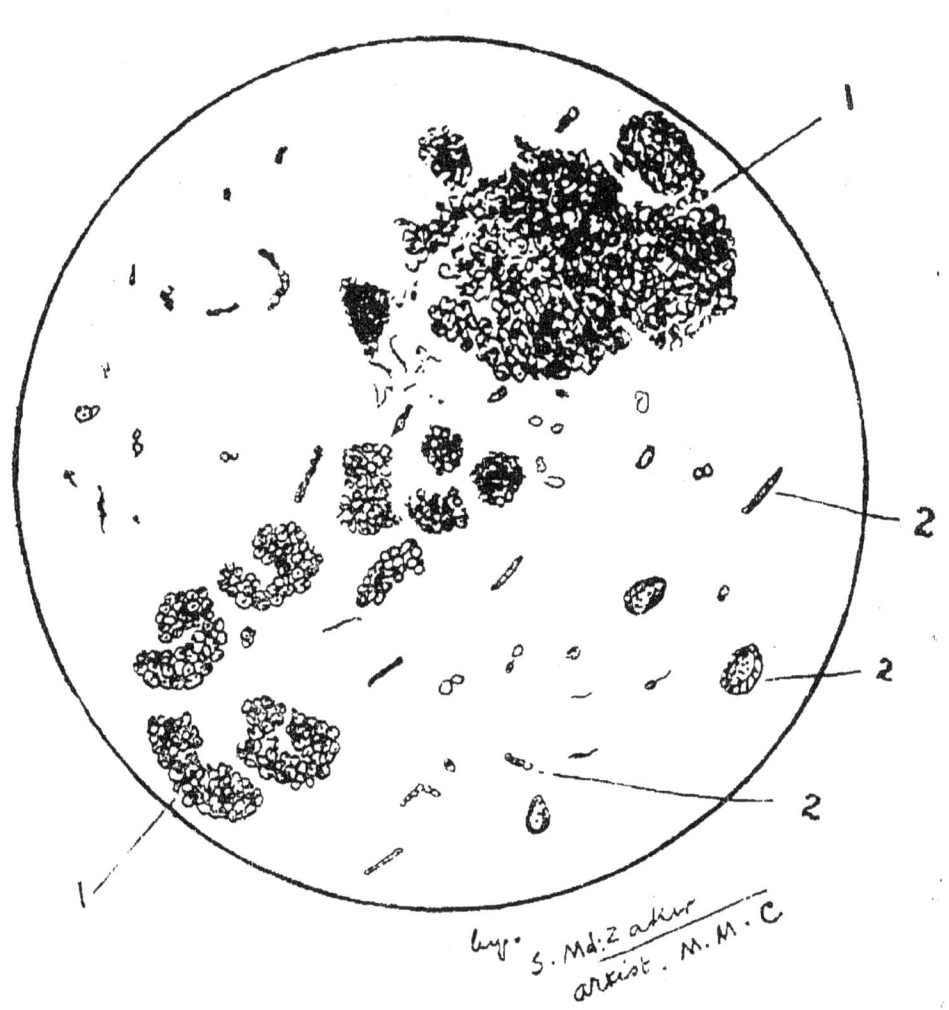

చెన్నపట్టణము, కచ్చాలీశ్వర అగ్రహారము

కోనేటిలోని నీటిబొట్టు.

1. నీటియందలి పసరును పుట్టించు నాచునలుసులు.
2. వివిధాకారములుగల సూక్ష్మజీవులు.

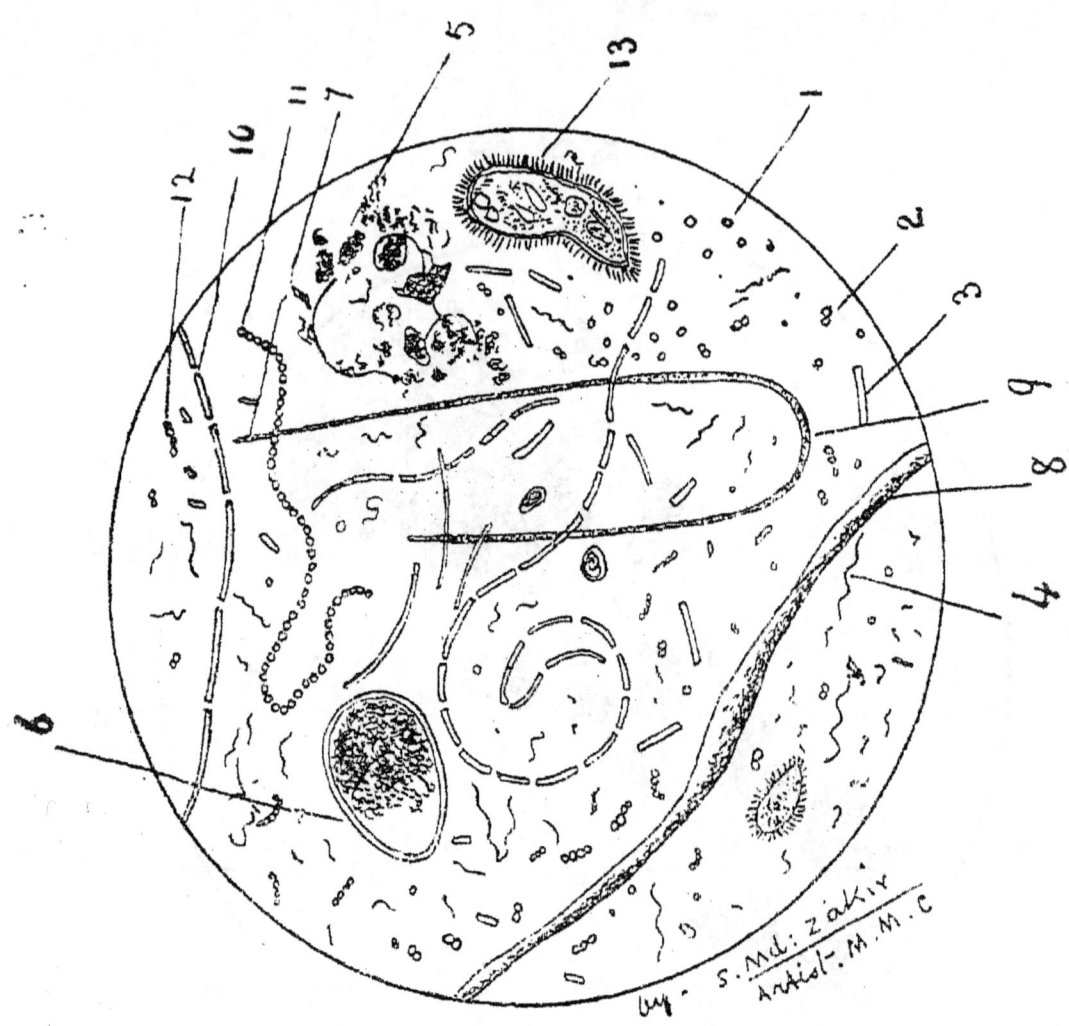

3-వ పటము

9

వీధి ప్రక్కనుండు జలదారి నీటిబొట్టు.

1,2,3,4, సూక్ష్మజీవులు.

1. చుక్కలవలెనున్నవి.
2. జంటచుక్కలుగ నున్నవి.
3. కణికలవలెనున్నవి.
4. మెలితిరిగి యున్నవి.
5. శాకపదార్థము క్రుళ్లుచున్నది.
6. ఒకపురుగు గ్రుడ్డు.

7.
9. } మిక్కిలి సూక్ష్మమైన పాము వంటిపురుగు.

8. దారపుపోగు.

10. కణికలవంటి సూక్ష్మజీవుల వృద్ధినిచూపు గొలుసు.

11.
12. } చుక్కలవలెనుండు సూక్ష్మజీవులగొలుసు

12. ఒక నీటిపురుగు.

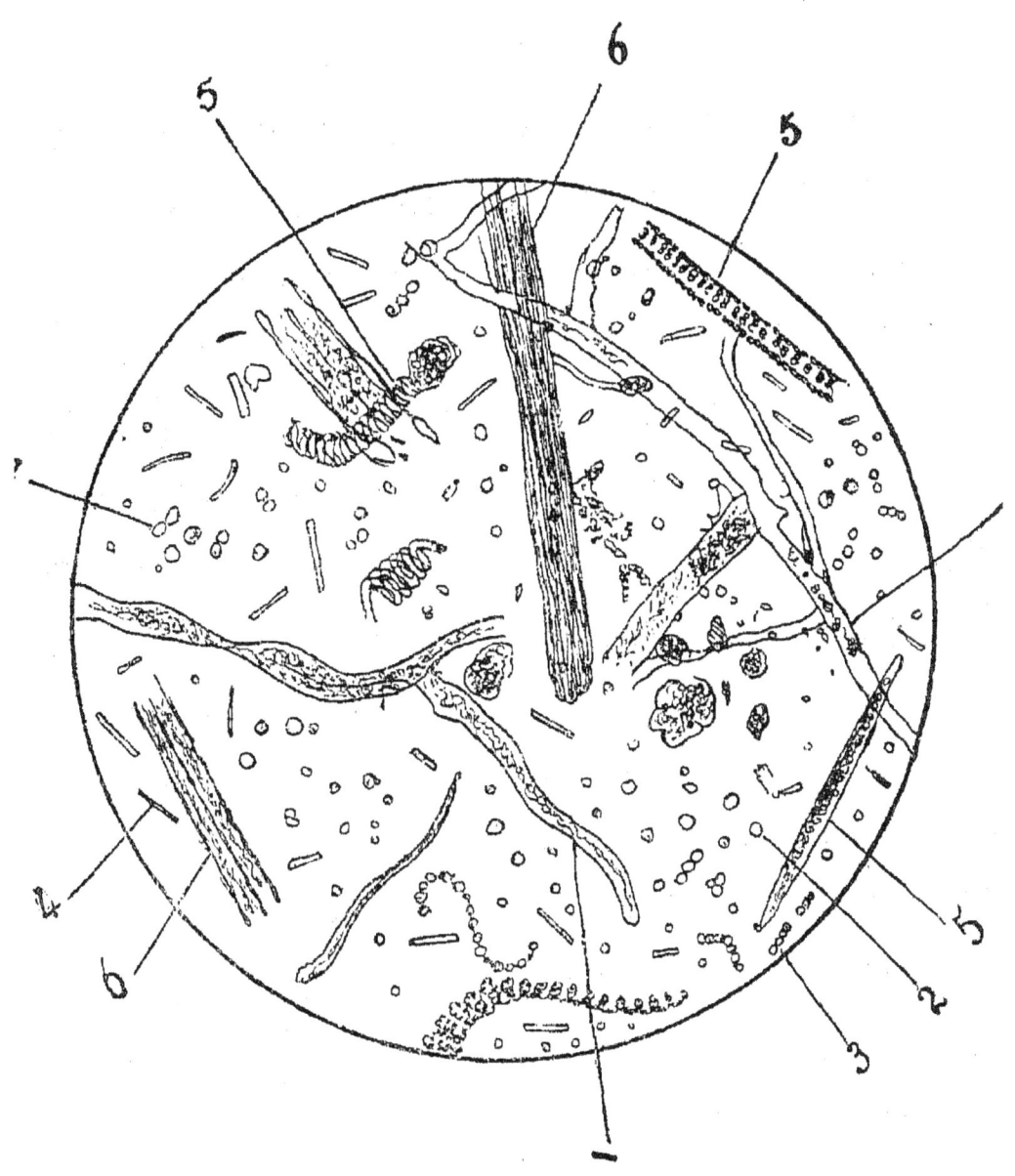

4-వ పటము

ఆవుపేడ కలిపిన నీటిబొట్టు

1. బూజుపోగులు.
2. చుక్కలవలెనుండు సూక్ష్మ జీవులు.
3. సూక్ష్మజీవుల గొలుసు.
4. కణికవలెనుండు సూక్ష్మజీవి.
5. పురుగుల కళేబరములు.
6. క్రుళ్లుచుండు శాకపదార్థములు.

వాహనము ఈగ

మనమొక అయిదు నిమిషములు ఒక ఈగ చేయుపనులను పరీక్షించి నేర్చుకొనగల విషయము లనేకములుగలవు. సామాన్యముగా నేకాలమునందును మన దేశములో ఈగలకు కొదువయుండదు. కాని తాటిపండ్లు, ఆవుపేడ మురుగుచుండు వానకాలములో అవి మెండుగ నుండును. దీనికి అశుభ్రతయే కారణము. ఒక గ్రామముగాని, ఒక ఇల్లుగాని శుభ్రముగా నున్నదా యని తెలిసికొనవలెనన్న అక్కడనుండు ఈగల జనాభాను ఎత్తుకొనిన చాలును. ఈగలు ఎంత తక్కువగ నున్న అంత పరిశుభ్రత గలదని చెప్పవచ్చును. గ్రామములలోని భూములను కొలుచుటకు గజముబద్దలును, ధాన్యములను కొలుచుటకు కుంచములును ఉపయోగించుట యెట్లో అట్లే ఒక గ్రామముయొక్క ఆరోగ్య స్థితిని కొలుచుటకు ఈగను కొలతపాత్రగా ఉపయోగింప వచ్చును. ఈ విషయమై యింకను చక్కగ మనస్సులో నాటుకొనుటకై ఒక నిదర్శనము చెప్పెదము. ఒక ఈగను కొంచెము సేపు పరీక్షించి చూచునెడల 'ఎందుకురా యిది పనిలేకుండ నిట్లు గంతులు వేయుచున్నది.' అని అనిపించును. ఇదికొంతసేపు మన చేతి మీదను, కొంతసేపు పిల్లుల కుక్కలమీదను, పిల్లల గజ్జిపుండ్లమీదను, కొంతసేపు వంటయింటిలోని తడినేల మీదను, మరికొంతసేపు పేడ కుప్పలమీదను, కొంతసేపు కుళ్లుచుండు జలదారులమీదను,

మూతుల దగ్గరను,వంటయింటిప్రక్కలను, కాళ్లు చేతులు కడుగుకొను చోట్ల బురబుర లాడుచుండు చల్లని నేలలందును. ఇచ్చవచ్చినట్లు ఆడి ఆడి తుదకు ఒక గడపమీదనో కిటికీ మీదనో వ్రాలును. ఇది యిక్కడ ఏమి చేయునో చూడుము. అక్కడక్కడ గంతులువేయుటకు పోయినప్పుడు ఇది సోమరి పోతులవలె ఆడుకొనుటకు అక్కడకుపోలేదు. ఇది తిరిగిన అన్నిచోట్లనుండి రెక్కలమీదను తలమీదను పెట్టుకొని మోయగలిగినంత బరువును మోసికొని వచ్చినది. తెచ్చినదానిని తినుటకై ఇది యిక్కడచేరినది. ఇది తీరికగా వ్రాలినతరువాత దీని నడవడి శోధించిన అంతయు తెలిసిపోవును. ఇది తన నాలుగు ముందు కాళ్ల మీదను వంగి నిలుచుండి వెనుకప్రక్కనుండు రెండుకాళ్లతో రెక్కలను, వీపును అనేకసార్లు మిక్కిలి శ్రద్ధతో తుడుచును. ఇట్లు తుడిచి తుడిచి దీని వీపుమీద మోసికొని వచ్చిన సరకుల నన్నిటిని వెనుకకాళ్లతో నెత్తి, దానిని తన ఆరుకాళ్లతో త్రొక్కి ముద్దచేసి ముందరి రెండుకాళ్లతో నోటిలో పెట్టుకొని మ్రింగివేయును. ఇట్లే వెనుకప్రక్క కాళ్లమీద నిలువబడి ముందరికాళ్లతో తల, మెడ మొదలగు ప్రదేశముల మీదనున్న సామాను నంతయు దింపి చిన్న చిన్న ఉండలుగా జేసికొని మ్రింగును. ఈ ఉండలు సూక్ష్మజీవుల ముద్దలుగాని వేరుగావు. ఇవియే దీని కాహారమని యెరుగనివారీ యీగ కాళ్లు చేతుల నెందుకు ఆడించుచున్నదో తెలిసికొనజాలరు.

శుభ్రము చేసికొనుటకు దులుపుకొనుచున్నదని వారు అను కొనవచ్చును. కాని ప్రయాణముచేసి వచ్చిన తరువాతను, అంతకు పూర్వమును, ఈ యీగ కాలి నొకదానిని సూక్ష్మ దర్శని అను యంత్రములో పెట్టి పరీక్షించినయెడల రహస్యము తెలియగలదు. ౕ, 6 పటములు చూడుము. ఈ యంత్రము ఒక దానిని వేయిరెట్లు పెద్దదిగా కనబరచు శక్తిగలది. ఈగ నొకదానిని, నీ మనసొప్పినయెడల, చంపి దాని పొట్టలోని పదార్థమును సూక్ష్మదర్శనిలో పెట్టి పరీక్షించి అందులో పుట్టలు పుట్టలుగానున్న సూక్ష్మ జీవులను చూచినయెడల నీ యంశ మింకను దృఢము కాగలదు. లేదా మనము తిన బోవు అన్నముమీద అది వాలినప్పుడు ఏదేని ఒక అన్నపు మెతుకుమీద నల్లని చుక్కబొట్టు నొకదానిని పెట్టిపోవును. ఆబొట్టునెత్తి సూక్ష్మదర్శనితో పరీక్షించినయెడల రకరకముల సూక్ష్మజీవులు కనబడును. ఈ బొట్టే ఈగ విసర్జించు మలము. దానిని తెలిసియు తెలియకయు కూడ మనము తినుచు న్నాము.

ఈప్రకారము ఈగలచే, చీమలచే, దోమలచేకూడ వ్యాపించు సూక్ష్మజీవు లెక్కడ గలవో యింకను వివరముగ తెలిసికొనవలె ననిన మీరు మిక్కిలి దూరము వెదుక నక్కర లేదు. మన కంటికి కనబడకుండ మనచుట్టును క్రుళ్లుచుండు అల్పజంతువుల కళేబరములును, మనము పారవేయు కాయ

5-వ పటము.

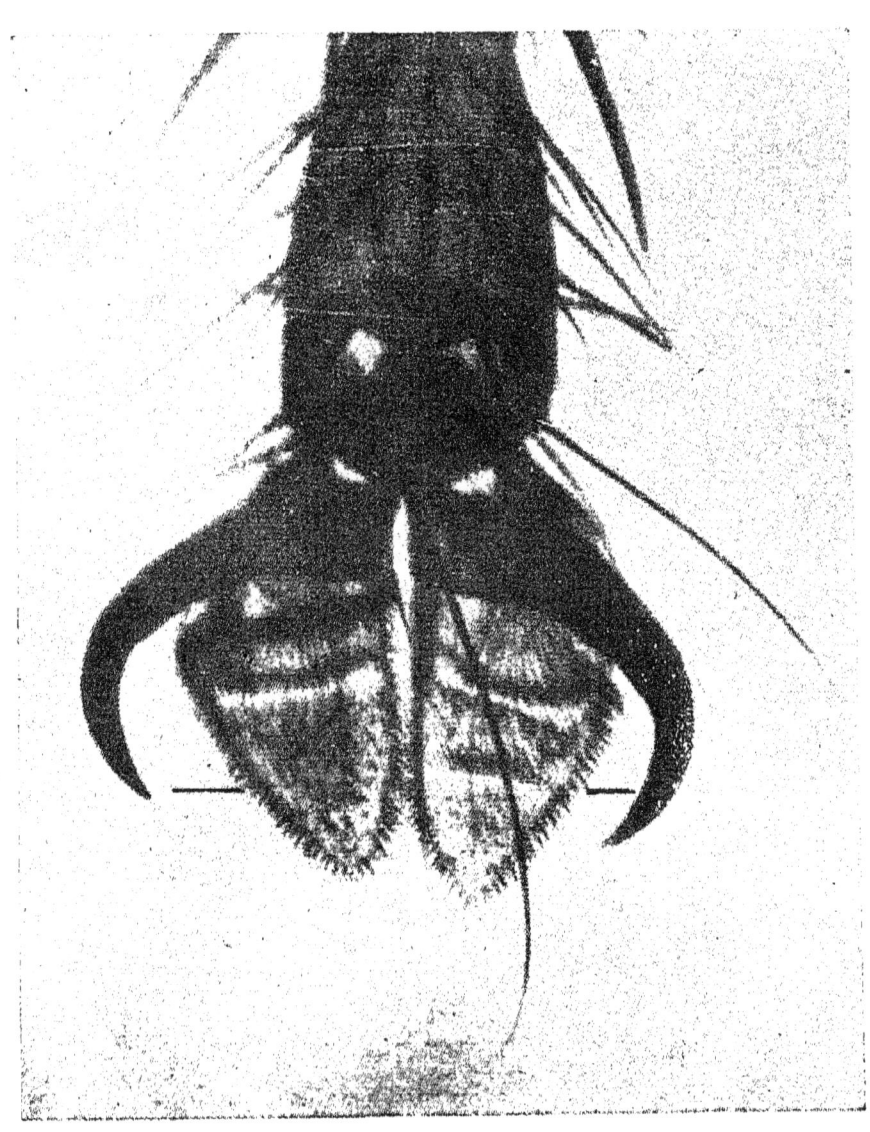

ఈగకాలులో కొంతభాగము.

వివ:- పటములో అడుగుభాగమున నున్నగీటుక్రింద కనబడు భాగము మరింత హెచ్చుగ చూపబడినది. దానిమీదనుండు లెక్కలేని సూక్ష్మజీవులను చూడనగును.

6-వ పటము.

గూరలతోక్కలు ఆకులు మొదలగు శాకపదార్థములును నిరంతరము సమృద్ధిగ సూక్ష్మజీవుల కాహార మొసగుచుండును. మన ఇండ్లలో సామాన్యముగ నశుభ్రత యెక్కడెక్కడుండునో ఆ స్థలముల నొక్కటొక్కటిగ పేర్కొనిన యెడల సూక్ష్మజీవుల యునికిపట్లు చక్కగ మీ మనస్సులందు నాటుకొనునని తలచి కొంతవరకు వివరించుచున్నాము.

వీధిగడప

వీధి గడప దగ్గరనుండి ప్రారంభించి చూచెదము. అరుగుమీదనుండిగాని, గడప మీదనుండిగాని, ఇంటిలోని వారలందరును భోజనమునకు పోక పూర్వమును, భోజనమయిన తరువాతను కాళ్లు చేతులు కడుగుదురు. ఆ నీళ్లు ధారాళముగా వీధి వెంబడి పోవుటకు తగినన్ని యుండకపోవుటచేత పోసినప్పుడెల్ల అక్కడనే నిలిచి ఇగిరి పోయి గడప ప్రక్కను బురద బురదగానుండును. చీడీలమీద నిలుచుండుటవలన మనకాళ్లకు బురద అంటదు గనుక అంతటితో మనము తృప్తిజెందుదుము. ఇక్కడనే చీమిడీ చీదుదుము. గొంతుకలోని కళ్లెను ఉమ్మి వేయుదుము. ఇది యంతయు బురదలోపడి క్రుళ్లును. సామాన్యముగా పల్లెటూళ్లలో మండువాలో నుండి తూము కాలవ కూడ ఇక్కడకే వచ్చిచేరును. ఈ తేమ నాశ్రయించియుండు దోమలు పగలంతయు తూముకాలవలో నుండు చీకటిలో దాగియుండి రాత్రులయందు మండువా మార్గమున మన ఇండ్లలో ప్రవేశించును.

మండువా

పిల్లలు తిన్న మామిడిపండ్ల తొక్కలు టెంకలు, దాసీది మండువా చుట్టునుండి ఊడ్చుకొనివచ్చిన దుమ్ము, తుక్కు అంతయు అందులోనే చేరును. కొన్ని చోట్ల ఎలుకలు దూరునంత సందులుగల బల్లలతో కూర్చిన తలుపులు మండువాలోని రహస్యములను బయటకు కనబడ నీయవు. ఒక్కసారి దానిని తీసినయెడల గొద్దింకలు, కుమ్మరపురుగులు, నలుదిక్కుల క్రమ్ముకొనును.

పడకగది

పడకగది చూతము. ఇందు ఒక మూలమంచము; ఒక మూల బట్టలు వ్రేలాడు దండెము; మరియొకమూల బోషాణము; ఇవి ముఖ్యముగా నుండును. ఇవిగాక పెట్టెలు మొదలగు సామానులు క్రిక్కిరిసి యుండును. చదువుకొనిన వారిండ్లలో నొకవైపున బల్లమీద పుస్తకములును కాగితపు కట్టలును పరచియుండును. నెలలనాటిదో, సంవత్సరముల నాటిదో దుమ్ము పుస్తకము మీద కాకపోయినను సందుల యందైన నుండక మానదు. పుస్తకములలో చిమ్మెటలెగురు చుండుటయు, నల్లులు ప్రాకుచుండుటయు మన మెరుగనిది కాదు. ఇంక బోషాణము తెరచి చూతము. పాత కాగితముల దస్త్రములు, అక్కడక్కడ తాటాకుల పుస్తకములు, తాతలనాటినుండి చేరిన మకిలతో దళసరెక్కి బరువైన నిలువు

చెంబులు, తప్పేలలు, నాజూకు తప్పిన సందుగ పెట్టెలు, కలందానులు, అడకత్తెరలు, ఇత్తడి చిక్కంబెలు, బల్లులు, గొద్దింకలు, తేళ్లు ఇవి అవి అననేల ఒక్కొకపుడు పాములు గూడ ఆ బోషాణములో చేరియుండును. బోషాణముచాటున నుండు ఎలుకపెంటలను మరవకూడదు. ఇంక మంచముక్రింద క్రిక్కిరిసిన సామానులను, గంపలు, చాపలు, బుట్టలు, కాళ్లూడి పోయిన పీటలను, పీకిదానులనుగూర్చి మేము వ్రాయ నక్కర లేదు.

వంట ఇల్లు

పడకగదిలోనుండి వంటయింటిలోనికి పోవుదము. ఒక ప్రక్కను చద్ది అన్నములగూడు; ఈ గూటిలోనికి పిల్లులు కుక్కలు దూరకుండ చిన్నతలుపు; ఈ తలుపును తీసినతోడనే ఒకవిధమైన వాసన ముఖముమీదికి కొట్టును. ఈ గూటిలో చారు పులుసు మొదలగునవి అప్పుడప్పుడొలుకుచుండును. బాగుగ వెదకిన ఈ గూటిలో పదిదినములనాటి మెతుకులును, కూరముక్కలును, మూలలయందు క్రుళ్లుచుండునవి, ఒకటి రెండయినను కనబడక మానవు. ఈగూడును ఎన్నడును కడుగరు. బ్రాహ్మణుల యిల్లయినయెడల భోజనము చేయుస్థలము, పంక్తి పంక్తికిని ఆవుపేడ నీళ్లతో శుద్ధిచేయుటచేత నిరంతరము ఈగలు ముసురుచుండును. వానకాలములో బొత్తిగా ఆరుటకు వీలులేక కాలు జారుచుండుట వింతకాదు.

ఇక్కడనుండి వంటగది; ఈ గదిలో ఒకమూల పాలదాలి; బూడిదకుప్ప అరగజము ఎత్తయినను పెరుగువరకు ప్రక్కనే యుండును. దానిప్రక్కను చిట్టటకబల్ల. దానిక్రిందనూనె డబ్బాను పెట్టుకొను గూడు లేక నూనెసీసాను తగిలించు చిలకకొయ్య, దీనినుండి నూనె కారికారి గూటి మైనము ఏర్పడును. ఆ బల్లవద్ద కంపు ప్రతిదినము అక్కడనుండువారి ముక్కులకు తెలియదు. క్రొత్తవార లక్కడకు వెళ్లిన యెడల దానినిభరింపజాలరు. మిరపకాయలగింజలు, ధనియాలు, మెంతులు, చింతపండు, ఇంగువ మొదలగునవి జిగురు జిగురుగా నుండు మట్టితోగూడి మిళితమై యీ చిట్టటకబల్ల నంటి యుండును. ఇప్పుడిప్పుడు గదుల పెట్టెలుగలవు. వానిలో నొక్కొక్క అరలోని సామానులమీద గొద్దింకలును, చిమ్మటలును, పెంకి పురుగులును ఆడుకొనుచుండును. చిన్న పిల్లలను బూచి బూచి అని జడిపింపవలెనన్న నీగదుల పెట్టెను వారిముందర పెట్టి దాని మూత తటాలున తీసిన చాలును. వా రడలి పోవుదురు. చిట్టటకబల్లకు ఎదురు ప్రక్కన నీళ్ల బిందెలు పెట్టుకొనుతిన్నె. ఇప్పుడిప్పుడు గచ్చు చేసిన అరుగులు కొన్ని ఇండ్లలోగలవు. కాని సామాన్యముగా నీళ్లబిందెల క్రిందనుండు నేల రెండు మూడడుగుల లోతువరకు బాగుగ నాని బందబందగానుండి చితచితలాడుచుండును. చెదలకును, తెల్లపురుగులకును, ఎఱ్ఱచీమలకును ఈ చల్లనినేల నివాసము.

ఈ మూలను ఆ మూలనుండు ఎలుక కన్నములమాట చెప్ప నక్కఱలేదు. రెండువైపులు పోగా మూడవవైపున పొయిలును, పదినాళ్లనున్నము వేసినను దానినంతయు మ్రింగివేయు మసిగోడయును ఉండును. ఈ ప్రక్కనే ఒకటిరెండు వారములకు కావలసిన పిడకలు పుల్లలు ఒక మూలను, గడచిన దినమునాటిబూడిద బొగ్గులు మఱియొక మూలను ఉండును. ఇక నాలుగవతట్టున గడ మంచెమీద బియ్యపుగంప లేక గంగాళమును, ఊరగాయలకుండలును, పప్పుప్పులును విస్తరాకులును, ఉండును. గడమంచెక్రింద చిల్లులుపడ్డ పాత్రసామానులు, దినదినము ఉపయోగము లేని బలువైన పాత్రలు మొదలుగునవి ఉండును. వీనిచాటునపడియుండు పప్పుగింజలను ఏరుకొనుటకు జేరెడి పందికొక్కులకును ఎలుకలను మసలుటకు సందిచ్చి ఇవిమిక్కిలి సహకారులగును. కొంచెము బద్ధకముగా నున్నప్పుడు కూరగాయల తొక్కలును మిరపకాయల తొడిమలను ఇంటివారలూడ్చివేయుటకీ సందు లనుకూలపడును.

వరసందు

ఇంతట వంటయిల్లు విడచి, దానిప్రక్కను చేతులు కడుగుకొనుటకును, గంజి పారబోసికొనుటకును ఉపయోగపడు చిన్నసందులోనికి పోవుదము. ఈ సందును కొందరు మడిసందనియు మఱికొందరు వరసందనియు చెప్పుదురు. సామాన్యముగా ఈసందులోనికి వంటయింటిలోనుండియే

గంజి, కూరనీళ్లు, రాతిచిప్పలు కడిగిననీళ్లు వచ్చుటకు దారి ఉండును. లేదా వంటఅయిన తోడనే లోపలనుండి శ్రమపడి తెచ్చి యీ సందులో పారబోయుదురు. ఇక్కడనే సబ్బు రోటికి స్థలము. ఈ సందులోనే యొక ప్రక్కన కుడితిగోలె ముండును. నాలుగు నాళ్లవరకు గొడ్లవాడు తీసికొని పోక పోయినయెడల గోలెములోనుండు పుచ్చు వంకాయ ముక్కలు, గుమ్మడికాయలోని బొరుజు, ముదిరిపోయిన అనపకాయ బెండకాయ ముక్కలు నూరుచుండగా దాని రుచియు కంపును పశువులకే తెలియవలెను. ఈ సందులో ఎదురుగోడ దరిని సాధారణముగ బురదగనుండు నొకమూలనుండి వెలువడు కంపును వర్ణింప నలవికాదు. గంజి వాసనయా, కుడితి వాసనయా, పేడనీళ్లు వాసనయా, ఏదియో చెప్పలేము. కంచములు, కూరకుండలు కడుగునీళ్లు ఇక్కడనే చేరును, అలుకు గుడ్డయు చీపురుకట్టయు ఇక్కడ యెండుచుండును. చేతులు కడుగుకొనుటకు నీళ్లబిందెలును చెంబులును ఇక్కడ నుండును. ఈ సందులోనుండి నూతిదొడ్డిలోనికి పోవుదము.

నూతిదొడ్డి

ఇల్లంతయు గచ్చుచేయించిన వారిండ్లలోకూడ నూతి వద్దనుండు కుళ్లు తప్పదు. కుంకుడుకాయ త్రొక్కలు, తలవెండ్రుకల చిక్కులు; ప్రాతగుడ్డ పేలికలు, చింకిరి చేదలు, పాత తాటి ముక్కలు వీని నన్నిటిని నూతిచుట్టును ఎల్లప్పుడు

చూడవచ్చును. ఈ నూతిదగ్గరనే స్నానములు. తలంట్లనాడు పదిబిందెలనీళ్లతో స్నానము చేసినయెడల రెండు మూడు బిందెలకంటె ఎక్కువబయటికిపోవు. మిగిలినదానిలో సగమ యినను తిరిగి నూతిలో చేరును. నూతిలోనినీళ్లన్నియు, తోడి పోసికొనినను మా నీరు మా నూతిలోనే చేరుచున్నదని కొందరు సంతోషింపవచ్చును. ఇక్కడనే కుమ్మరి పురుగులను, ఏలుగుపాములను, చక్కని ఎరుపురంగుగలిగి మిసమిసలాడు చుండు కుంకుడుకాయ పురుగులను మిక్కిలి తరచుగచూడ నగును. బురబురలాడు బురద స్నానము చేసినవారి కాలికంటి కొనకుండ అక్కడక్కడ అరగజమున కొకటిచొప్పున రాళ్లు గాని ఇటుక ముక్కలుగాని పరచియుండును. ఇక్కడ నుండి అప్పుడప్పుడు మించిపాకి పోవు బురదనీరు వీధిని పడకుండ కట్టిన మురుగుకుండును చూడవలెను.

మురుగుకుండు

దాని పేరే దానిని వర్ణనాతీతముగ జేయుచున్నది. దానిమీద చీకిపోయిన పాతతలుపున్నను ఉండవచ్చును. దానిలోని నీటినెత్తి దినదినము పారబోసి, బురదమట్టి నెత్తివేసి శుభ్రపరచవలెనని దానిని కట్టినవారి యుద్దేశము. అది నిజముగ గజములోతున్న యెడల ముప్పాతికగజము వరకు కుళ్లు మట్టి ఒమ్ము వేసికొనిపోయి యుండును. పైనుండు పాతికగజములోని నీటిని ఎత్తువారులేక, గొయ్యి నిండిపోయి, వీధిని బడి

పొర్లబారుచుండును. ఇక్కడ ననేక రకములగు దోమలు మొదలగు వేర్వేరు జాతుల పురుగులు, చల్లదనమునకును ఆహారమునకును జేరును. ఇంకదొడ్డిలో రెండుచోట్లను మనము వెదుకవలసియున్నది.

పెంటగొయ్యి

ఒకటి పెంటగొయ్యి. పొలములోనికి మట్టి తోలుకొనుటకై యేమూలనో యొక మూల పెద్ద గొయ్యి నొక దానిని పెట్టుదురు. అది త్రవ్విన క్రొత్తరోజులలో నది పెద్దగుండముగా నుండును. వెడల్పుగా త్రవ్వుటకు దొడ్డిలో నంతగా చోటుండదు. వేసవికాలములో ఇంటిలోని చెత్త, ఎంగిలి విస్తరాకులు, దొడ్లలో రాలిన ఆకులు, దుమ్ము మొదలగునదంతయుచేరి అర్ధసంవత్సరములోనే గొయ్యి రమారమి పూడిపోవును. ఇంతటవానవచ్చి గోతిని నింపివేయును. దీనియొక్క కంపును ఇప్పుడు చూడవలెను. ఒక కర్రతో ఈతుక్కును లేవనెత్తిన దానిలోపల ఆవిరెత్తుచు వేడిగ నుడుకుచుండును. దాని వాసనను చూచినవారు మరచిపోరు. పిమ్మట వర్షాకాలము రాగానే గొయ్యి నిండిపోయి పెంటకుప్ప నెలనెలకు నేలపై గజముచొప్పున పెరుగుచుండును. ఒకవేళ పశువులపేడ, పెంటయుకూడ ఇంటి దొడ్డిలోనే చేరవలసి యున్నయెడల అడుగనక్కర లేదు.

మరుగుదొడ్డి

దొడ్డిలో శోధించుటకు ఇంకొకటి మిగిలియున్నదని చెప్పియున్నాము. అది అన్నిటికంటెను అసహ్యమైనది. అయినను చెప్పక తీరదు. ఒకవేళ గాదులు, పురులు మొదలగు చాటుస్థలము లున్నయెడల పల్లెటూళ్ళలోని ఆడువారును, బద్ధకస్థులగు మగవారునుకూడ అక్కడనే మలమూత్రములను విడుతురు. యూనియనులున్న గ్రామములలో తప్ప కట్టిన మరుగుదొడ్ల పద్ధతిలేదు. ఆ పెంటను ఎవ్వరును శుభ్రపరచువారు లేక యే వానదేవుడో తీసికొనిపోవువరకు పెరుగుచునే యుండును. అందుకునుగూడ దారిలేనిచో, ఆ యేటి కాయేడు అక్కడనే నేలను బలపరచుచుండును.

కోళ్లకు ఈగలకు మన ఇండ్లలో నాహారము చిక్కకుండ చూడవలెను

మా యిల్లు మిక్కిలి శుభ్రముగానున్న దనుకొను వారియిండ్లలోకూడ పైని జెప్పిన వానిలో ననేకములు సామాన్యముగ కానవచ్చును. కావున నింతగా వివరించినాము. ఒక కోడి వీధిలోని పెంటలమీద తన ఆహారమును వెదకికొని తినుచుండుట ఎప్పుడయినను చూచిన యెడల వారి కొక్క విషయము గోచరము కాక మానదు. కోడి ఏమియు లేని చోట కాళ్లతో గీరి, ఏదో యొక వస్తువును ముక్కుతో పట్టుకొనుచుండును. 'దీనికి మంటిలో ధాన్యపు గింజలు దొరుకునా,

తవ్వుడు దొరుకునా ఏమియు లేదే, యెందుకిది వట్టిశ్రమపడుచున్నదని తోచవచ్చును. ఒక్క పెంట మీద ఎన్నిదినములైనను ఇది పొట్ట పోసికొనగలదు. ఇది మన్నుతినదని మనకందరకు తెలియును. ఇది మనకంటికి కానరాని పురుగులను ఏరి తినును. దీనినిబట్టి మన కండ్లకంటె దాని కండ్లు మిక్కిలి తీక్ష్ణమయినవని మనకు తెలియగలదు. కావున మన కంటికి తెలియక, మనము మిక్కిలి శుభ్రముగా నున్నదని గర్వించుచున్న ఇంటిలో మనకు కానరాని సూక్ష్మజీవు లనేకములు మన చుట్టునున్నవని కోడినిచూచియు, ఈగను చూచియు, తెలిసికొని, ఈగలకు కోళ్లకు తగిన ఆహారము మన ఇండ్లలో చిక్కకుండ మనము కాపాడుకొనవలెను. ఈ యీగలే యొక ఇంటియొక్క శుభ్రతను కొలుచు పరిమాణములని పైని వ్రాసియున్నాము. మీ ఇంటిలో ఈగలు ముసురుచున్న యెడల ఎక్కడనో మయిలయున్నదని నిశ్చయముగా తెలిసికొనుము. వెంటనే శోధించి స్థలమును కనిపెట్టుము. నివారింపుము. ఈగలన్నియు నశించిన యెడల అప్పుడు మీయింట సూక్ష్మజీవులు తగ్గియున్నవని నమ్మవచ్చును.

ఇరుగుపొరుగులు

మీ యిల్లు శుభ్రముగనుంచుకొనినంత మాత్రమున సూక్ష్మజీవులవలని భయము లేదనిన ప్రయోజనము లేదు. సూక్ష్మజీవులు మిక్కిలి అల్పమైనవి. గాలిలో నెగిరి పోగలవు.

ప్రక్కవాని ఇల్లుగాని, ప్రక్కనుండు వీధిగాని మలినముగ నున్నయెడల మీ ఇల్లు శుభ్రముగనుండినను ఏమి ప్రయోజనము ? గాలివచ్చి యంతయు నేకము చేయును. కాబట్టి యిరుగు పొరుగు వారలకుగూడ నీకు తెలిసి నంతవరకు బోధించి వారి వారి ఆవరణములను, వీధులనుకూడ శుభ్రముగ నుంచుటకు సహాయపడుము.

తొమ్మిది సూత్రములు

అమెరికా దేశములో సర్కారుచే నియోగింపబడిన కొన్ని సామాన్య సూత్రములను చూచినయెడల ఈగలను రూపుమాపుటయందు వారికిగల శ్రద్ధ తెలియగలదు.

i. రోగివద్దకు ఈగను రానియ్యవద్దు.

ii. ఈగ రోగి గదిలోనికి వచ్చినయెడల దానినివిడువక పట్టి చంపివేయుము. దానిని సులభముగ పట్టుటకు జిగురుకాగితములమ్మును.

iii. క్రుళ్లుచుండు పదార్థమును ఇంటిలోపలను. చుట్టుప్రక్కలను చేరనీయకుము అనుమానముగల చోటులందెల్ల పొడిసున్నమునుగాని కిరసనాయిలునిగాని చల్లుము.

iv. ఆహార పదార్థములమీద యీగవ్రాలకుండ మూసిపెట్టుము. భోజనముకాగానే యెంగిలాకులను, కంచములను తెరచియుంచకుము. వెంటనే శుభ్రముచేయుము.

v. పనికిరాని పదార్థముల నెప్పటికప్పుడు కాల్చివేయుము. లేదా పూడ్చివేయుము.

vi. పశువుల పెంట నెప్పటికప్పుడు గోతులలో పూడ్చిపెట్టుము. లేదా గోతులకు తలుపులమర్చి మూసియుంచుము. లేదా కిరసనాయిల్ చల్లుచుండుము.

vii. బాజారులలో అమ్మెడు ఆహారపదార్థముల నన్నిటిని కప్పియుంచుము. లేదా అద్దముల బీరువాలలో పెట్టియుంచుము.

viii. ఈగను చూడగనే దాని పురిటిల్లు ఎక్కడనో దగ్గరనే పెంటలోనున్నదని జ్ఞాపకముంచుకొనుము. ప్రక్కనే తలుపుచాటునగాని, పెట్టెక్రిందగాని, గోడమీదగాని యీ పెంటయుండును.

ix. కల్మషములేనిచోట ఈగ యుండదని గట్టిగ నమ్ముము.

మూడవ ప్రకరణము

సూక్ష్మజీవుల జాతిభేదములు

పైని చెప్పినచోట్లెక్కడ శోధించినను కనబడు అపరిశుద్ధప్రదేశములలో నివసించు సూక్ష్మజీవులెట్టి యాకారము గలవి? వానియందలి భేదము లేవి? అవి యేమి తిని బ్రతుకును? ఈ విషయమును సంక్షేపముగా నాలోచింతము.

౧. కొన్ని జాతుల సూక్ష్మజీవులు మనవలెనే ప్రాణవాయువుండుచోట్లగాని జీవింపనేరవు. ఇందు కొన్నిపులులు, సింహములవలె ప్రాణముండు భాగములను మాత్రము తిని బ్రతుకును. మఱికొన్ని కాకులు కోళ్లవలె ప్రాణములేక కుళ్లిపోవు భాగములనుకూడ తినును. తమనడవడికలలో సామాన్యముగా నీపై రెండుజాతులును జంతువులను బోలియుండుటచేత వీనికి సూక్ష్మ జంతువులు (Protozoa) అనిపేరు. వీని యాహారము కేవల జంత్వాహారము (Holozoic Nutrition)

౨. మఱికొన్ని జాతుల సూక్ష్మజీవులు కుక్కగొడుగుల వంటివి. ఇవి కుళ్లుచుండు పదార్థములలో మాత్రమే పెరుగును. సజీవములగు జంతువులనుగాని వృక్షములనుగాని యివి తినజాలవు. వీని యాహారము పూతికాహారము (Sapro-

Phytic Nutrition) అనగా మురికి వీని తిండి. వీనికి శిలీంధములు (Fungi) అని పేరు. శిలీంధమనగా కుక్కగొడుగు.

3. మఱికొన్ని జాతుల సూక్ష్మజీవులు వృక్షముల వంటివి. ఇవి మనకంటికి కనపడక పోయినను, ఆకుపచ్చగ నుండక పోయినను, చెట్లవలె బొగ్గుపులుసు గాలిని బొగ్గుక్రిందను, ప్రాణవాయువుక్రిందను విడదీసి, బొగ్గును తమ శరీరపుష్టికొర కుపయోగించుకొని ప్రాణవాయువును విడచివేయును. వీని యాహారము కేవల వృక్షాహారము Holophytic Nutrition).

కాని కొన్ని సూక్ష్మజీవులు కొంతయాహారమును జంతువులవలెను, కొంత యాహారమును వృక్షములవలెను, మరి కొంత యాహారమును కుక్కగొడుగులవలెను కూడితినును. ఇట్టివాని యాహారము మిశ్రమాహారమని చెప్పవచ్చును. ఇట్టివానికి బాక్టీరియములు (Bacteria) అనిపేరు.

సూక్ష్మజీవులలో ౧. సూక్ష్మ జంతువులు (Protozoa) ౨. శిలీంధములు (Fungi) 3. బాక్టీరియములు (Bacteria) అను నీ మూడు ముఖ్య విభాగములను గూర్చి కొంతవరకు మనము తెలిసికొనవలెను.

౧. సూక్ష్మజంతువులు (Protozoa)

సూక్ష్మజంతువులనగా మిక్కిలి క్రిందితరగతి జంతువులు. సాధారణముగ ఇవి ఏకకణ ప్రాణులు, అనగా వీని శరీరమంతయు ఒక్కటె కణముగానుండును. ఇందు చుట్టునుండు

భాగము స్వచ్ఛముగను నిర్మలముగనుండి మిలమిలలాడుచుం డును. దీనికి మూలపదార్థము (Protoplasm) అనిపేరు. 7-వ పటము చూడుము. మధ్యనుండు భాగము కొంచెము దళముగనుండి కొంచె మస్వచ్ఛముగ నుండును దీనికి జీవ

సూక్ష్మజంతువులు (Protozoa).

7-వ పటము.

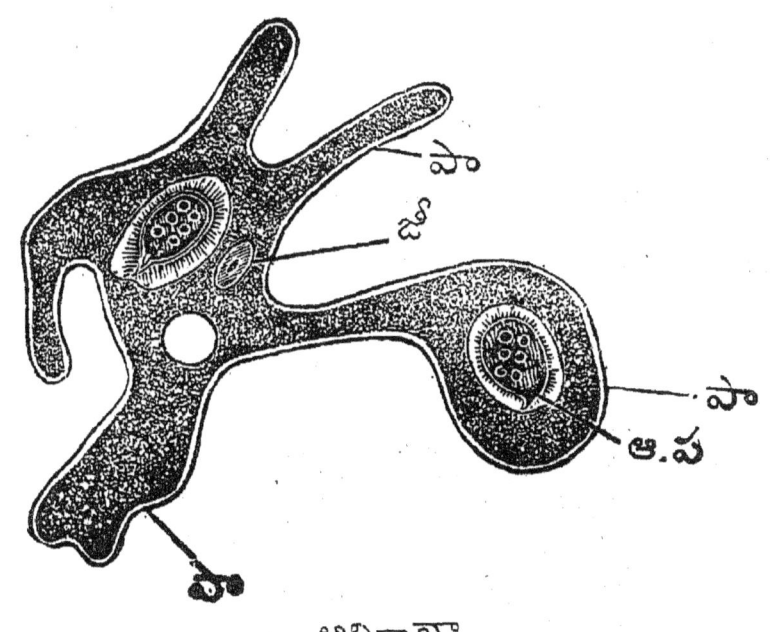

అమీబా

పా—పాదము. జీ—జీవస్థానము.

ఆ. ప—ఆహార పదార్థము.

స్థానము (Nacleus) అనిపేరు. ఒకానొకప్పుడు ఏకకణ ప్రాణులు, అనేకములు గుంపులు గుంపులుగాకూడి గుత్తులవలె ఒక చోటనంటియుండి అన్నియుజేరి ఒకప్రాణివలె జీవించును. ఈ

సూక్ష్మజంతువులలో కొన్ని తమమూలపదార్థములో ఒకభాగమును పాదము (Psudopodium) గా సాచి దాని సహాయముతో ఆహారము నిమిడ్చుకొనును. ఇట్టిజంతువునకు (అమిబా Amœba) ''వికారిణి'' అనగా ఆకారము నిరంతరము మార్చుకొనునది అనిపేరు. 7-వ పటములోనిది యాహారమును పట్టుకొను విధమును చూడనగును. చలిజ్వరము (Malaria) అను జ్వరమును ''అమీబిక్ డిసెంటరీ (Amoebic Dysentery) అను నొకతరహా జిగట విరేచనములను గలిగించు సూక్ష్మజంతువులును ఈ జాతిలోనివియే, మరికొన్ని సూక్ష్మజంతువులు తోకలు కలిగి వాని సహాయముచే ఈదుచు ఆహారముతినుచు పరుగెత్తుచుండును. 8-వ పటము చూడుము.

8-వ పటము.

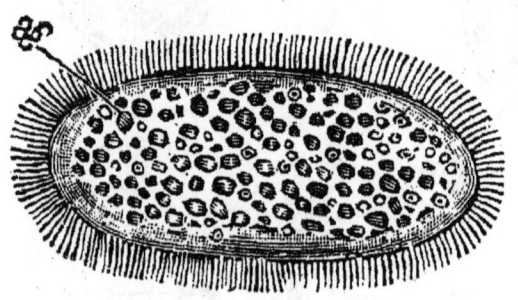

మృ - రో.

మృదురోమములను తోకలుగలిగి వానిసాయముచే చలింపగల సూక్ష్మజంతువు.

మృ. రో=మృదురోమములు.

జీ = జీవస్థానము. ఇందు అనేక జీవస్థానములు గలవు.

సూక్ష్మజంతువులలో ననేకములు ఒక్కొక్కటి రెండేసి గాచీలి, రెండు నాలుగు, నాలుగు ఎనిమిది, ఎనిమిది పదహారు, ఇట్లు ముక్కలు ముక్కలయి ఒక్కొక్క ముక్క ఒక్కొక్కజంతువుగా పరిణమించును. ౯-వ పటముచూడుము.

౯-వ పటము.

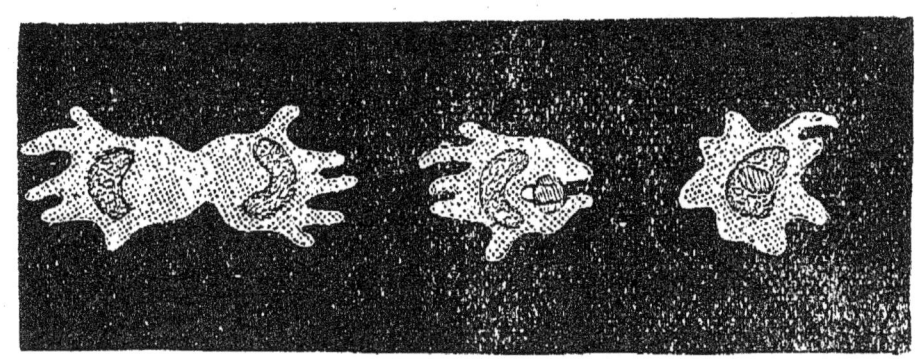

ఒక అమీబా రెండు అమీబాలుగా విభాగమగునపుడు గలుగు మార్పులు. ఒక అమీబాను అనేక ఖండములుగా సోకినప్పుడు ఏఖండము లందు జీవస్థానపు ముక్కలుండునో అవి బ్రతికి పెద్ద అమీబాలగును. జీవస్థానపుముక్క యేమాత్రమును లేనిఖండములు చచ్చును.

మరికొన్ని సూక్ష్మజంతువులలో ఆడది మొగది అను వివక్షత గలిగి ఒకదానితోనొకటి సంయోగము నొందుటచే సంతానవృద్ధియగును. చలిజ్వరపు పురుగులలో నిట్లేమగవి యును ఆడవియునుకూడి సంధానమును పొందును. 10-వ పటమును చూడుము.

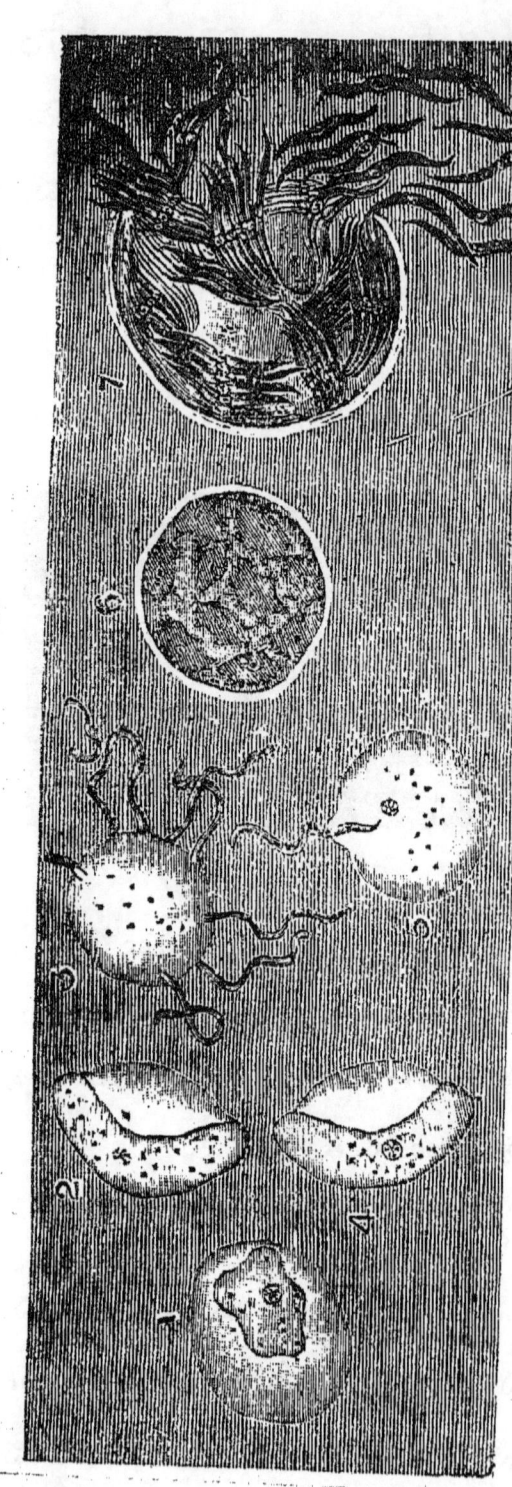

10-వ పటము — చలిజ్వరము

1. ఆడుపురుగు మగపురుగు అను భేదములేని చలిజ్వరపు పురుగు.

2,3 మగపురుగుయొక్క వివిధావస్థలు.

4,5 ఆడుపురుగుల వివిధావస్థలు

మూడు నుండి పురుష బీజములు పుట్టి, అందులో నొకటి 5 లోనున్న ఆడుపురుగుతో సంయోగము [జెందుచున్నది.

6. సంయోగము జెందినతరువాత నేర్పడుకూపము. దానిగర్భమునిండ చలిజ్వరపు పురుగులుద్భవించుచున్నవి.

7. గర్భవతియగు తల్లిపురుగు కడుపుపగిలి దానినుండి వేనవేలు పిల్లపురుగులు బయలుపడుచున్నవి.

విజ్ఞాన చంద్రికా గ్రంథమాలలోని ౨వ సం. … మగుచలిజ్వరములలో ౪౫-౪౭ పుట చూడుము.

౨. శిలీంధములు (Fungi)

శిలీంధమనగా కుక్కగొడుగు. 11-వపటముచూడుము. ఈ జాతిలోని సూక్ష్మజీవులు వర్ణరహితమయిన కణములచే నేర్పడునవి. ఇవిచెట్ల జాతిలోగాని, జంతువుల జాతిలోగాని చేరక మధ్యమస్థితిలో నుండునవి. ఒక కణముయొక్క క్రొస

11-వ పటము.

శిలీంధములు అనగా బూజుజాతి సూక్ష్మజీవులు.

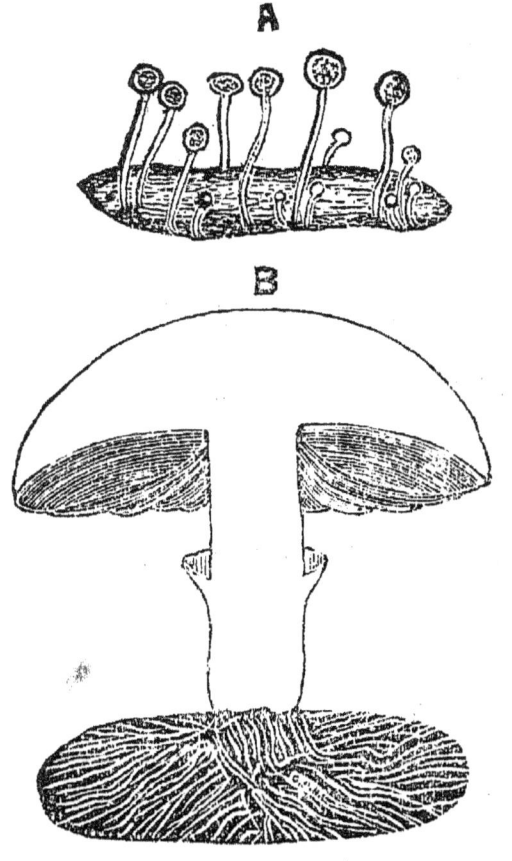

A. B. కుక్క గొడుగులు. బూజుపోగులు త్రాళ్లవలెను సలలవలెను అల్లు కొనుటచే కుక్క గొడుగు లేర్పడును.

పొడుగుగా దారపు పోగువలె పెరుగుచు అనేకపోగులు వలవలె గాని త్రాడువలెగాని అల్లుకొనుటచే నీ ప్రాణుల ఆకారమువృద్ధి యగుచుండును. 11-వ పటములో ఎ చూడుము. వీనిపోగులు జీవములేనట్టిగాని జీవించియున్నట్టి గాని జంతువులయొక్కయు వృక్షములయొక్కయు పై పొరలగుండ దొలుచుకొని పోగలవు. ఇవి సాధారణముగ కుళ్లుచుండు పదార్థములనుండి తమ ఆహారమునుతీసి కొనును. నిలవయుంచిన కొబ్బరిపెచ్చులమీదను, తడిసిన చెప్పుల జోళ్ళమీదను, ఊరగాయ కుండలలోను, పట్టుచుండు బూజు ఈ జాతిలోనిదే. మన చెవులలో గూడ నిట్టి బూజు పెరుగుట గలదు. ఆడువి మగవి అను విచక్షణలేకుండ ఈ పోగుల కొనయందు ఒక భాగము తెగి పోయి అట్లు తెగిపోయిన ముక్కలు గుడ్లుగా నేర్పడుటచే నివి సంతాన వృత్తిజెందును. 12-వ పటమునుచూడుము. మఱి కొన్నిటియందేదో యొకభాగమున ఒక మొటిమపుట్టి ఆ మొటిమ తెగిపోయి వేరొక జంతువగును. కొన్నిజాతులయందు ఆడుపోగులు మగపోగులు వివక్షముగా నేర్పడి వాని రెంటి యొక్క సంయోగముచే సంతాన వృద్ధియగును. సాధారణముగ తామర శోభియని చెప్పబడు చిడుములు ఈ జాతిసూక్ష్మ జీవులవలన కలిగినవి. 13-వ పటముచూడుము.

12-వ పటము

పచ్చళ్లమీదబట్టు బూజును కొంచమెత్తుకొని అనేక రెట్లధికముగ జూప బడినది. ఇందలి తెల్లనిచుక్కలు విత్తనపుగుత్తులు.

13-వ పటము

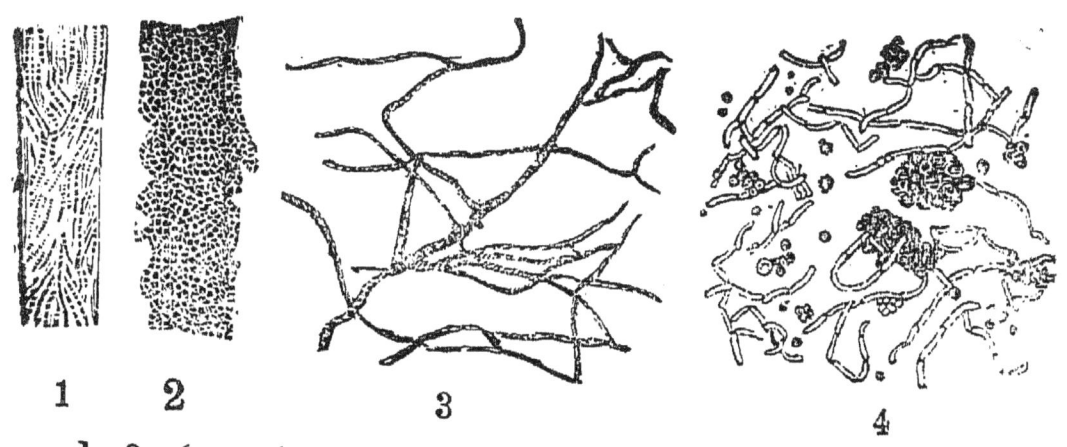

1 2 3 4

1, 2. తలవెండ్రుకల కుదుళ్లమీద తామర (Ringworm) విత్తనములు.

3. తామర తీగెల యల్లికలు.

4. శోభి: విత్తనపుగుత్తులును తీగెలును జూడనగును.

3 బ్యాక్టీరియములు (Bacteria)

మనకు తెలిసిన సూక్ష్మజీవులలో బ్యాక్టీరియములు మిక్కిలి అధిక సంఖ్యగలవి. ఇందు అనేక జాతులును ఉపజాతులునుకలవు. ఇవి సాధారణముగ వృక్షజాతి లోనివి. ఇవియే మిక్కిలి సూక్ష్మమయినట్టి వృక్షములని చెప్పవచ్చును. వీనిని ఒక అంగుళము పొడుగునకు 8-వేలు మొదలు 75-వేలవరకు ఇముడ్చవచ్చును. ఇవి చుక్కలవలెను కణికలవలెను గుండ్రముగాగాని, మరమేకులవలె మెలిదిరిగిగాని యుండవచ్చును. మూడవ పటములో కనుపరచిన జలదారినీటిలోని 1, 2, 3, 4, అంకెలుగల చోట్లచూడుము. ఇవి యొకటొకటి కొంతవరకు పెరిగిన వెంటనే రెండు ముక్కలుగా విరిగి ప్రతిముక్కయు తిరిగి తల్లి సూక్ష్మజీవియగుటచే సంతానవృద్ధియగును. క్రింది పటము చూడుము. చీమును పుట్టించు సూక్ష్మజీవులు చుక్కవలె నుండును. పచ్చశెగను పుట్టించు సూక్ష్మజీవులు

14-వ పటము

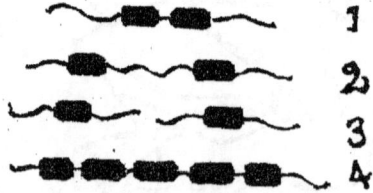

జీడిగింజలవలెనుండి జంటలు జంటలుగా నుండును. 15-వ పటము చూడుము. క్షయను బుట్టించు సూక్ష్మజీవులు కొంచెము వంగిన కణికలవలె నుండును. దొమ్మను పుట్టించు

సూక్ష్మజీవులు రూళ్ళ కఱ్ఱముక్కలవలెనుండును. కలరాను, కొఱుకు వ్యాధిని పుట్టించు సూక్ష్మజీవులు మఱిమేకులవలె మెలిదిరిగియుండును. ఈ బాక్టీరియములలో అనేక జాతులను గూర్చియు ఇతర విషయములను గూర్చియు ఇచ్చట వివరింప నెడము చాలదు.

బాక్టీరియము లనేకములు తోకలు కలిగి చురుకుగ చలించుచుండును 16-వ పటము చూడుము. మరికొన్నితో

16-వ పటము

కలులేక యంతగా కదలలేక యుండును. కొన్ని బాక్టీరియములకు దళమయిన కవచముండును. ఈ కవచముయొక్క సహాయముచే నెంత యెండకును వేడికిని లెక్కచేయక చిరకాలము నిద్రావస్థలో నున్నట్లుండి తరుణము వచ్చినపుడు తమ కవచమును విడిచి చురుకుగల బాక్టీరియములగును. ధాన్యపు గింజలు అయిదారు నెలలవరకు కళ్ళములందలి నెరసందులలో పడియుండి వర్షకాలము రాగానే మొలచుటకు సిద్ధముగ నున్నట్లే యివియును వానికి తగిన స్థలమును ఆహారాదులును దొరకినప్పుడు తిరిగి మొలచును. ఇట్లే పశువుల దొమ్మ, కలరా మొదలగు సూక్ష్మజీవుల గ్రుడ్లును తమ వృద్ధికి

తగుకాలము వచ్చువరకు పడియుండి వర్షకాలమురాగా తగిన తరుణము దొరికినదని మొలకరించి అతివేగముగ వృద్ధిజెందును. 17-వ పటము చూడుము.

17-వ పటము

దొమ్మ సూక్ష్మజీవుల గ్రుడ్లు మొలకరింపక పూర్వముండు రూపము

క్రింది పటమునందు సూక్ష్మజీవుల గుడ్లెట్లు మొలకరించి వృద్ధియగునో చూపబడియున్నది.

18-వ పటము.

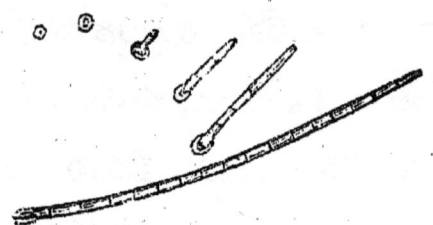

పగలు 11 గంటలకొక సూక్ష్మజీవి గ్రుడ్డొక చుక్కవలెనున్నది.
12 గంటలకీ గ్రుడ్డు కొంచెము ఉబ్బియున్నది.
3-30 గంటలకు దీనినుండి చిన్న మొటిమ యొకటి పుట్టియున్నది. [నున్నది.
6 గంటలకీ మొటిమ పెద్దదై ప్రత్యేకసూక్ష్మజీవులుగా నేర్పడుటకుసిద్ధముగా
8-30 గంటలకు దీనినుండి అయిదు సూక్ష్మజీవుల యాకార మేర్పడియున్నది.
రాత్రి 12 గంటలకు 17 సూక్ష్మజీవులు పూర్ణముగ నేర్పడియున్నవి. త్వరలో నివియన్నియు విడిపోయి తిరిగి పిల్లలను పెట్టుటకు ప్రారంభించును.

సూక్ష్మజీవులు చేయు ఉపకారము

అనేక సూక్ష్మజీవులు కలిగించు హానినిగూర్చి ఇచ్చట వానిపేరులను బట్టియే మనము తెలిసికొనుచున్నను అందు

19-వ పటము

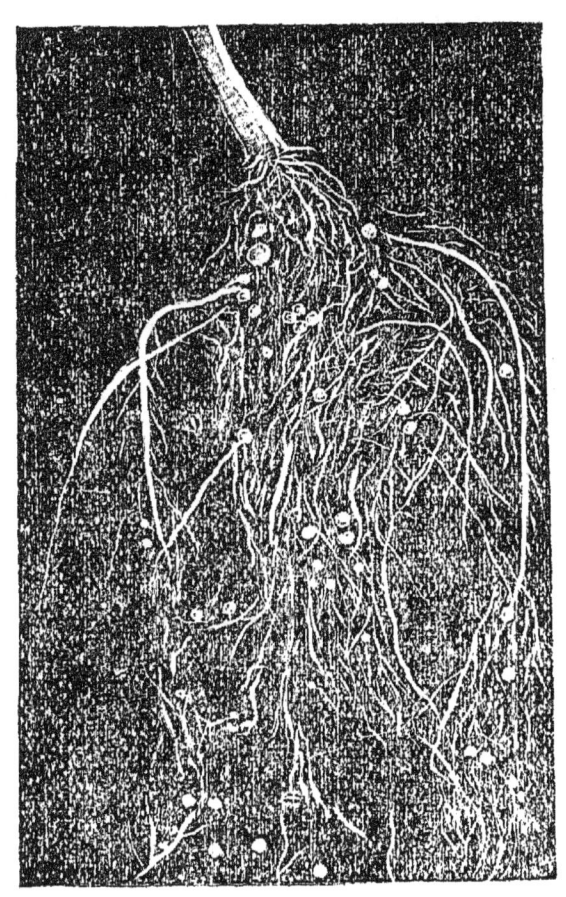

జనుము చిక్కుడు మొదలగు చెట్ల వేరులనంటియుండి భూమికి సారమిచ్చు సూక్ష్మజీవుల యిండ్లు ఉండలుగానున్నవి.

కొన్ని జాతులవి మనకుచేయు ఉపకారముగూడ కలదని మరవగూడదు. దినదినమును చచ్చుచున్న అసంఖ్యాకములగు జంతువులయొక్కయు వృక్షములయొక్కయు కళేబరములు

20.వ పటము

19-వ పటములోని కొన్ని యుండలలోనుండు సూక్ష్మజీవులు స్పష్టముగ చూపబడినవి. ఇవి గాలినుండి నత్రజనిని పీల్చి భూమికిచ్చి దానిని సారవంతముగ జేయును.

కుప్పలు కుప్పలుగా పడియుండి యీ ప్రపంచకమంతయు నావ రించి కంపెత్తకుండ నీ సూక్ష్మజీవులు వానిని నశింపజేయుట యేగాక వానివలన భూమిని సారవంతముగ చేయుచు మన కుపకారులగుచున్నవి. కొన్ని సూక్ష్మజీవులు చిక్కుడు జనుము మొదలగు మొక్కలవేరుల నాశ్రయించియుండి భూమిని సారవంతముగ జేయును. 19, 20-వ పటములు చూడుము. సూక్ష్మజీవులు లేకయుండిన మనపాలు మజ్జిగకాదు. మనకు వెన్నరాదు, మినపరొట్టె పులియదు. మనకడుపులోకూడ ననేకజాతుల సూక్ష్మజీవులు పెరుగుచు మనకు పనికిమాలిన

పదార్థములను తిని బ్రతుకుచుండును. ఈ పాకీవాండ్రి సహాయము లేకపోయిన మన మొక్కొకప్పుడు కడుపుబ్బి చావవలసివచ్చును.

సూక్ష్మజీవుల కనుకూలమగుస్థితిగతులు

ఇని వ్యాపింపజాలని స్థలము లేదు. గాలియందు సముద్రముమీద కొండలమీద నీటియందు మంచునందు ఆకాశమునందు వీని యన్నిటియందును ఈ సూక్ష్మజీవులను కనిపెట్టియున్నారు. ఈ సూక్ష్మజీవులలో కొన్ని ప్రాణవాయువున్న చోట్లగాని జీవింపజాలవు మరికొన్ని ప్రాణవాయువులేని చోట్లగాని జీవింపజాలవు. కొన్ని ప్రాణవాయువుండినను లేకున్నను జీవింపగలవు. "టిటనస్" (Titanus) అను ధనుర్వాయువును కలుగజేయు సూక్ష్మజీవి ప్రాణవాయువు ఉండుచోట జీవింపజాలదు. "ఆంథ్రాక్సు" (Anthrax) అనుదొమ్మ వ్యాధిని పుట్టించు సూక్ష్మజీవి ప్రాణవాయు వుండినగాని జీవింపజాలదు.

సూక్ష్మజీవులు నివసించు ప్రదేశమునందుండు ఆహారపదార్థము ద్రవరూపముగ వాని నావరించియుండు పొరగుండ వాని శరీరములో ప్రవేశించి వానిని పోషించును. బాక్టీరియములలో కొన్ని జంతువులవలెనే బొగ్గుపులుసు గాలిని విడిచివేయును. మరికొన్ని ఆకు పచ్చని రంగుకలిగి వృక్షములవలె బొగ్గుపులుసు గాలిని పీల్చుకొని ప్రాణవాయువును విడిచివేయును. కొన్ని బాక్టీరియములు పై రెండు పటములలో

చూపినట్లు కొన్ని మొక్కల వేళ్లను ఆశ్రయించియుండి గాలి నుండి నత్రజనిని తీసికొనును. అనేక బాక్టీరియములు పులిసిన ద్రావకములలో చచ్చును. కాని పైని చెప్పిన శిలీంధ జాతి లోని సూక్ష్మజీవులు వీనికి ప్రతిగా పులిసిన పదార్థములలో హెచ్చుగ పెరుగును. కలరా సూక్ష్మజీవి పుల్లని చల్లలో చచ్చును. పాలను చల్లజేయు సూక్ష్మజీవులు చల్ల పులిసిన కొలదిని హెచ్చుగ వృద్ధిజెందును. వీనిని మధుశిలీంధములం దము, 21-వ పటము చూడుము. మినపపిండి మొదలగుపదా ర్థములు పులియుటకు సహకారులగు సూక్ష్మజీవులు శిలీంధము జాతిలోనివే.

21-వ పటము

మధుశిలీంధములు (Yeast)

మినపపిండిని పులియబెట్టునట్టియు; కల్లును, చెరకు పానకమును సారాయిజేయునట్టియు శిలీంధములు.

అ—ఇందు ఇవి 250 రెట్లు చూపబడినవి.

ఇ—ఇందు 1500 ల రెట్లు చూపబడినవి. కణమునందు అక్కడక్కడ మొటిమలు (మొ) పుట్టి యవి తెగిపోయి క్రొత్త శిలీంధములు అగును.

ఉ—ఇందు మొటిమలకు పిల్ల మొటిమలు పుట్టి గొలుసుగా నేర్పడు చున్నవి.

ఈ మధుశిలీంధ్రములు చక్కెరను సారాయిగను బొగ్గుపులుసు గాలిగను మార్చును. బాక్టీరియములుకూడ తాము నివసించు పదార్థములలో ననేక మార్పులను కలుగ జేయును. ఇట్లు చీము పుట్టించు సూక్ష్మజీవులు తమ చుట్టు ప్రక్కలనుండు కండ మొదలగు పదార్థములను కరగించి ద్రవరూపముగ జేసివేయును. మరికొన్ని సూక్ష్మజీవులు కొన్ని విషపదార్థములను వెలిపరచును. ఈ విషపదార్థములు కొన్ని సూక్ష్మజీవులనుండి పుట్టినవి పుట్టినచోటనే నిలిచి యుండును. మరికొన్నిటినుండి పుట్టు విషపదార్థములు శరీరమునందలి ద్రవపదార్థములగుండగాని, నరములగుండగాని వ్యాపించును. ఇట్లే క్షయజాతి సూక్ష్మజీవుల విషము చాలా భాగము పుట్టినచోటనే యుండును. "టిటనస్" (Titanus) ధనుర్వాయు సూక్ష్మజీవులు మొదలగువాని విషము శరీరమెల్లెడలకు వ్యాపించును. కొన్ని సూక్ష్మజీవులు ప్రాణవాయువేవైపుననుండిన ఆవైపునకు చలించును. మరికొన్ని సూక్ష్మజీవులకు గాలితగిలినతోడనే చలనముపోవును. సామాన్యముగ అనేక సూక్ష్మజీవులు కొంతవేడిని భరించి ఆ వేడియందు మిక్కిలి శీఘ్రముగ వృద్ధిబొందును. అంతకంటె హెచ్చగు వేడిమియుండినయెడల చురుకుతనము తగ్గి క్రమముగ నశించును. కాన ఎంతవేడిమి తమవృద్ధికి మిక్కిలి అనుకూలముగ నుండునో అంతటి శరీరపు వేడిమిగల జంతువులలోనే ఆయాజాతిసూక్ష్మ

జీవులు పెరిగి వ్యాధిని పుట్టించునుగాని తమకుతగిన శరీరపు వేడిమిలేని జంతువులలో నవి బ్రతుకజాలవు. అనగా మనుష్యులలో వ్యాధిని గలిగించు కొన్నిసూక్ష్మజీవులు చేపలు కప్పలు మొదలగు నీటి జంతువులలో ఎట్టి వ్యాధిని గలిగింపనేరవు. మానవులకు వచ్చుకలరా వ్యాధి మన ఇండ్లలోనుండు కుక్కలకును, పిల్లులకును రాదు. కొన్ని వ్యాధులను గలిగించు సూక్ష్మజీవులు ఎంత ఎండనైనను వేడినైనను భరించి సంవత్సరముల తరబడి బ్రతుకును. సూక్ష్మజీవుల ఆయుర్దాయము ఆ యా జాతినిబట్టి యుండును. దొమ్మ "అంథ్రాక్సు" (Anthrax) సూక్ష్మజీవుల గుడ్లు సీలుచేసిన గొట్టములలో ౨౨ సంవత్సరముల వరకు బ్రతికియుండెనని "పాస్టర్" (Pasteur) అను నతడు కనిపెట్టెను. క్షయ వ్యాధిని కలిగించు సూక్ష్మజీవులు ఎండిపోయిన కఫములో ౫౫ దినములు బ్రతికియుండి యటు పిమ్మట ఇతరులకు ఆ వ్యాధి నంటింప గలిగియుండెనని రుజువు పడినది. ఇట్టుగాక కలరా మొదలగు కొన్ని వ్యాధులను గలిగించు మరికొన్ని సూక్ష్మజీవులు ఒకటిరెండు గంటల వేడికే తాళజాలక చచ్చిపోవును. అనేక సూక్ష్మజీవులను గుచ్చెత్తిన మిశ్రమ కషాయములో తమకు అనుకూలమగు స్థితిగతులుగల కొన్నియే బ్రతికి మరికొన్ని చచ్చిపోవును. కొన్ని సూక్ష్మజీవులనుండి పుట్టు పదార్థములు మరికొన్ని సూక్ష్మజీవులకు విషములయి వానిని నశింపచేయును. టయిఫాయిడ్ (Typhoid)

జ్వరమును కలుగజేయు సూక్ష్మజీవులు జిగటవిరేచనములను గలిగించు (B. Coli:) కోలై సూక్ష్మజీవులతో కలిపి పెంచినపుడు టయిఫాయిడ్ సూక్ష్మజీవులు చచ్చును. కాని టయిఫాయిడ్ సూక్ష్మజీవులు కురుపులయందు చీము పుట్టించు సూక్ష్మజీవులతో కలసి చక్కగ పెంపొందును.

సూక్ష్మజీవులన్నియు పొడిచే నసగా ఆరబెట్టుటచేగాని వేడిచేగాని, మందులచేగాని, తమకిష్టములేనిజంతువుల శరీరములో ప్రవేశింపజేయుటచేగాని తమ బలమును పోగొట్టుకొనును. ఇట్లే కొన్నివ్యాధులకు విరుగుడు పదార్థములను తయారు చేయునపుడు సూక్ష్మజీవుల బలమును తగ్గింతురని ముందు తెలిసికొనగలరు. వెఱ్ఱికుక్కలయొక్క వెన్నెముకలోని పెద్దనరమును తీసి ముక్కలుచేసి కొన్నిముక్కలును ఒక దినమును, కొన్నిముక్కలను రెండుదినములును, కొన్నిముక్కలను మూడుదినములును ఇట్లే నాలుగు అయిదు ఆరుమొదలు పదునైదు దినములవరకు కొన్నిముక్కలను వేరువేరుగ ఆరబెట్టి ఆముక్కలనుండి రకరకములగు బలముగల టీకారసములను తయారుచేయుదురు. ఇందుపదునైదుదినములు ఆరబెట్టిన ముక్కతో చేయబడిన రసము మిక్కిలి బలహీనమయినది. ఎంత తక్కువ ఆరబెట్టిన ముక్కలతో చేయబడిన రసము అంత బలమయినది.

సాధారణముగ అన్నిజాతుల సూక్ష్మజీవులును చీకటిలో చక్కగ పెరుగును. మిక్కిలిప్రకాశమయిన వెలుతురు వలన వాని వృద్ధితగ్గి అవి క్రమక్రమముగ నశించును. సూక్ష్మజీవులకంటె వాని గ్రుడ్లు ఎండ వేడి తడి వెలుతురు మొదలగు వానిచే సులభముగ హాని జెందవు. మసలుచున్న నీళ్లలో తల్లిసూక్ష్మజీవులు చచ్చినను, వానిగ్రుడ్లు కొన్ని ౧౩౦ డిగ్రీల వేడివచ్చువరకు బ్రతికియుండును. పశువులకు గాళ్లు కలిగించు సూక్ష్మజీవులు పచ్చిక బైళ్లలోని పచ్చగడ్డి చాటుననుండు నీడలో అనేక సంవత్సరములు జీవింపగలవు.

సామాన్యముగ మనుష్యులకంటు వ్యాధులను పరిశీలించి చూడగ సూక్ష్మజంతువులు, శిలీంధములు, బాక్టీరియములు, ఈ మూటిలో బాక్టీరియములు ఎక్కువ వ్యాధిని కలుగజేయునని యీ క్రింది పట్టీని గమనించిన తెలియగలదు.

i సూక్ష్మజంతువులచే గలుగు వ్యాధులు.

1. నాలుగువిధములగు చలిజ్వరములు. (Malaria)

2. ఆమీబిక్ డిసెంటరి (Amoebic Dysentery) ఒక విధమయిన రక్తగ్రహిణి.

ii శిలీంధముచే గలుగువ్యాధులు. (Fungi)

(1) ఒక విధమైన నోటిపూత (Thrushi)

(2) ఒకవిధమయిన సర్పి (Herpes)

(3) తామర (Ringworm)

(4) ఆక్టినోమైకోసిస్ అను నొకవిధమైనపుండు (Actinomycosis)

(5) ఒకవిధమైన కాలిపుండు (Madura Foot)

(6) శోభి (Tenia Versicolor)

iii బాక్టీరియములచే గలుగువ్యాధులు.

(1) క్షయ (Tuberculosis)

(2) న్యుమోనియా (Pneumonia)

(3) పచ్చశెగ (Gonorrhoea)

(4) టయిఫాయిడ్ జ్వరము (Typhoid)

(5) ధనుర్వాయువు-టిటనస్ (Titanus)

(6) కలరా (Cholera)

(7) ఇన్‌ఫ్లు ఎంజ జ్వరము (Influenza)

(8) ప్లేగ్-మహామారి (Plague)

(9) సెరిబ్రోస్పయినల్ ఫీవరు (Cerebrospinal Fever) కొత్తజ్వరము.

(10) చీము-సూతికజ్వరము (Suppuration)

(11) సర్పి (Erysipelas)

(12) అడ్డగర్రలు పుట్టించు పుండు (Soft Chancre)

(13) కుష్ఠవ్యాధి (Leprosy)

(14) కొరుకు లేక సవాయి మేహము (Syphillis)

(15) దొమ్మ (Anthrax) ఇది పశువ్యాధి మానవుల
కూడ అంటవచ్చును.

(16) నోటిగాళ్లు, కాలి గాళ్లు (Foot and mouth disease) పశువ్యాధి. మానవులకుకూడ అంటవచ్చును.

పైని వివరించినవి గాక యింకను అసంఖ్యాకముల వ్యాధులు బాక్టీరియములచే గలుగును. ఇంతవరకు మన తెలియనివి వెక్కుసూక్ష్మజీవులింకను గలవు.

నాల్గవ ప్రకరణము.

సూక్ష్మజీవు లెట్లు ప్రవేశించును? ఎట్లు విడుచును?

పైని వివరించిన అంటువ్యాధులలో కొన్ని ఒకరి నొకరు తాకుటచేతగాని, వ్యాధిగ్రస్తులుండుచోట్ల సహవాసముగా నివసించుటచేతగాని కలుగవచ్చును ఇందు కొన్ని వ్యాధులను కలిగించు సూక్ష్మజీవులుగల ద్రవమును రోగి నుండి ఎత్తి గాయముగుండనైనను మరి యేవిధముచేత నయినను మరియొకరి శరీరములోని కెక్కించినయెడల రెండవ వారి కావ్యాధి పరిణమించును. మరికొన్ని అంటువ్యాధులు రోగు లుపయోగపరచిన నీళ్లు మొదలగు పదార్థముల మూలమున ఒకరినుండి మరియొకరిని జేరును. రోగులు విసర్జించు ఆహారపదార్థములు మలమూత్రాదులు బట్టలును, రోగులు తాకిన చెంబులు మొదలగు పదార్థములును, రోగుల వద్దనుండి సూక్ష్మజీవులను వాని గ్రుడ్లను ఇతరస్థలములకు జేర వేయుటకు సహాయపడును. ఇవిగాక కండ్లకలక మొదలగు మరికొన్ని అంటువ్యాధులు దోమలు ఈగలు నుసమలు మొదలగు జంతువుల మూలమున మనశరీరములో ప్రవేశించును. మరికొన్ని అంటువ్యాధులు రోగులుగలచోట్ల నివసించి నంతమాత్రముననే అంటుకొనును. మన శరీరములోని రక్త

ములోనికిగాని, ఇతర ద్రవములలోనికిగాని సూక్ష్మజీవులు దిగువ నాలుగువిధముల ప్రవేశమగునని చెప్పవచ్చును.

1. గాయముగుండ ప్రవేశించుట (Inoculation)
2. పలుచని పొరలగుండ ఊరుట (Absorbtion)
3. ఊపిరితో పీల్చుట (Inhalation)
4 మ్రింగుట (Ingestion)

కొన్నివ్యాధు లిందొకమార్గముననే ప్రవేశించును. మరి కొన్ని వ్యాధులు పైనిచెప్పిన మార్గములలో రెండు మూడు మార్గముల ప్రవేశింపవచ్చును.

గాయముగుండ ప్రవేశించుట

కుక్క కాటువలన కలుగు వెర్రి, సుఖవ్యాధు లనబడు పచ్చసెగ, అడ్డగర్బల సంబంధమైన పుండ్లు, కొరుకు లేక సవాయి, మేహము ఇవి యన్నియు శరీరముమీద నేర్పడు నేదోయొక గాయము మూలముననే తరుచుగ అంటుకొనును. చలిజ్వరపుపురుగులు దోమకాటువలన కలిగెడు గాయముగుండ నెత్తురులో ప్రవేశించును. దొమ్మ మొదలగు కొన్ని పశురోగములును, క్షయము మొదలగు వ్యాధులుకూడ అరుదుగ గాయముల మార్గమున మన శరీరములో ప్రవేశము గనుట కలదు. ధనుర్వాయువు అనగా దవడలు దగ్గరగా కరుచుకొని పోయి అతిశీఘ్రకాలములో చంపునొకవ్యాధియు నొక జాతి సూక్ష్మజీవులు గాయములోనికి మన్నుతోకూడ జేరుటచే

గలుగుచున్నది. కురుపులలో చీము పుట్టించు సూక్ష్మజీవులు తరుచుగా గాయముల మూలముననే మన శరీరములో ప్రవేశించును.

౨. పలుచని పొరలగుండ ఊరుట

పైని చెప్పిన పచ్చసెగ మొదలగు సుఖవ్యాధులు ఒకానొకప్పుడు రోగుల అంగములమీద గాయములు లేకపోయినను ఆ యంగముల పైనుండు మృదువైన పలుచని పొరగుండ శరీరములోనికి సూక్ష్మజీవులు ఊరుటవలన కలుగవచ్చును. చీము పుట్టించు సూక్ష్మజీవులు గర్భకుహరములోనికి ప్రవేశించి నెత్తురులోనికి చేరుటచేతనే ప్రసవమైన స్త్రీలకు సూతిక జ్వరము గలుగుచున్నది. ఇదే ప్రకారము కన్నుల నావరించియుండు పలుచని సూక్ష్మజీవులు ప్రవేశించి యవి కంటి నాశ్రయించి యుండుటచే కండ్లకలక కలుగుచున్నది. ముక్కులోని పొరను సూక్ష్మజీవులంటినపుడు పడిశమును, గొంతుకలోనిగాని ఊపిరితిత్తులలోనిగాని పొరలను సూక్ష్మజీవు లంటినపుడు దగ్గును కఫమును కలుగుచున్నవి.

3 ఊపిరితో పీల్చుట

ఆటలమ్మ, మశూచకము, వేపపువ్వు లే[illegible] చిన్నమ్మ, గవదలు, కోరింత దగ్గు, ఈ వ్యాధులు గాలితో పాటు ఆ యా జాతుల సూక్ష్మజీవులను పీల్చుటచేతనే కలుగుచున్న వనుటకు సందేహము లేదు. ఊపిరితిత్తుల వాపును కఫమును

పుట్టించు న్యూమోనియా (Pneumonia) జ్వరము కూడ ఇట్లే ప్రవేశించుచున్నది.

దగ్గు పడిశెము, కండలలోను కీళ్ళలోను నొప్పులు మొదలగువానితో కూడివచ్చు ఇన్ఫ్లూయంజా, డింగూ యను జ్వరములును ఆ యా జాతి సూక్ష్మజీవులను మనము ఆఘ్రాణించుటచేతనే కలుగుచున్నవి. కలరా, సన్నిపాతజ్వరము, ఇవి యెన్నడో కాని, గాలిమూలమున వచ్చినట్లు కానరాదు. ఇంతవరకు చలిజ్వరముకూడ మన్యపు గాలిని పీల్చుట వలన వచ్చునని తలచిరిగాని ఈవ్యాధిదోమకాటు మూలమున వ్యాపకమగుచున్నదని ఇప్పుడందరి వైద్యులకు నమ్మకము.

౪. మ్రింగుట

కలరా, సన్నిపాతజ్వరము, (౨౧ దినముల జ్వరము) రక్తగ్రహిణి, ఇవి మనముతిను ఆహారమునందును నీరునందును గల సూక్ష్మజీవులచే కలుగుచున్నవని చెప్పవచ్చును. అతిసార విరేచనములలోగూడ కొన్ని జాతులు ఆహారములోని సూక్ష్మజీవుల కారణముననే కలుగుచున్నవి. రోగులను తాకిన చేతులలో అన్నము తినుటచేతగాని, రోగుల మలమూత్రములతో కల్మషమైన చెరువులలోని నీటిని త్రాగుటచేతగాని ఈ వ్యాధులు వ్యాపించుచున్నవి. క్షయవ్యాధిగల ఆవులపాల గుండ చిన్నబిడ్డల కా క్షయవ్యాధి అంటుచుండును. దీనివలన

క్షయసంబంధమైన అతిసారవిరేచనములు మొదలగునవి కలుగును. సూక్ష్మజీవులు చక్కగ పెరుగుటకు పాలకంటెవానికి తగిన ఆహారము లేదు. పాలలోపడిన సూక్ష్మజీవులు మిక్కిలి త్వరితముగను యథేచ్ఛముగను వృద్ధిపొందును. సన్నిపాత జ్వరము, కలరా వ్యాధులుకూడ పాల మూలమున తరుచుగ వృద్ధిజెందును. క్షయవ్యాధి మొదలగు మరికొన్ని వ్యాధులు చక్కగ నుడకని జబ్బుమాంసము మూలమునకూడ వ్యాపింప వచ్చును.

జంతువులు

ఈగలు అంటువ్యాధులను వ్యాపించుటలో నెంత సహాకారులగునో అందరకు తెలియదు. అవి చేయు అపకారమున కింతింతని మితిలేదు. దోమలమూలమున చలిజ్వరము ఎంత విచ్చలవిడిగ మనదేశములో వ్యాపించుచున్నదో మీకందరకు విదితమే. మన దుస్తులతో నొకయింటినుండి మరియొక యింటికి మనమెట్లు అంటువ్యాధులను జేరవేయుదుమో అంతకంటె అనేకరెట్లు కుక్కలును పిల్లులును అంటువ్యాధులను ఇంటింటికి వాని శరీరములమీద జేరవేయును.

సూక్ష్మజీవులెట్లు మనలను విడచును?

అంటువ్యాధులను కలుగజేయు సూక్ష్మజీవులు మన శరీరమునుండి బయటకు ఎట్లు పోవునోకూడ నిప్పుడు సంగ్రహముగ తెలిసికొనుట యుక్తము.

౧. నోరు, కండ్లు, ముక్కు, ఊపిరితిత్తులు వీనిలోనుండి బయిటబడు ఉమ్మి, పుసి, చీమిడి, కఫము వీనిమూలమునను,

౨. విరేచనముల మూలమునను,

౩. మూత్రము మూలమునను,

౪. పుండ్లు, కురుపులు మొదలగువానినుండి బయలు వెడలు రసి, చీము మూలమునను, వానినుండి ఎండి పడిపోవు పక్కులమూలమునను,

సూక్ష్మజీవులు మనశరీరములను విడిచి బయలువెడలును. ముఖ్యముగా ఆటలమ్మను కలిగించు సూక్ష్మజీవులు కొంచెము జలుబుతగ్గినతరువాత వెడలు కఫముగుండ బయలు వెడలి గాలిలోపోయి ఇతరులకు అంటుకొనునని జ్ఞాపక ముంచుకొనదగినది.

అంటువ్యాధులచే బాధింపబడు రోగులువిడుచు ఊపిరిగుండకూడ సూక్ష్మజీవులు బయలువెడలి, ఇతరులకు వ్యాధి కలిగించునేమోయను సందేహము కలదు. కాని ఆవిషయము నిశ్చయముగా తెలియదు.

అయిదవ ప్రకరణము

అంతర్గత కాలము

పైని చెప్పబడిన వివిధజాతుల సూక్ష్మజీవులు మనశరీరములో ప్రవేశించినవెంటనే వ్యాధి బయలుపడదని యిదివరలో సూచించియున్నాము. మనశరీరములో ప్రవేశించిన సూక్ష్మజీవుల సంఖ్య మొదట మిక్కిలి తక్కువగనుండి అవి గంట గంటకు మనశరీరములో పెరిగి వందలువందలుగ పిల్లలనుపెట్టి తుదకు కొన్నిదినములలోనే లక్షలకొలది, కోట్లకొలది యగును. మనశరీరములో సూక్ష్మజీవులు ప్రవేశించినది మొదలు అంటువ్యాధియొక్క మొదటి చిహ్నము అగు జ్వరము, తలనొప్పి మొదలగునవి యెవ్వియైనను కనబడువరకు పట్టుకాలమునకు అంతర్గతకాలము (Incubation period) అని పేరు. దీనినే కొందరు ఉద్ఘాతకాలమనుచున్నారు. ఈ యంతర్గత కాలము కొన్నివ్యాధులలో మిక్కిలి తక్కువగ నుండును. మఱికొన్ని వ్యాధులలో పది లేక పదునైదు దినములుపట్టును. ఇది ఆ యాజాతి సూక్ష్మజీవులు పెరుగు పద్ధతినిబట్టియు, రోగియొక్కబలాబలముబట్టియు, మారుచుండును. అంతర్గతకాలములో రోగికి ఫలాని వ్యాధిసోకినదని యెంతమాత్రము తెలియదని చెప్పవచ్చును. ఒకొక్కవ్యాధియొక్క అంతర్గతకాలము తెలిసికొనుటలో అనేక సందిగ్ధాంశములు గలవు.

౧. ఏ దినమున సూక్ష్మజీవులు శరీరములో ప్రవేశించినవో చెప్పుట కన్నిసమయములందును వీలుండదు. ఒకానొక

ప్పుడు రోగియుండు స్థలమునకు చుట్టుప్రక్కల నెక్కడను ఆ వ్యాధి సోకినవారలు మనకు తెలియకపోవచ్చును. మిక్కిలి ముమ్మరముగ వ్యాధి వ్యాపించియున్న ప్రదేశములలో నే చోట నుండి రోగి తనవ్యాధిని అంటించుకొనెనో మనకు తెలియక పోవుటచేత రోగముసోకినకాలము సరిగా మనము నిర్ణయింప లేక పోవచ్చును.

౨. రోగి, తనబట్టలమీదగాని, శరీరముమీదగాని, వ్యాధిని గలిగించు సూక్ష్మజీవులను మోసికొనిపోవుచున్నను, కొన్నిదినములైన తరువాతగాని అవి తమవాహకుని సోకక పోవచ్చును. అందుచే అంతర్గతకాలము హెచ్చుగనున్నట్లు మనకు లెక్కకువచ్చును.

౩. క్షయ కుష్ఠరోగము మొదలగు కొన్ని వ్యాధులు కొద్దికొద్దిగా శరీరము నంటినను అవి రోగికి తెలియకుండ చిర కాలమువరకు శరీరములో దాగియుండవచ్చును.

౪. ఇద్దరు ముగ్గురు రోగులు ఒకయింటిలో నొకవ్యాధి యొక్క వివిధావస్థలలో నున్నప్పుడు వారిలో నొకరినుండి యితరులకు వ్యాధి సోకినయెడల ఎవరినుండి క్రొత్తవారికి వ్యాధి సోకినదో తెలియక పోవుటచేత క్రొత్తరోగియొక్క అంతర్గతకాలము కనుగొనుట కష్టము.

౫. ఇదిగాక, అంతర్గతకాలము రోగియొక్క శరీరబల మును బట్టియు, రోగి శరీరములో ప్రవేశించిన సూక్ష్మజీవుల బలమును బట్టియు, సంఖ్యనుబట్టియు, మారుచుండునని చెప్పి యుంటిమి. సూక్ష్మ జీవులు మిక్కిలి తక్కువగ ప్రవేశించిన

యెడల వ్యాధి పెంపు తక్కువగనుండును. అప్పుడు అంతర్గత కాలము ఎక్కువ కావచ్చును. ఒకొక్కప్పుడు రోగిబలముగలవాడైనయెడల వ్యాధి బయటపడక పోవచ్చును. సూక్ష్మ జీవులమోతాదు హెచ్చినకొలదిని రోగి బలహీనుడైనకొలదిని రోగము మిక్కిలి తీవ్రముగను, శీఘ్రముగను పరిణమింపవచ్చును. అప్పుడు అంతర్గతకాలము తగ్గిపోవును. సూక్ష్మ జీవులు కొంతవరకు శరీరములోనున్నను. వ్యాధి పైకి తెలియక పోవచ్చు ననుటకొక నిదర్శనము చెప్పెదము. రమారమి లక్షనెత్తురు కణములకొక్క చలిజ్వరపు పురుగుచొప్పున మన శరీరములోనున్నప్పుడే జ్వరముపైకి కనబడును. కాని లక్షకొక్కటికంటె చలిజ్వరపు పురుగులు తక్కువగ నున్నయెడల జ్వరము బయటకురాదు. సాధారణముగా మన దేశమున వ్యాపించియుండు అంటువ్యాధులయొక్క అంతర్గత కాలమును, వ్యాధియొక్క సూచనలుకొన్ని బయట పడిన తరువాత నది ఫలానా వ్యాధియని నిశ్చయముగ తెలిసికొనుట కెన్నటికి సాధ్యమగునో ఆదినముయొక్క సంఖ్యయు, వ్యాధియొక్క ప్రారంభించు దినసంఖ్యయు వ్యాధి పీడితుడగు రోగితో నెన్ని దినములవర కితరులు సంపర్కముకలిగి యుండకూడదో ఆ దినముల సంఖ్యయు, వ్యాధి కుదిరిన పిమ్మట రోగిని స్వేచ్ఛగ నితరులతో నెప్పుడు కలిసి మెలసి తిరుగనియ్య వచ్చునో ఆ దినములసంఖ్యయు తెలియజేయుపట్టీ నొకదానిని క్రింద జేర్చియున్నాము.

	వ్యాధి పేరు	అంతర్గత కాలము	వ్యాధి సిద్ధారణయగు దినము	వ్యాధి దిగుటకు ప్రారంభించు దినము	రోగిని బహిష్కరింపవలసిన దినముల సంఖ్య	రోగిని స్వీకరించుటకు తగిన నిదర్శనములు
	1	2	3	4	5	6
1	మశూచకము (Small Pox) లేక పెద్దమ్మవారు	10 మొదలు 15 రోజులు	జ్వరము వచ్చిన తరువాత మూడవ రోజున పొక్కు ప్రారంభించును	9 లేక 10-వ రోజున	పొక్కు లన్నియు ఊడి పోవువరకు అనగా 2 మొదలు 4 వారములు	పొక్కు లన్నియు నూడి పోయినతరువాత ఒక వారము
2	ఆటలమ్మ లేక పైరమ్మవారు (Chicken Pox)	10 మొదలు 12 రోజులు	జ్వరము వచ్చిన మొదటి రోజుననే పొక్కు ఏర్పడును	4 లేక 5-వ రోజున	1 లేక 2 వారములు	పొక్కు లన్నియు నూడి పోయినతరువాత ఒక వారము
3	పొంగు లేక తట్టమ్మవారు (Measles)	10 మొదలు 12 రోజులు	జలుబు చేసినది మొదలు నాల్గవ రోజు	7-వ దినము	సాధారణముగా 2 వారములు	శరీరమునుండి పొప్పర ఊడిపోయి వగ్గుపోవలెను

4	సన్ని పాత జ్వరము (Typhoid)	7 మొదలు 21 రోజులవరకు - సగటున పదునాల్గు దినములు	8 మొదలు 13 దినములు	17 మొదలు 22 వరకు	జ్వరము విడిచిన తరువాత 42 దినములవరకు	ఏవిధమయిన వ్యాధియు లేకుండుట
5	డెంగిజ్వరము మడకలమ్మ Dengue fever	2 మొదలు 6 రోజులు	1, 4, దినములు	3 లేక 4 దినములు	10 లేక 14 దినములు	ఆరోగ్యముగా నుండవలెను
6	గవదలు లేక పుట్టలమ్మ (Mumps)	10 మొదలు 25 రోజులవరకు	2 లేక 3 దినములు	7, 10, దినములు	4 వారములు	వాపు అంతయు పోయినతరువాత వారము దినములు
7	కోరింత దగ్గు లేక కక్కువాయి దగ్గు (Whooping Cough)	7 మొదలు 14 రోజులు	ఒకానొకప్పుడు కోరింతదగ్గు నిశ్చయముగా తెలియుటకు 3 వారములు పట్టును.	21 దినము మొదలు 42 దినములు	వ్యాధి ప్రారంభమయినది మొదలు 6 వారములు	దగ్గు పూర్తిగా పోవలెను.

పైన చెప్పినవిగాక మరికొన్ని అంటువ్యాధులయొక్క అంతర్గతకాలమును రోగిని బహిష్కరింప వలసిన దినముల సంఖ్యను నీ క్రింద వ్రాసియున్నాము.

వ్యాధి పేరు	అంతర్గతకాలము	రోగిని బహిష్కరింప వలసిన కాలము
1 కలరా	1 మొదలు 4 దినములు లోపల.	పది దినములవరకు.
2 చలిజ్వరము	1 లేక 2 వారములు. అంతకు పైన కూడ నుండవచ్చును.	జ్వరముబొత్తిగ రాకుండువరకు.
3 సెగ (Gonorrhoea)	2 లేక రోజులు.	చీముతగ్గిన తరువాత ఆరువారములు.
4 ఇన్ఫ్లూయెన్జా (Influenza)	1 లేక 3 రోజులు.	14 దినములవరకు
5 ప్లేగు	1 మొదలు 7 రోజులు.	21 దినములవరకు.
6 కల్లవాపు (Glanders)	3 మొదలు 18 రోజులవరకు.	పశువ్యాధి. 14 దినములవరకు.
7 దొమ్మ (Anthrax)	2 మొదలు 3 రోజులు.	పశువ్యాధి. డిటో
8 సర్పి లేక దద్దురు (Erisipelas)	1 మొదలు 2 రోజులు.	7 దినములవరకు
9 ధనుర్వాయువు (Tetanus)	2 దినములు మొదలు 24 దినముల లోపల	... ...
10 సూతిక జ్వరము (Peurperal fever)	1 మొదలు 5 రోజులు.	... ...
11 కొరుకు (Syphillis)	40 రోజులు అంతకన్న ఎక్కువ	రెండు సంవత్సరములు.

12 కుక్క కాటు	బహుశః కొన్ని వారములు లేక నెలలు	వ్యాధి కుదురువరకు.
13 కుష్ఠు	నిశ్చయము తెలియదు.	వ్యాధి కుదురువరకు లేక యావజ్జీవము.
14 కఫ జ్వరము (Pneumonia)	డిటో	కఫము వచ్చుచున్నంత కాలము.
15 సంధియొత్తి మెడ నడుము కొయ్యబారిపోవు ఒక విధమైన జ్వరము (Cerebro-spinal fever)	7 మొదలు 14 దినములు.	
16 తామర (Ring-worm)	8 దినముల లోపల.	పూర్తిగ పోయిన తరువాత 28 దినముల వరకు.
17 గజ్జి (Itch)	8 దినములు	6 వారములు.
18 తిమ్మిరివాయువు (సంజు - Beri-beri)	నాలుగు వారములు.	
19 డిఫ్తీరియా (Diphtheria) గొంతుకలో పుండుపుట్టి చంపు వ్యాధి	1 మొదలు 4 దినములు	వ్యాధి కుదిరినతరువాత 3 వారములు
20 బోదకాలు (Elephantiasis)	నిశ్చయముగా తెలియదు.	యావజ్జీవము జ్వరము వచ్చు దినములు.

పై పట్టీలయందలి గజ్జిని బోదకాలును వ్యాపింపజేయు పురుగులు సూక్ష్మజీవులుకావు. పరాన్నభుక్కులు (Paraites) అను మరియొక తెగలోనివి. 22, 23, 24-వ పటములను జూడుము.

ఆరవ ప్రకరణము

పరాన్న భుక్కులు. (Parasites).

ఇతరుల శరీరములలో నివసించుచు తమ పోషకుల యొక్క ఆహారాదులయందుపాలుగొని జీవించు నొకజాతి జంతువులకు పరాన్నభుక్కులనిపేరు. ఇందు కొన్ని తమ పోషకులకే వ్యాధినిపుట్టించును.

ఇవి సూక్ష్మజీవుల జాతిలోనివికావు. వానితో పోల్పగా నివి మిక్కిలి పెద్దజంతువులు. వీనిమూలమునకూడ మన దేశము నందు కొన్నివ్యాధులు వ్యాపించును. అందులో మిక్కిలి తరు చుగానున్న గజ్జిని బూదకాలును పుట్టించు పరాన్నభుక్కులను గూర్చి కొంచెము వివరించెదము.

మగ గజ్జిపురుగుల కంటె ఆడువి రెట్టింపుపెద్దవి. 22-వ పటము చూడుము. వీనికి రెంటికిని ముచ్చెలవలెనుండు కాళ్లు నాలుగు ముందువైపునను, ముండ్లవలెనుండుకాళ్లు నాలుగు వెనుకవైపునను ఉండును. పురుషాంగములు మగదాని వీపు మీదను, స్త్రీయంగములు ఆడుదాని పొట్టమీదను నుండును. మగది చర్మముపైతట్టున తిరుగులాడుచుండును. ఆడుది లోలో పలికి దోలుచుకొనిపోవుచు తాను బోవుమార్గమున దినమున కొకగ్రుడ్డు పెట్టుకొనుచుండును.

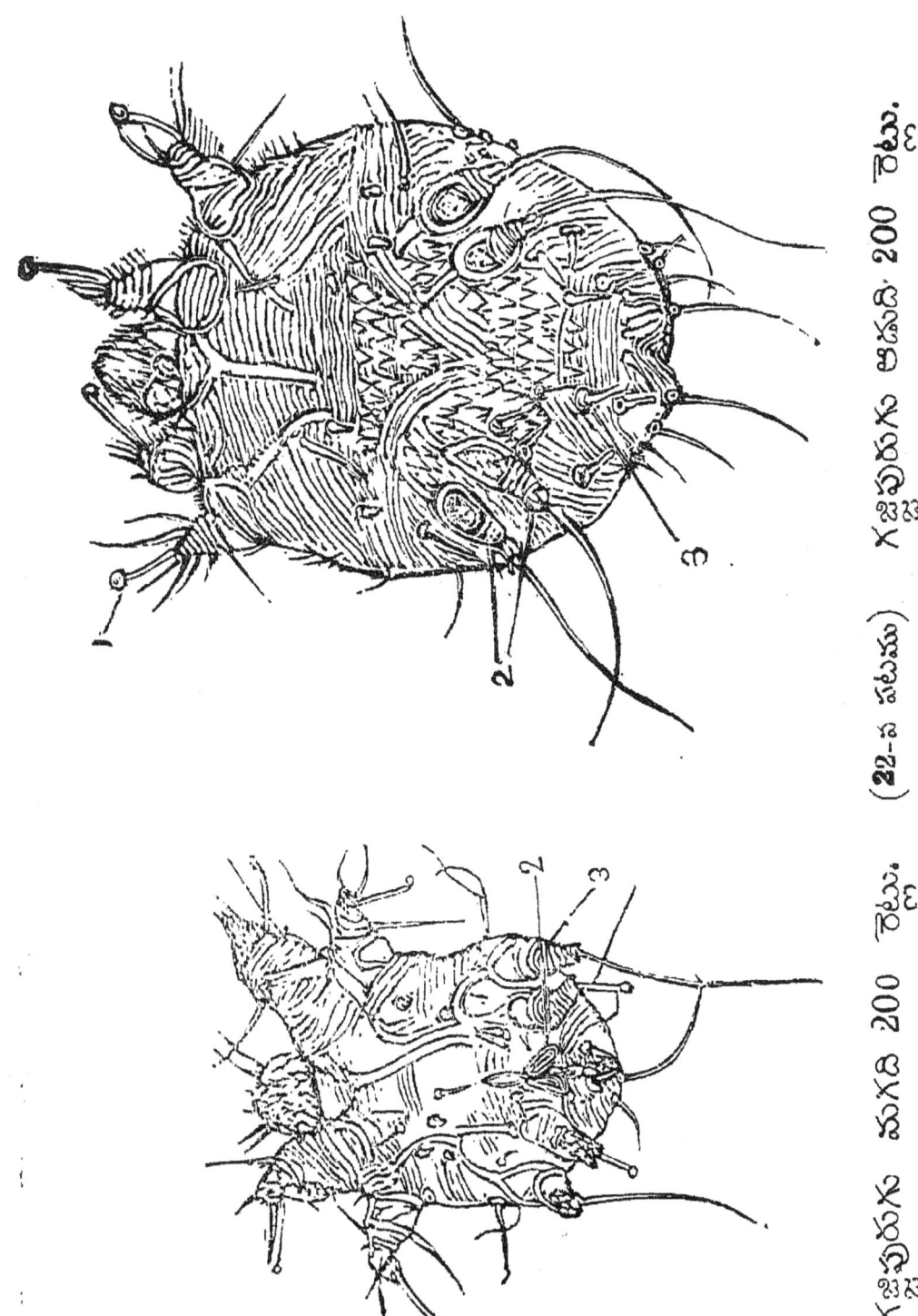

గజ్జిపురుగు మగది 200 రెట్లు.

(22-వ పటము)

గజ్జిపురుగు ఆడుది 200 రెట్లు.

23-వ పటము.

మగ. ఆడు.

బూదకాలు కలిగించు పురుగులు.

వాని నిజమైన కొలతలతో జూపబడినవి. ఇవి మననెత్తురు కాలువలకంటె నల్పమగు రసపు కాలువలలో (Lymphatic Vessels) తిరుగులాడుచుండును. ఇవి గజ్జలు, చంకలు. మొదలగు చోట్లనుండు బిళ్లలలోదూరి యొకానొకప్పుడీ కాలువల కడ్డు పడును. అంతట వానిక్రింది భాగమునందలి రసమంతయు కడ్డు పడును. అంతట వానిక్రింది భాతమునందలి రసమంతయు నిలిచిపోయి వాపుగ నేర్పడి క్రమ క్రమముగ లావెక్కును.

24-వ పటము.

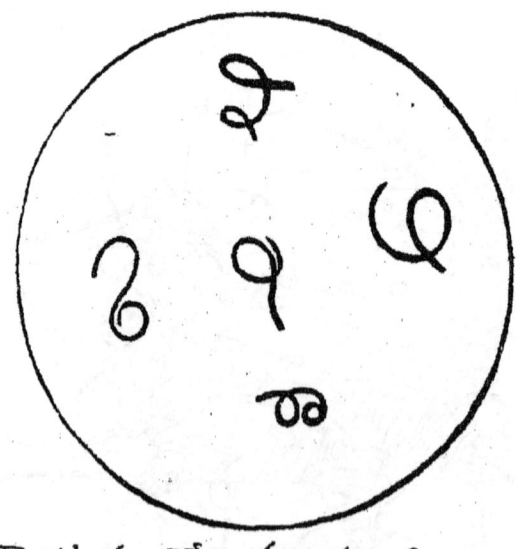

పై పటములోని పురుగుల పిల్లలు.

ఇవి రాత్రులయందు రక్తములో తిరుగుచుండును. వీనిమూలమున అప్పుడప్పుడు జ్వరమును, ఏనుగు కాలువలె వాపును కలుగును. ఇట్టివాపుకాళ్లు, చేతులు, చన్నులు, స్త్రీ పురుషాంగములు వీనిలో నెక్కడయిన గలుగ వచ్చును. ఈ పిల్లలు దోమలు త్రాగురక్తముతో వాని కడుపులోనికి పోయి, అక్కడ పెరిగి పెద్దవై తిరిగి దోమకాటు మూలమునగాని, దోమలు చచ్చిపడియున్న నీటిని త్రాగుటవలన గాని క్రొత్త వారల నెత్తురులో జేరును.

ఏడవ ప్రకరణము

సూక్ష్మజీవులెట్లు వ్యాధిని కలుగజేయును?

సూక్ష్మజీవులు గాయముగుండగాని, నోరు ముక్కు మొదలగు మార్గములగుండగాని యేదో యొక విధమున మన శరీరమున ప్రవేశించునని పైని చెప్పియుంటిమి. ఇవి ప్రవేశించినతోడనే మన రక్తమునందుండు తెల్లకణములకును వీనికిని యుద్ధము ప్రారంభమగును. మనకొక చిన్నకురుపు లేచి నప్పుడు మన శరీరమునందు జరుగు పోరాట మీ ప్రక్కపటము నందు చూపబడినది. 25-వ పటమును జూడుము. ఇందు తెల్లకణ ములనుచూడుము. యివియెల్లప్పుడు సిద్ధముగనుండి వెనుదీయక తాముచచ్చువరకును పోరాడుమనభటులని చెప్పవచ్చును ఇందు కొన్ని సూక్ష్మజీవులనుమ్రింగి నశింపజేయును. కొన్ని సూక్ష్మజీవు లను నశింపజేయు విషపదార్థములను పుట్టించును. మరికొన్ని ఈ సూక్ష్మజీవులను యుద్ధరంగమునుండి మోసికొనిపోయి ఖయి దీలుగబట్టియుంచును. కొన్ని సూక్ష్మజీవుల విషములకు విరు గుడుపదార్థములను పుట్టించును. ఇంకను కొన్ని ఆ యా స్థల ములనుండెడి యితరభటులకు ఆహారమును దెచ్చి యిచ్చును. యుద్ధము ప్రారంభమయినతోడనే సూక్ష్మజీవుల యుద్రేక మునుబట్టి తెల్లకణముల క్రొత్తపటాలములు నిమిష నిమిషము

చితికిన యొకకురుపునందలి సూక్ష్మజీవులకును, మన శరీరములోనున్న నెత్తురుకాలువలోని తెల్లకణములకును, జరుగు యుద్ధము.

25-వ పటము.

తెల్లకణములు సూక్ష్మజీవులనెట్లు మ్రింగునదియు, చర్మమునందలికణములెట్లు యుద్ధప్రదేశమునందు ధ్వంసమై పోవునదియు చూడనగును. చర్మముమీదను, గాలియందును ఉన్న సూక్ష్మజీవులను గమనించునది.

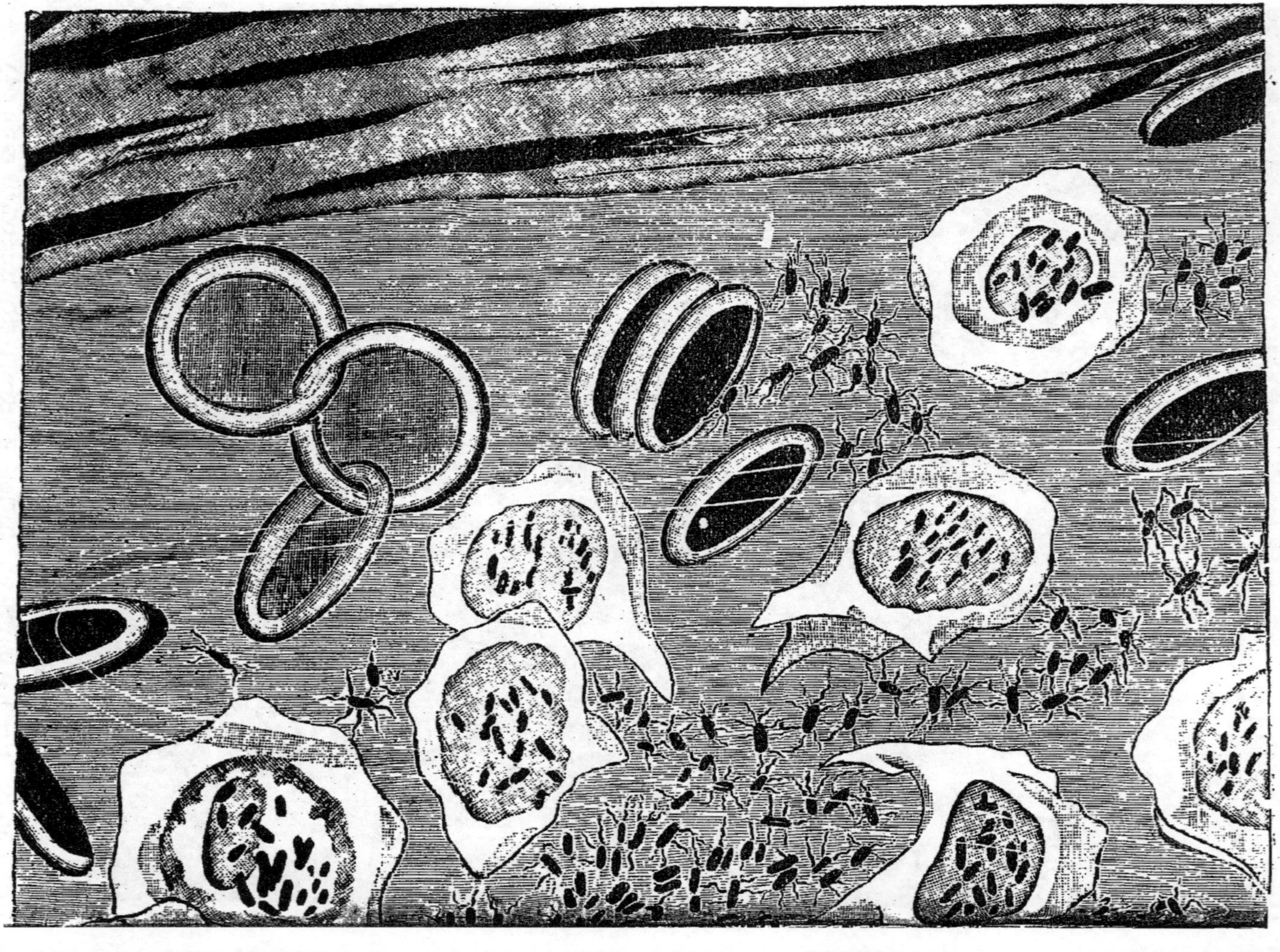

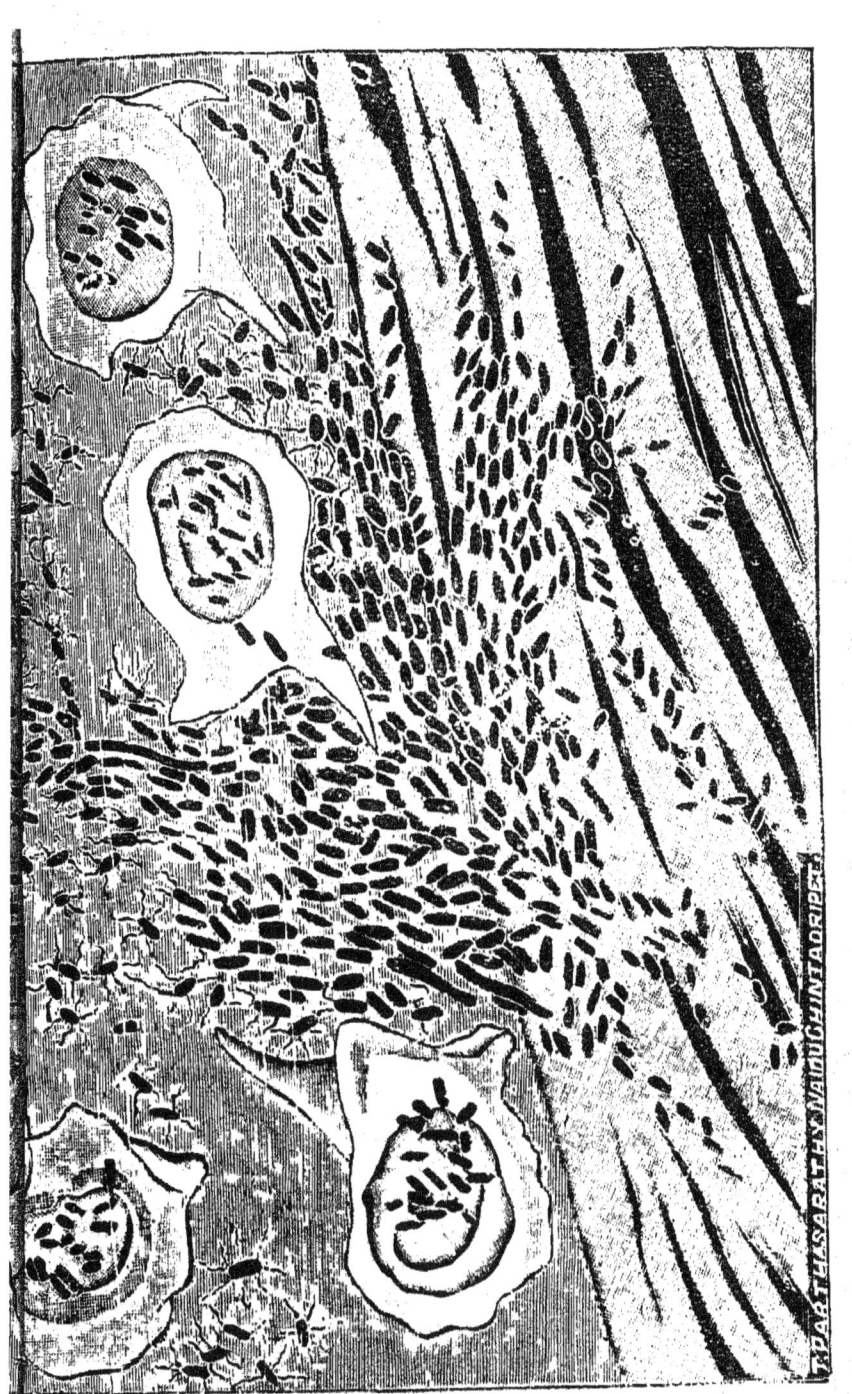

26-వ పటము.

ఒక నెత్తురు చుక్కలోని మహాయుద్ధము.

తిండిపోతు తెల్లకణములు సన్నిపాత జ్వరపు టైఫాయిడు సూక్ష్మజీవులపైబడి, వానిని ఎట్లు మ్రింగి, చంపి, జీర్ణించుకొనుచున్నవో చూడనగును. తెల్లకణములు జయించిన రోగము కుదురును. సూక్ష్మజీవులే గెల్చిన రోగి చచ్చును.

నకును యుద్ధస్థలమునకు వచ్చుచుండును. వీనితోపాటు వీని కాహారపదార్థమగు రసియు, రక్తము మొదలగు నితర పదార్థములును హెచ్చుగ యుద్ధరంగమునకు వచ్చుచుండును. ఈ పదార్థములయొక్కయు సూక్ష్మజీవులయొక్కయు కూడికనే మనము వాపు అని చెప్పుచున్నాము. సూక్ష్మజీవులయొక్కయు తెల్ల కణములయొక్కయు మృత కళేబరములును యుద్ధము యొక్క ఉద్రేకముచేత నశింపయిన కండ రక్తము మొదలగు ఇతర శరీర భాగములును, రసియు, సూక్ష్మజీవులచే విసర్జింపబడిన విషయమును, బ్రతికియున్న కొన్ని తెల్లకణములును చేరి యేర్పడుదానినే మనము చీము అనిచెప్పుదుము. పటములో కొన్ని తెల్లకణములు సూక్ష్మజీవులను మ్రింగియున్నవి. 26–వ పటము చూడుము. సూక్ష్మజీవులు కోటానకోట్లుగా పెరుగుచుండుటచేత రోగియొక్క శరీరబలము సూక్ష్మజీవుల బలముకంటె తక్కువగనున్నయెడల సూక్ష్మజీవులే జయమునొంది శరీరములోనికి చొచ్చుకొనిపోవును. శరీరబలము హెచ్చుగనుండి సూక్ష్మజీవుల బలము తక్కువగ నున్నయెడల సూక్ష్మజీవులు నశించిపోవును; లేదా, వెలుపలకు గెంటివేయబడును. ఇట్లు గెంటివేయబడుటచేతనే 25–వ పటములో చూపిన కురుపు చితికి చీము బయట బడుచున్నది. సూక్ష్మజీవులబలము తక్కువగ నున్నయెడల కురుపు లోలోపలకు పోవును. అట్టి సమయములో శస్త్రముచేసి చీము బయటకు వచ్చుటకు మార్గమేర్ప

రచినగాని కురుపుమానదు. చీము బయటకు పోవుటకు దారి యేర్పడగానే మన దేహమునందలి తెల్లకణములకు సూక్ష్మ జీవుల విషమంతగానంటదు. అందుచే నవి కొంచెము తెప్పరిలి క్రొత్త బలమును పొందినవై సూక్ష్మజీవులను బయటకు తరిమి వేయును. అందువలన పుండు శీఘ్రముగ మానును.

సూక్ష్మజీవులలో కొన్ని అంటిన స్థలముననే పెరుగుచు తమ విషమును మాత్రము శరీరము నందంతటను ప్రసరింపజేసి వ్యాధి కలుగజేయుననియు మరికొన్ని సూక్ష్మజీవులు మనశరీరములో ప్రవేశించినతోడనే శరీరమునందన్ని భాగములకు వ్యాపించుననియు పైన వ్రాసియున్నాము. పైన వర్ణించిన కురుపునందు సూక్ష్మజీవులు సామాన్యముగా ప్రవేశించిన చోటనే వృద్ధి పొందును. ధనుర్వాయువు (Tetanus) నందు నిట్టి సూక్ష్మజీవులు ఎక్కడ ప్రవేశించునో అక్కడ కొంత వాపు పోటుమొదలగు గుణములు కలిగించుచు ఆ ప్రదేశమునందే యచి నివసించియుండును. ఈ సూక్ష్మజీవులు తామక్కడనుండి కదలక తాము తయారుచేయు విషమును మాత్రము శరీరమంతటను వ్యాపింపజేసి మరణము కలిగించును. చలిజ్వరము మొదలగు కొన్ని వ్యాధులలో వ్యాధి కలిగించు సూక్ష్మజీవులు ప్రవేశించిన చోటనే యుండక రక్తముగుండ శరీరమంతను వ్యాపించును. రోగియొక్క నెత్తురుచుక్క నొక్కదాని నెక్కడ నుండి నైనను తీసి పరీక్షించిన యెడల సూక్ష్మజీవులు కాన

వచ్చును. దోమ్మను కలిగించు సూక్ష్మజీవులు నెత్తురుగుండను, ధనుర్వాయువు కలిగించు సూక్ష్మజీవుల విషములు నరముల గుండను వ్యాపించును.

ఒకానొక వ్యాధి ప్రారంభమైన తరువాత సూక్ష్మజీవు లెల్ల తమసైన్యములను, విషములను నలుదిక్కులకు ఎట్లు ప్రసరింప జేయుచుండునో అట్లే మన శరీరమందలి వివిధాంగములును సూక్ష్మజీవుల కషాయకరములగు వివిధ పదార్థములను పుట్టించుచు తమ యుద్ధభటులను వృద్ధిచేసికొనుచుండును. మన శరీరబలము సూక్ష్మజీవుల బలముకంటె మించినయెడల వ్యాధి కుదురును. లేదా వ్యాధి ప్రకోపించును. అతిమూత్రము మొదలగు కారణములచే శరీరబలము తగ్గియున్నవార లిందుచేతనే రాచపుండు మొదలగువానికి సులభముగ లోబడుదురు.

సూక్ష్మజీవుల ఆయుర్దాయము

తల్లి సూక్ష్మజీవియే రెండు ముక్కలయి యందు ప్రతి ముక్కయు తిరిగి యౌవనముగల సూక్ష్మజీవి యగుటచేత తల్లి కెన్నటికిని మరణమున్నదని చెప్పుటకు వీలులేదు. కావున సాధారణముగా సూక్ష్మజీవులన్నియు చిరంజీవులని చెప్పనగును. కాని యొక చెరువు ఎండిపోయినప్పుడా చెరువులోని చేపలన్నియు నెట్లు చచ్చిపోవునో అట్లే యొకరోగి మృతినొందినప్పుడు ఆ రోగి నాశ్రయించియున్న సూక్ష్మజీవు లనేకములు వానికి

తగిన యాధారములేక నశించిపోవును. ఇట్లుగాక రోగికి రోగము కుదిరి సూక్ష్మజీవు లోడిపోవునప్పుడుకూడ సూక్ష్మజీవుల కనేక చోట్ల మరణము సంభవించుచున్నది.

ఇట్లుగాక వరిచేనునకు ఆరు నెలలనియు, నువ్వుచేనునకు మూడు నెలలనియు, కొబ్బరిచెట్టునకు ఇన్ని యేండ్లనియు, మామిడిచెట్టు కిన్ని యేండ్లనియు, ఇట్లే యొక్కొక జంతువునకును ఏప్రకారము ఆయుర్దాయమును, ముదిమియు గలవో అట్లే కొన్ని జాతుల సూక్ష్మజీవులకు యౌవనజరావస్థలును ఆయుః పరిమితియు నున్నట్లు తోచుచున్నది. టయిఫాయిడు సూక్ష్మజీవులు ఒకటి రెండు వారములలో విజృంభించి నాలుగు వారములలో చాలభాగము నశించి పోవును. మశూచకపు సూక్ష్మజీవులు 10 లేక 15 దినములలో తమ యుద్రేకమును పోగొట్టుకొనును. కొన్ని సూక్ష్మజీవులు కొంతకాలము విజృంభించిన తరువాత తమ స్వభావమును మార్చుకొని గ్రుడ్లుగా నగును. ఈ గ్రుడ్లకు సాధారణముగా జీవితకాలమింతింతని లేదు. ఒకానొకప్పుడు మితిలేకుండ చాలకాలము పడియుండి యెప్పుడు తగిన తరుణము వచ్చునో అప్పుడు మొలకరించును. క్షయ, దొమ్మ మొదలగుకొన్ని వ్యాధుల సూక్ష్మజీవుల గ్రుడ్లిట్లు పడియుండి యొకానొకప్పుడకస్మాత్తుగ ప్రబలి హాని కలుగజేయును.

సూక్ష్మజీవులన్నియు గుంపులు గుంపులుగా పెరిగి సామాన్యముగా గుంపులుగానే చచ్చును. వీనిపెంపు పూవుల

పెంపువంటిది. ప్రతిదినము సాయంకాలమునకు మల్లెపూవు లెట్లు పూచి విజృంభించి మరునాటికి వాడిపోవునో అట్లే సూక్ష్మజీవులును ఒకానొక కాలమందు వృద్ధినొంది తమ ఆయుర్దాయపుమితి మీరినతోడనే పెంపు తగ్గియుండును. కావున ఆటలమ్మ, పొంగు, మశూచకము, కలరా మొదలగు అంటువ్యాధులు ఏమియు రోగములేనివానియందు అకస్మాత్తుగ కనుపడి దిగిపోవునప్పుడుకూడ నొక్కపెట్టున దిగిపోవును. అనగా అట్లు దిగిపోవునాటికి సూక్ష్మజీవులపొగరు అణగిపోవుననిగాని, లేక సూక్ష్మజీవులవలన తయారుచేయబడు విషముల శక్తి విరిగిపోయినదనిగాని తెలియుచున్నది. ఒక్కొకజాతి సూక్ష్మజీవి ఎట్లుపెరుగుచు చచ్చుచుండునో అట్లే వానివలన కలుగు వ్యాధులయొక్క స్వరూపములును నిరూపింపబడుచుండును.

సూక్ష్మజీవు లెవరికంటును

ప్రతిసూక్ష్మజీవియు ఒక్కొక జాతిజంతువున కొక్కవిధముగను, ప్రజలలోకూడ యొక్కొక దేశపు ప్రజలకొక్కొక విధముగను అంటును. అన్ని జంతువులకును అన్ని జాతుల ప్రజలకును ఒకేరీతిగ నీవ్యాధు లంటవు. మానవుల కంటినట్లు సూక్ష్మజీవు లితరజాతువుల కంటవు. ఏవో కొన్ని జంతువులేకాని తక్కిన జంతువులు సూక్ష్మజీవులకు లెక్కచేయవు. పశువులకు, కోళ్లకు, పందులకువచ్చు అనేక వ్యాధులు మను

ష్యుల కంటుటలేదు. మనుష్యులకంటు పచ్చసెగ, ఆటలమ్మ మొదలగు వ్యాధులు పశువుల కంటుట కానరాదు. ఒకటే కుటుంబములోచేరిన రెండు తెగల జంతువులకుగూడ సూక్ష్మజీవులొక్కరీతిగ అంటుటలేదు. పొలముచుంచులు అధికముగ క్షయవ్యాధితో చచ్చును. కాని యింటిచుంచులకు క్షయవ్యాధిరాదు. కొన్నిదేశములలో గొర్రెలకు దొమ్మవ్యాధి మిక్కుటముగ వచ్చును. మరికొన్ని దేశములలో నీ గొర్రెలకా దొమ్మవ్యాధి అంటనే అంటదు. మానవులలో గూడ ఈ భేదము స్పష్టముగ కానవచ్చుచున్నది. ఆఫ్రికాదేశమునందలి నీగ్రోలను నల్లవారలకు చలిజ్వర మంతగా రాదు. అక్కడ నున్న తెల్లవారల నిది మిక్కిలి యధికముగా బాధించును. కాని యీ నీగ్రోలు క్షయవ్యాధిచేతను, మశూచకముచేతను, తెల్లవారలకంటె మిక్కిలి సులభముగ మృతిజెందుదురు.

కడు మన్యప్రదేశములలో రేయింబగళ్లు నివసించుచున్నను కోయవాండ్రకు సాధారణముగ చలిజ్వరమంటదు. బయటిప్రదేశములనుండి పోవువా రచ్చట నొక్కదినము నివసించినను వారికీ చలిజ్వరము వెంటనే యంటుకొనును.

ఒక్కటే జాతిలోకూడ సూక్ష్మజీవు లందఱకు నొక్కరీతిగా నంటవు. టీకాలు వేసినప్పుడు కొందరికి బాగుగ పొక్కుటయు కొందరికి బొత్తుగ పొక్కక పోవుటయు అందరకు

తెలిసిన విషయమే. ఒక్కొక పైరున కొక్కొక తరహా నేల స్వతస్సిద్ధముగ నెట్లు తగియుండునో అట్లేయొక్కొక జాతి సూక్ష్మజీవులకును కొందర ప్రజల శరీరములు మిక్కిలి ప్రీతిగ నుండును.

వంశపారంపర్యముగ వచ్చుచుండు అలవాటుచేతకూడ అంటువ్యాధులవ్యాప్తి మారుచుండును. తండ్రి తాతలందరు ఒక వ్యాధిచే పీడితులయినయెడల వారి సంతానమునకు ఆ వ్యాధి కలుగక పోవచ్చును. దీనికి ప్రతిగ క్షయ మొదలగు కొన్ని వ్యాధులు తరతరములకు హెచ్చుగకూడ వచ్చుచుండును. కొన్నివ్యాధులు కలిగినను మిక్కిలి తేలికగ పోవచ్చును. ఇందుకు ఉదాహరణము. మన దేశమునందు మనము పొంగు,తట్టమ్మ అని చెప్పెడు వ్యాధికెవ్వరును భయపడరు తనంతట అది వచ్చును పోవును. దీనిని ఎన్నడు నెరుగని ప్రదేశములలో నీయమ్మవారే ప్రవేశించినపుడు భయంకరముగ జననాశము చేయుచుండును. ౧౮౭౫ సంవత్సరములో ఫిజీదీవులలో (Fizi Islands) నీవ్యాధి ప్రవేశించి నాలుగు నెలలలో నలుబదివేలమంది ప్రజలను మ్రింగివేసెను ఈవ్యాధి నా దేశము వారెవ్వరింతకు ముందెరిగి యుండకపోవుటచేత దాని యుద్రేకమునకు మితిలేక యుండెను. రమారమి ముగ్గురు ప్రజలకు ఒకడు చొప్పున మృత్యువు పాలబడిరి. ఇట్లే తట్టమ్మపేరు విన్నప్పుడు ఐరోపియనులకు (Europeans) దేహము

కంపము జెందును. ఇదేప్రకారము కొన్ని జంతువులను లెక్క లేకుండ నశింపజేయు కొన్ని అంటువ్యాధులు ఇతర జంతువులకు అంటనే అంటవు. మహామారి (Plague) వ్యాధివలన ఎలుకలు కుప్పలు కుప్పలుగ చచ్చును. అదే ప్రదేశములయందుండి వీరితో సాంగత్యము కలిగియున్నను పందికొక్కులకు ఎంతమాత్రము భయములేదు. వృక్షజాతియందుకూడ ఆముదపు చెట్టునకు అంటుచీడ యదే ప్రదేశములోనుండు ఇతర జాతివృక్షములకంటునా?

ఇట్టి జాతిభేధములు దేశభేదములేగాక వయస్సును బట్టియు భోజనాది సౌకర్యములనుబట్టియు ఇంక నితర కారణములనుబట్టియు అంటువ్యాధుల వ్యాప్తిమారుచుండును. పసివాండ్రకు అంటువ్యాధులు సులభముగ నంటును. మిక్కిలి వయస్సువచ్చిన పావురములకంటె చిన్నపావురములకు దొమ్మ వ్యాధి సులభముగ అంటునని శోధకులు పరీక్షించియున్నారు. ఇదిగాక ఆకలిచేగాని బడలికచేగాని బాధనొందు జంతువులకీ యంటువ్యాధులు మిక్కిలి శీఘ్రముగ నంటుననియు; అధికముగ నీటిలో నానినప్పుడును అతిదాహముగ నుండునప్పుడును ఈ వ్యాధులు సులభముగ అంటుననియు కుక్కలు కోళ్లు మొదలగు జంతువులమీద పరీక్షించి అనేకమంది విద్వాంసులు నిర్ధారణ జేసియున్నారు.

మానవులలో కూడ యొకానొకప్పుడు సూక్ష్మజీవులకసాధ్యముగా నుండువారి శరీరము నియతము అధికాయాస

ముచేగాని తిండిలేమిచేగాని శరీరపటుత్వము తగ్గియున్నప్పు డును చలిగాలియందును ఎండ వానలయందును తిరుగుచు న్నప్పుడును సూక్ష్మజీవులకు సులభముగ లొంగిపోవును. బల ముగ నున్నప్పుడు మనశరీరములో ప్రవేశించినను మనకపకా రము చేయలేని సూక్ష్మజీవులే మనము బలహీనస్థితిలోనున్న ప్పుడు మనలను శీఘ్రముగ లోబరుచుకొనును. క్షామాదుల యందు వేనవేలు ప్రజ లంటువ్యాధుల పాలగుటకు ఇదియే కారణము.

మనోవిచారము, భయము మొదలగు కారణములు కూడ క్షయ మొదలగు వ్యాధుల వ్యాపకములో సహాకారు లగునని తెలియుచున్నది. ఇదిగాక మనశరీరమునందీ సూక్ష్మ జీవులు ప్రవేశించు స్థలమునుబట్టికూడ వాని యుపద్రవము మారుచుండును. ఇందునకే ఇతరస్థలములందలి పుండుకంటె పెదవులమీదనుండు పుండు మిక్కిలి శీఘ్రముగ వ్యాపిం చును.

ఇది యిట్లుండగా నొకానొకనికి అంటువ్యాధి తగులు టకు తగిన అవకాశములన్నియు నున్నను అది వాని నంటదు. మశూచకము ఊరంతయు వ్యాపించియున్నను ఇంటిలో చాల మందికి వచ్చినను, మశూచకపు రోగులకు దినదినము ఉప చారము చేయుచున్నను అందరికిని ఈ వ్యాధి యంటునని భయ ములేదు. కొందరికి తేలుకుట్టినపుడు అమితముగ బాధపెట్టు టయు, మరికొందరికి బొత్తుగ ఎక్కక పోవుటయు ఇట్టిదియే.

ఎనిమిదవ ప్రకరణము

❦

2. రక్షణశక్తి (Immunity)

ఒకానొక అంటువ్యాధి రాదగిన అవకాశములన్నియు నున్నను, ఆ వ్యాధిని మనకంటకుండ జేయుశక్తికి రక్షణశక్తి యని పేరు. ఇట్టి రక్షణశక్తి మనకు గలదను విషయము చిర కాలమునుండి ప్రజలకు కొంతవరకు తెలిసియున్నదని చెప్ప వచ్చును. ఒక్కసారి మశూచకము వచ్చినవానికి తిరిగి మశూ చకము రాదని మనవారల కందరకు తెలియదా? ఇట్లొకసారి మశూచకము వచ్చినవానికి తిరిగి మశూచకము రాకుండుటకే వానికి రక్షణశక్తికలదని చెప్పుదుము. ఇట్టి రక్షణశక్తి మశూ చకమున కేగాక యింకనుకొన్ని ఇతరవ్యాధులకును గలదు. ఒకసారి వ్యాధి వచ్చిపోవుటచేత నేగాక ఇతర కారణములచేత కూడ మనకు రక్షణశక్తి కలుగవచ్చును.

మన చుట్టుప్రక్కలను, మన శరీరమువిూడను, మన పేగులలోను, నోటియందును, ముక్కులందును, ఊపిరి పీల్చు గాలియందును సూక్ష్మజీవులు కోట్లు కోట్లుగా నున్నవని చెప్పియున్నాము. మన శరీరములో ప్రాణమున్నంత కాలము మన కేమియు అపకారముచేయ లేని సూక్ష్మజీవులు ప్రాణము పోయిన వెంటనే శరీరమును నాశనము చేయుటకు ప్రారంభించి

కొద్ది దినములలో తాము నివసించు గృహమును నామము నకైన లేకుండ త్రుళ్లపెట్టును. ప్రాణమున్నప్పుడీ దేహమునకు సూక్ష్మజీవు లపకారము చేయకుండ మనలను రక్షించుశక్తి యొకటుండవలెను. అది సహజముగ ప్రతి జంతువుయొక్క శరీరమునకును కలదు. అట్టి రక్షణశక్తికి సహజరక్షణశక్తియని పేరు. పైన చెప్పిన ప్రకారము ఒకవ్యాధివచ్చి కుదిరిపోవుటచే గాని, టీకాలు మొదలగు నితరప్రయత్నములచే మనము కల్పించుకొనునట్టిగాని రక్షణశక్తికి కల్పితరక్షణశక్తియనిపేరు.

సహజరక్షణ శక్తియందును, కల్పితరక్షణ శక్తియం దునుకూడ అనేక భేదములు కలవు.

సహజరక్షణశక్తి పైన ఒకచోవివరించిన ప్రకారము (౧) మన నెత్తురునందుండు తెల్లకణములు సూక్ష్మజీవులను మ్రింగివేయుటచేతగాని, (౨) ఆ తెల్లకణములనుండి ఉద్భ వించువిరుగుడు పదార్థములు సూక్ష్మజీవులను చంపివేసి వాని విషములను విరిచివేయుటచేగాని కలుగవచ్చును.

ఇవిగాక మనకుసూక్ష్మజీవు లంటుటలోకూడ రెండు భేదములుకలవని చెప్పియుంటిమి. ౧. కొన్ని సూక్ష్మజీవులు శరీరములో ప్రవేశించినతోడనే కోట్లుకోట్లుగా పెరిగి దొమ్మ మొదలగు వ్యాధులలోవలె రక్తముగుండ సకలావయవము లకు వ్యాపింపవచ్చును. ౨. మరికొన్ని సూక్ష్మజీవులు ధను ర్వాయువునందువలె ప్రవేశించినచోటనే పెరుగుచు తమ విష ములను మాత్రము శరీరమంతట వ్యాపింపజేయుచు ఆ విష ములచే మన కపకారము చేయును.

ఇందు మొదటిరకము అంటువ్యాధులలో సూక్ష్మజీవులే మన కపకారము చేయును. రెండవరకము అంటువ్యాధులలో సూక్ష్మజీవులనుండి పుట్టిన విషములు మన కపకారముచే యును. దొమ్మ (Anthrax), క్షయ (Tubercle), కుష్ఠము (Leprosy), మొదలగునవి మొదటిరకములోని అంటువ్యాధులు. ధనుర్వాయువు (Titanus), కలరా (Cholera), డిప్తిరియా (Diphtheria) అనునొక క్రూరమైన గొంతువ్యాధి, ఇవి రెండవరకము అంటువ్యాధులు. ఈ రెండురకములుగాక కొంతవరకు సూక్ష్మజీవుల మూలమునను కొంతవరకు వాని విషముల మూలమునను మన కపకారముచేయు అంటువ్యాధులు కొన్నిగలవు. టైఫాయిడు జ్వరము, ప్లేగు,(మహామారి); ఇన్ఫ్లూయంజా జ్వరము, రణజ్వరము (Septic Fever) ఇవి యీ మూడవజాతి అంటువ్యాధులు.

ఇందు మొదటిరకము వ్యాధులలో రక్షణశక్తి కలిగింపవలెననిన, సూక్ష్మజీవులను జంపుటకు ప్రయత్నింపవలెను. అట్లు చంపుపదార్థములకు సూక్ష్మజీవనాశకములని పేరు. ఈ సూక్ష్మజీవనాశకములగు పదార్థములను మన మేలాగుననైన రోగి శరీరములో పుట్టించినయెడల ఆ పదార్థములు సూక్ష్మజీవులను చంపును. మశూచకము మొదలగు వ్యాధులు రాకుండ టీకాలువేయుట ఈ పదార్థములను మన శరీరములో బుట్టించుటకే. ఇట్టి టీకాలలో అనేక విధములుగలవు. వానిని క్రింద వివరించెదము.

రెండవరకము వ్యాధులలో అనగా సూక్ష్మజీవుల విషములచే మన కపకారము కలుగు వ్యాధులలో రక్షణశక్తి గలిగింపవలెనని నీ విషములను విరిచివేయు పదార్థములను కనిపట్టవలెను. ఇట్టి పదార్థములకు సూక్ష్మజీవ విషనాశకములనిపేరు. ధనుర్వాయువను వ్యాధి మిక్కిలి భయంకరమైనది. వ్యాధి అంకురించిన కొద్దికాలములోనే దవడలు దగ్గరగా నొక్కుకొనిపోయి, నడుము విలువంపుగా ముందుకు వంగి కొయ్యబారి రోగి యతిఘోరమగు బాధనొంది మృతిచెందును. * అట్టి స్థితిలోకూడ ధనుర్వాయు సూక్ష్మజీవ విషనాశకములగు పదార్థమును రోగియొక్క శరీరములోనికి సన్నని బోలు సూదితో నెక్కించినయెడల నిమిషములమీద రోగికి స్వస్థత కలుగును.

ఈ పదార్థము గుర్రము నెత్తురునుండి ఈ క్రింది ప్రకారము చేయబడినది. ఒక గుర్రముయొక్క శరీరములోనికి ఆ

---

* ఈ మధ్య కొన్నిదినముల క్రిందట బెంగుళూరువద్దనున్న మప్పం అను గ్రామములో నొక ఆమెకు కాలిపై ద్వారబంధముమీదనుండి మట్టిగడ్డపడి, కాలిలో గాయమై ఆ గాయముగుండ కొంతమట్టి లోపలకుపోయి, పైని మూసికొనిపోయెను. ఈ మట్టితోగూడ ధనుర్వాయు సూక్ష్మజీవులు గాయములో ప్రవేశించెను. రెండుదినములు గడచిన పిమ్మట యొక నాటి సాయంకాలము ఆమెకు దవడలు దగ్గరపడిపోయి, శరీరము కొయ్యవలెనయి నిశ్చేష్టురాలయ్యెను. వెంటనే వారు నాకు తంతిపంపగా ఇక్కడనుండి నేనుధనుర్వాయు సూక్ష్మజీవవిష నాశకమగుద్రవమును (Titanus Antitoxic Serum) తీసికొని వెళ్లి బోలుసూదిగుండ దండలోని చర్మముక్రింద నెక్కింపగా వెంటనే నెమ్మతించెను.

గుఱ్ఱమును చంపుటకు శక్తిగల మోతాదులో ౨౦-వ వంతు మోతాదుల కొలతగా ధనుర్వాయు సూక్ష్మజీవులను ఎక్కింతురు. ఈ గుఱ్ఱమునకప్పుడు కొంచెము జ్వరము వచ్చి యది బాధపడినను మోతాదుచాలదు గనుక చావదు. ఈ గుణములన్నియు నయమైన తరువాత కొన్ని దినములకు తిరిగి మొదటి మోతాదుకంటె కొంచెము ఎక్కువ ధనుర్వాయు సూక్ష్మజీవులను ఆగుఱ్ఱముయొక్క రక్తములోనికి ఎక్కింతురు. దీనినికూడ గుఱ్ఱము జయించును. ఇట్లు అనేకసార్లు చేసిన పిమ్మట ఎంత హెచ్చు మోతాదు ధనుర్వాయువు సూక్ష్మజీవులను ఆ గుఱ్ఱమునెత్తురులోని కెక్కించినను అదిలెక్కచేయదు. ఈ ప్రకారము చేయుటవలన ఆగుఱ్ఱముయొక్క రక్తమునకు ఒకవిధమైన రక్షణశక్తికలిగినది. దానిరక్తమునందు ధనుర్వాయువుకలిగించు సూక్ష్మజీవుల విషమెంత వేసినను విరిగి పోవును. ఇట్లు చేయు శక్తి దానినెత్తురునందలి ద్రవపదార్థములో అనగా రసములో నున్నదిగాని కణములలో లేదు. ఈరసమును ఆ గుఱ్ఱమునుండి వేరుపరచి ఎంత పరిమాణముగల రసము ఎంతవిషమును విరిచి వేయగలదో శోధనలుచేసి నిర్ధారణ చేయుదురు. ఇట్లు శోధించి ఒక తులము రసము ఇన్ని లక్షల సూక్ష్మజీవుల విషమును విరిచివేయునని ఏర్పరతురు. వ్యాధియొక్క ఉద్రేకమునుబట్టి వైద్యుడు ఈ రసమును తగిన మోతాదులతో ఉపయోగించు కొనవలెను. పైనచెప్పిన కుప్పములోని రోగికి

మోతాదు కొక్కతులముచొప్పున మూడుమోతాదుల రసమును ఉపయోగము చేయువరకు ప్రాణము పోవుచున్నదో అని అనుమానముగల ఆమె పూర్వపు ఆరోగ్యమును విచిత్రముగ సంపాదించుకొనెను. ఈ గుర్రపురసమునందు ధనుర్వాయు విషనాశకమగు పదార్థ మెద్దియో కలదనుట స్పష్టము. ఈ విషయమై ఇంకను క్రింద తెలిసికొనగలరు. ఈ టీకారసవైద్యము (Serum Theraphy) దినదినాభి వృద్ధియగుచున్నది. ఇట్లె వివిధ జాతుల సూక్ష్మ జీవుల విషములను విరిచి వేయుటకు వేరువేరు విధములగు టీకారసములు తగినవి ఇప్పుడు విక్రయమునకు దొరకును.

రక్షణశక్తి సహజరక్షణశక్తి, కల్పిత రక్షణశక్తి యని రెండువిధములనియు, అంటువ్యాధులలో సూక్ష్మజీవులచే కలుగునవి, వాని విషములచే కలుగునవి, యని రెండువిధములనియు ఈ వ్యాధులనుండి రక్షణశక్తి కలిగింప వలెననిన మొదటి రకము వ్యాధులకు సూక్ష్మజీవనాశకమగు పదార్థములను, రెండవరకము వ్యాధులకు సూక్ష్మజీవ విషనాశకములగు పదార్థములను మనము ఉపయోగపరచవలెననియు వ్రాసియుంటిమి. ఇప్పుడు వీనియందొక్కొక విషయమునుగూర్చి వివరించెదము.

శోష్మిదన ప్రకరణము

సహజరక్షణశక్తి

సూక్ష్మజీవులు మన కపకారముచేయకుండ నెల్లప్పుడును మనలను కాయుచుండు ప్రాకారము లనేకములు గలవని చెప్పవచ్చును. అందు మన చర్మము మొదటి ప్రాకారము. గాయము లేనంతకాలము సూక్ష్మజీవులు చర్మముగుండ మన రక్తములోనికి వెలుపలినుండి ప్రవేశింపనేరవు. కాని కొన్ని సూక్ష్మజీవులను చర్మముమీద పెట్టి గట్టిగా రుద్దినయెడల నా సూక్ష్మజీవులు చర్మముగుండ లోపలికి పోగలవు. లోపల ప్రవేశింపగానే యీ సూక్ష్మజీవులు మన గజ్జలు చంకలు మొదలగు స్థలములలో నుండు గ్రంథులచే నాపివేయబడును. ఇవి రెండవవరుస ప్రాకారములోని కోట బురుజులని చెప్పవచ్చును. ఈ గ్రంథులు సూక్ష్మజీవులును ఖయిదీలుగా పట్టియుంచు స్థలములు. ఇక్కడ మన సైన్యములగు తెల్లకణములు ఈ సూక్ష్మజీవుల నెదిర్చి పోరాడును. వీనిని గెల్చిన పిమ్మటగాని సూక్ష్మజీవులు మన రక్తములోనికి పోజాలవు. ఒక్కొకచో నిక్కడనే యిరుతెగలవారికి ఘోరయుద్ధమై చీము ఏర్పడి గడ్డగా తేలును. సుఖవ్యాధులలో నీ గ్రంథులు పెద్దవైనప్పుడు వానిని అడ్డగర్రలనియు బిళ్లలనియు చెప్పుదురు.

సూక్ష్మజీవులశక్తికంటె తెల్లకణముల శక్తి హెచ్చినప్పుడు బిళ్లలు కరిగిపోవును. తెల్లకణములశక్తిసూక్ష్మజీవులక్రౌర్యమునకు లోబడినప్పుడు చీము యేర్పడి కురుపుగా తేలును. అనేకమందికి మెడయందును, ఇతర స్థలములందును బిళ్లలు వరుసలు వరుసలుగా పుట్టును. ఇవన్నియు ఏప్రొసూక్ష్మజీవులు శరీరములో ప్రవేశింపవలెననినప్పుడు వానితో పోరాడుటకై చేరియుండు తెల్లకణముల సమూహములచే నుబ్బియున్నవని గ్రహింపవలెను. క్షయయందును, సవాయమేహము (Syphillis) నందును ఈ బిళ్లలు ఉబ్బును. తేలుకుట్టినప్పుడు గజ్జలలో బిళ్లలు నొప్పి యెత్తునది విష మక్కడ నిలిచిపోవుటచేతనే కలుగుచున్నది.

మన నోటిగుండ సూక్ష్మజీవులు ప్రవేశింపవలెననిన వానికెందరు విరోధులున్నారో యాలోచింతము. మననోటిలో నూరు ఉమ్మి యనేకజాతుల సూక్ష్మజీవులను తోలుతనే చంపివేయును. అక్కడనుండి పోయినతర్వాత మన ఆహారకోశము (Stomach)లో బారుచుండు జాఠరరసము (Gastric-Juice) యొక్కపులుపు అనేకరకముల సూక్ష్మజీవులను నశింపజేయును. ఇవిదాటి సూక్ష్మజీవులు పేగులలోనికి పోయినను అన్నియెడలను సూక్ష్మజీవులు మనకపకారము చేయలేవు. మన పేగులయందు సర్వత్ర ఆవరించి యొకదళమైనట్టియు మృదువైనట్టియు పొర (Mucous Membrane) గలదు. ఈ

పొరలో గాయములు లేకున్నంతకాలమును, వ్యాధిగాని బల హీనతగాని లేకున్నంతకాలమును సూక్ష్మజీవుల నిది మన రక్తములోనికి చొరనియ్యదు. దొమ్మ సూక్ష్మజీవులను చుంచులకు ఆహారములో కలిపి యెన్ని పెట్టినను వానికి వ్యాధి రాదు. గాయముగుండ చర్మములోని కెక్కించినను, మెత్తని పొడిచేసి పీల్పించినను వెంటనే వ్యాధి అంటును. ఇవిగాక స్త్రీల యొక్క సంయోగావయవములలోనుండి యూరుద్రవములలో నొకవిధమైన ఆమ్లపదార్థముండి యది సామాన్యముగా సూక్ష్మ జీవుల నన్నిటిని చంపును. ఆభాగమునందేదేని గాయము గాని, వ్యాధిగాని యున్నప్పుడే సుఖవ్యాధు లంటునుగాని, మిక్కిలి యారోగ్యదశలో నీ యవయవము లున్నయెడల సుఖవ్యాధులు తరుచుగ నంటవు. మనము విసర్జించుమూత్రము నందుకూడ సామాన్యముగా కొన్నిసూక్ష్మజీవులను చంపు గుణముకలదు. పైని వివరింపబడిన కాపుదలలేగాక మన శరీర మునందు సూక్ష్మజీవులు సులభముగ చేరకుండ మనలను రక్షించుటకు మిక్కిలి క్లిష్టములగు వ్యూహాము లెన్నియో గలవు. అవి యన్నియు మనకింతవరకు తెలియవు. తెలిసినవరకు మిక్కిలి ముఖ్యములగు విషయములు దినదినమున నుపకరిం చునవి కొన్ని గలవు. మనశరీరములో సూక్ష్మజీవులకు తగిన ఆహారముండగా నవి ఎందుచేత మన శరీరములో ప్రవేశించి నప్పుడు పెరుగవు? ఏవో వీనికి హానికరములగు పదార్థములు

వీని కెదురుపడి పోరాడుచున్నందున వీనిదండయాత్రలునిలుచు చున్నవికాని వేరుకాదు. ఇట్లు పోరాడు మన సిబ్బందిలో రెంటినిగూర్చి మన మిదివరలో వినియున్నాము. ఇవి మన నెత్తురులోనుండు తిండిపోతు తెల్లకణములు విరుగుడు పదార్థములే.

నెత్తురుయొక్క స్వరూపము

1884 సం॥ర ప్రాంతమున మెచ్నికాఫ్ అనునతడు నెత్తురులోని కొన్ని తెల్లకణములు సూక్ష్మజీవులను పట్టి తినునని కనిపెట్టెను. ఈ తెల్లకణములలో రెండువిధములు కలవు. కొన్ని జంగమ తెల్లకణములు; కొన్ని స్థావర తెల్లకణములు. వీని భేదములను చక్కగా గుర్తెరుగుటకై యొకనెత్తురుబొట్టు నెత్తి దానిని సూక్ష్మదర్శినిలోనుంచి పరీక్షింపవలెను. 27-వ పటమును జూడుము.

27-వ పటము.

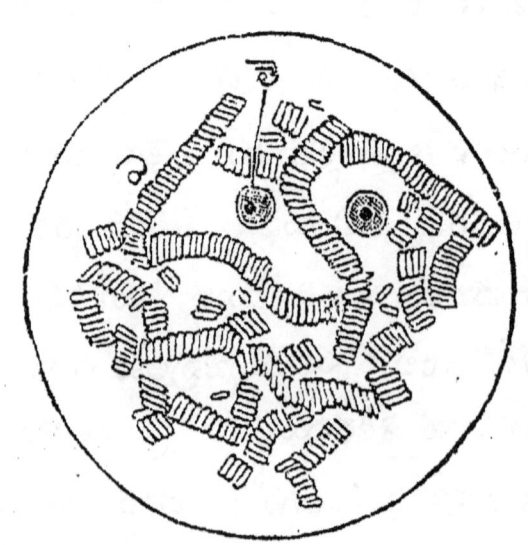

ఒక నెత్తురు చుక్క సూక్ష్మదర్శినిలో కనబడు రూపము. 400 రెట్లు. తె-తెల్లకణములు. ఎ-ఎర్రకణములు.

ఈ నెత్తురుచుక్కయొక్క పటమును చూచినయెడల పెక్కులుగ గుండ్రని బేడకాసుల దొంతరలవలెనున్న కణములును అక్కడక్కడ వివిధాకారములుగల కొంచెము పెద్దకణములు చూడనగును. ఈ తెల్లకణములు నెత్తురులో నున్నప్పుడు కొంచెము నీలపు రంగుకలిగిన యుండలవలె కనుపించును. ఈ యెఱ్ఱకణములును తెల్లకణములునుగాక రక్తములో వీనికాధారమగు ద్రవపదార్థముగలదు. ఈ ద్రవపదార్థమునకు రసము (Serum) అనిపేరు. ఈ రసములో తేలుచు నెత్తురు కాలువలో నీకణములుకొట్టుకొని పోవుచుండును. ఇందు రమారమి ౫౦౦ ఎఱ్ఱకణములకు ఒక తెల్లకణము చొప్పుననుండును. ఎఱ్ఱకణములు ఊపిరి తిత్తులలోనికిపోయి ప్రాణవాయువును తెచ్చి శరీరమునకిచ్చుచు నక్కడనుండి అంగారామ్లవాయువు (Carbonic Acid Gas) తీసికొనిపోయి ఊపిరిగాలిగుండ బయిటికి విడిచివేయును.

తెల్లకణములు

తెల్లకణములలో ౫ భేదములుకలవు. సాధారణముగ నన్నికణములలోవలె నీ కణములన్నిటియందు మూలపదార్థమును జీవస్థానమును నుండును. వీనియందలి భేదముచేతనే తెల్లకణములలో నీ యయిదు భేదములేర్పడినవి. ఈ ప్రక్కనున్న ౨౮-వ పటమును జూడుము.

28-వ పటము

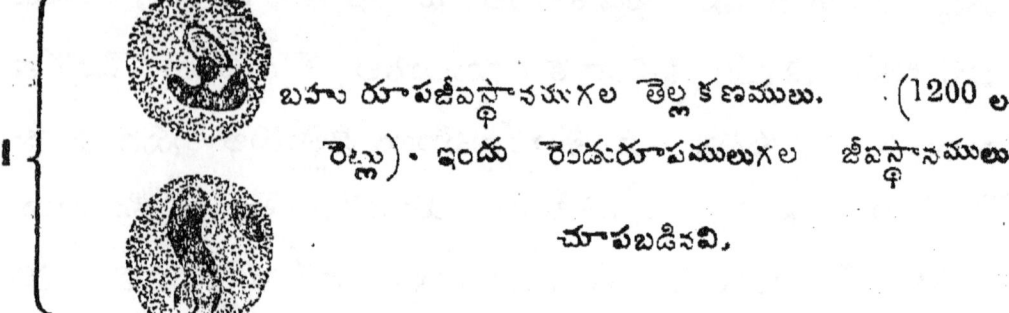

1
బహురూపజీవస్థానముగల తెల్లకణములు. (1200 ల రెట్లు). ఇందు రెండురూపములుగల జీవస్థానములు చూపబడినవి.

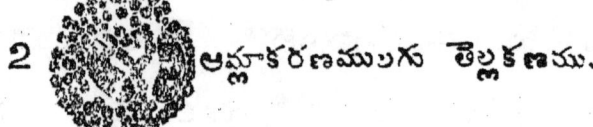

2
ఆమ్లాకరణములగు తెల్లకణము.

3
చిన్న తెల్లకణము.

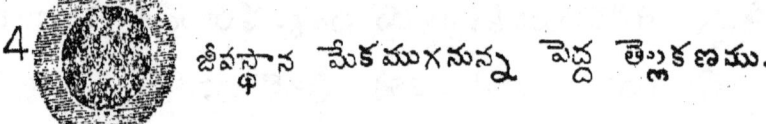

4
జీవస్థాన మేకముగనున్న పెద్ద తెల్లకణము.

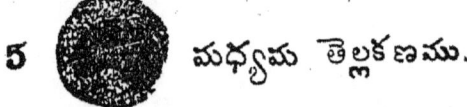

5
మధ్యమ తెల్లకణము.

1. బహురూప జీవస్థానముగల తెల్లకణములు (Polymorpho-nuclear Leucocyte). ఇవి నెత్తురులోని తెల్ల కణములలో నూటికి 70 వంతున నుండును. పటము జూడుము. వీనియందు అర్ధచంద్రాకారముగను (౮), లావత్తువలెను (౧౧) తెనుగు లెక్కలలోని వాళ్లి (') వలెను అనేక రూపములుగల జీవస్థానములుండును. మూలపదార్థములో సన్నని నలుసు లుండును.

2. ఆమ్లాకర్షణములు. (Eosinophill Leucocyte) ఇందు గుండ్రమైనట్టికాని, పలవలు గలయట్టికాని జీవస్థానము లుండును. మూలపదార్థములో మోటుగనుండు నలుసు లుండును. ఈ నలుసులు ఇయోసిన్ మొదలగు ఆమ్లవర్ణముల నాకర్షించును (Oxyphill). ఇవి నూటికి 2 మొదలు ४ వరకు నుండును.

3. జీవస్థాన మేకముగనున్న పెద్ద తెల్లకణములు. (Large Mononuclear Leucocyte) ఇందు పెద్ద జీవస్థానమును, దానిచుట్టుకొంచెము మూలపదార్థము నుండును. ఇందు నలుసు లంతగా కానరావు. ఇవి నూటికి 2 మొదలు 4 వరకుండును.

4. చిన్న తెల్లకణములు (LymPhocyte) ఇందు గుండ్రని చిన్న జీవస్థానమును, కొద్దిపాటి మూలపదార్థము నుండును. ఇందును నలుసులు కానరావు. ఇవి నూటికి 20 మొదలు 25 వరకుండును.

5. ఇవిగాక జీవస్థాన మేకముగ గల పెద్ద తెల్లకణములకును, బహురూప జీవస్థానముగల తెల్లకణములకును మధ్యమున కొన్ని తెల్ల కణములు కలవు. వీనికి మధ్యమ తెల్లకణములు (Transitional Leucocytes) అని పేరు. ఇందు జీవస్థానము బొబ్బర (అలచంద) గింజవలె మధ్య పల్లమును రెండు అంచుల లావుగనుండును. ఇవి క్రమముగ బహురూప జీవస్థానముగల తెల్లకణములుగా మారును.

పైని చెప్పిన కణములలో ముఖ్యముగ సూక్ష్మజీవులను పట్టితినునవి బహురూప జీవస్థానములుగల తెల్లకణములు. జీవస్థానమేకముగ గల పెద్దకణములకును, నెత్తురులోగాక కండలు నరములు మొదలగు సంహాతుల నడుమనుండు కొన్ని కణములకు కూడ సూక్ష్మజీవులను పట్టి తిను శక్తికలదు. ఇందు కొన్ని యొక చోటనుండక యెల్లపుడు తిరుగుచుండును. కావున వానికి జంగమకణములని పేరుకలిగెను.

స్థావరకణములు

పైని వివరించినవిగాక తాము నివసించుచోట్లనే కదలక యుండి దొరకినప్పుడెల్ల సూక్ష్మజీవులను పట్టితినుశక్తిగల కణములుకొన్నికలవు. మన పేగులయందలి ఆమ్లపు పొరయందును గ్రంథులయందును లోపల వైపున పరచియుండు అంతశ్చర్మ కణములును, ప్లీహము (Spleen) నందును ఎముకలలోని మూలుగు (Bone Marrow) నందు నుండు కణములును ఒకానొకప్పుడు నరములలోని కణములును, కండలలోని కణములును కూడ సూక్ష్మజీవులను పట్టిచంపును. ఇవి యన్నియు స్థావరకణములు.

కణవాదము

తిండిపోతు తెల్లకణములు

సూక్ష్మజీవులను చంపు నీ జంగమకణములకును స్థావరకణములకును కూడ తిండిపోతుకణములని పేరు. మెచ్చి

కాఫ్ అనునతడు మొదట నొక ఈగయొక్క రక్తములోని తెల్లకణ మొకటి సూక్ష్మజీవుల గ్రుడ్డు నొకదానిని పట్టితినుట కనిపట్టెను. పిమ్మట ఇతడు కొన్నికప్పలకు దొమ్మవ్యాధి నెక్కించి ఆ దొమ్మవ్యాధి సూక్ష్మజీవులను కప్పలలోని తిండి పోతుకణములు తినుట చూచెను. అటుతరువాత నెక్కడ సూక్ష్మజీవులు ప్రవేశించినను, అక్కడకెల్ల నీ తిండిపోతు తెల్లకణములు పరుగులెత్తుకొని వచ్చుచుండుట నితడు కనిపెట్టెను. చచ్చిన సూక్ష్మజీవుల శవములును, వానినుండి పుట్టిన యేవో కొన్ని మాంసకృత్తు పదార్థములును తెల్లకణములను సూక్ష్మజీవులవద్ద కాకర్షించుననియు మిక్కిలి యుధృతమైన క్రౌర్యముగల సూక్ష్మజీవుల విషములయందు తిండిపోతు కణములను దూరముగ తోలుశక్తి గలదనియు కొందరు శోధకులు కనిపట్టి యున్నారు. సూక్ష్మజీవులేగాక సూక్ష్మజీవుల గ్రుడ్లను గూడ తిండిపోతు తెల్లకణములు మ్రింగును. కాని అవి సాధారణముగ జీర్ణముకావు. తెల్లకణము లీ గ్రుడ్లను మోసికొనిపోయి మరియొకచో విడిచినప్పుడు మిక్కిలి తీవ్రముగ పెరుగ నారంభించి వేనవేలయి తిరిగి యక్కడ హానిజేయుటకు ప్రారంభించునని మెచ్ని కాఫుకనిపట్టియున్నాడు. నెత్తురులోని తిండిపోతుకణముల సంఖ్యనుబట్టి యొకానొక వ్యాధియందు సూక్ష్మజీవులు గెలుచునా మనశరీరము గెలుచునా యను విషయమెల్లప్పుడును తెలిసికొనవచ్చు ననియు, నీ తిండిపోతు

కణములే మనలను సూక్ష్మజీవులనుండి కాపాడుటకాధార
మనియు మెచ్చి కాపుయొక్క వాదము. ఈతని వాదమునకు
కణవాదమని పేరు.

పైని జెప్పిన ప్రకారము తిండిపోతు తెల్ల కణములు
మనకుచేయు నుపకార మొప్పుకొన తగినదేకాని, ఈతని కణ
వాదము పూర్ణముగా నంగీకరింప తగినది కాదని యిటీవలి
వారు నిర్ధారణము చేసి యున్నారు. నెత్తురునుండి తెల్లకణ
ములను ఎర్రకణములను అన్నిటిని వడపోసి తీసివేయగా మిగి
లిన రసమునందుకూడ సూక్ష్మజీవులను మనము వేసినప్పుడు
అవి చచ్చుననియు, కావున రక్తమునందలి రసమునకుకూడ
సూక్ష్మజీవులను చంపు గుణము గలదనియు నిటీవలివారు కని
పట్టి యున్నారు.

ఇట్లు సూక్ష్మజీవులను చంపుగుణము రక్తమును 55 డిగ్రీ
లవరకు అనగా మనము చెయ్యి పెట్టలేనంత వేడివచ్చు నంత
వరకు కాచినయెడల నశించిపోవును. ఇతర మాంసకృత్తుల
(Proteids) తోపాటు ఈ పదార్థములను కూడ వడపోసి
తీయవచ్చును. ఆరబెట్టి పొడిచేయవచ్చును. తిరుగ నీళ్లలో
కలపవచ్చును. ఇట్లు చేసినను వాని శక్తిపోదు. కాని ఈ
పదార్థమును విడిగా తీయవలెనన్న శక్యము కాలేదు. కొద్ది
పాటి వేడిగాని వెలుతురుగాని ప్రాణవాయువుగాని తగిలిన
తోడనే దీని శక్తి నశించిపోవును.

కావున నీ పదార్థములను విడదీయుటకుగాని ప్రత్యేకముగ నిలువచేయుటకుగాని సాధ్యము గాకయున్నది. పైని చెప్పిన తిండిపోతు కణములును రసములోని యేవో పదార్థములును రెండును, సూక్ష్మజీవులు మన శరీరములో ప్రవేశించినప్పుడేగాక మన శరీరముతో సంబంధములేని ఇతర పదార్థమేదయిన మన శరీరములో ప్రవేశించినప్పుడుకూడ పుట్టుచున్నవి. ఒక పిల్లిచర్మముయొక్క లోతట్టున నుండు భాగములోనికి కోడిగ్రుడ్డు సొనలోని తెల్లని పదార్థమునుగాని గోధుమలోని జిగురు పదార్థమునుగాని బోలుగనుండు సూదితో నెక్కించినయెడల (Hypodermic Injection) కొద్ది దినములలో నా ప్రదేశమునందు తెల్ల కణములును ద్రవపదార్థములును అధికమై మనము చొప్పించిన క్రొత్తపదార్థ మంతయు నీరువలె కరగ జీర్ణమైపోవును. శస్త్రవైద్యము చేయునపుడు శరీరమునందలి లోపల భాగములందు ఉపయోగింపబడు నారి (Catgut) మొదలగు కుట్టుత్రాళ్లను కరగించి జీర్ణముచేయు శక్తిగలవి ఇవియే. మన శరీరములో ప్రవేశించిన యేపదార్థము నైనను ద్రవరూపముగ జేయుగుణము తెల్లకణములనుండియే పుట్టుచున్నదనియు ఇట్లే తెల్లకణములనుండి పుట్టిన పదార్థములే యేవో రసమునకు సూక్ష్మజీవులను చంపుశక్తినిగూడ కలిగించుచున్నవనియు నిప్పుడనేక శాస్త్రజ్ఞులయభిప్రాయము. మన శరీరములోప్రవేశించిన యే పదార్థముతోనైన నెదిరించి,

పోరాడునట్టియు, హరించివేయునట్టియు ఈ తెల్లకణములకు పరభుక్కణములు (Phagocytes) అనియు, నీ తెల్లకణముల నుండి పుట్టి రసములో జేరియుండు సూక్ష్మజీవులను నాశనము చేయు శక్తిగల యితరపదార్థములకు పరభుక్ఘాతువులు (Alexins) అనియు పేరు. ఈ పరభుక్కణములును పరభుక్ఘాతువులును సూక్ష్మజీవులనేగాక సూక్ష్మజీవులనుండి పుట్టు విషములును, తేలు, పాము మొదలగు మన విరోధులవలన కలిగిన సమస్థ విషములను కూడ విరిచివేసి మనలను కాపాడుచుండును. ఇవియే మనకుగల సహజరక్షణశక్తికి మూలాధారములు.

పదియవ ప్రకరణము

కల్పితరక్షణశక్తి

ఒక్కొక వ్యాధి యొక్కొక సారి వచ్చి పోయిన తరువాత తిరిగి ఈ వ్యాధి మనల నంటదని మశూచకము, ఆటలమ్మ మొదలగు కొన్ని వ్యాధులను చూచి మనము తెలిసికొనియున్నాము. ఇట్టి రక్షణశక్తి పుట్టుకలో మనకు సహజముగ వచ్చినదికాదు. కావున నిది కల్పితరక్షణశక్తియే యగును. ఇదిగాక టీకాలు మొదలగు సాధనములవలన మనమిప్పుడు కొన్ని వ్యాధులు మన కంటుకొనకుండ జేసికొనుచున్నాము. ఇట్టి రక్షణశక్తియు కల్పితరక్షణశక్తియే. కొన్ని వ్యాధులు తగిలి కుదిరినతరువాత నవి తిరిగి యంటవను విధి లేదు. పచ్చసెగ, న్యూమోనియా యను జ్వరము, సర్పి, చలిజ్వరము మొదలగునవి యీ జాతిలోనివని జ్ఞప్తి యుంచుకొనవలెను.

కల్పితరక్షణశక్తియందు తిరిగి రెండు విధములు కలవు. కొన్ని వ్యాధులలో రక్షణ శక్తి కలిగించు పదార్థములను మన శరీరమునందే పుట్టించి వాని మూలమున మనకు రక్షణ శక్తి కలిగింపవచ్చును. దీనికి శరీరజనిత రక్షణశక్తి (Isopathic or Active) యని పేరు. మరికొన్ని వ్యాధులలో నీపదార్థ

ములను మనము వెలుపలనే తయారు చేసి వానిని రోగియొక్క శరీరములో ప్రవేశపెట్టుటవలన వ్యాధినుండి రక్షణశక్తి కలుగుచున్నది. ఇట్టి రక్షణశక్తికి బహిర్జనితరక్షణశక్తి (Antitoxic or Passive) యని పేరు.

శరీరజనితరక్షణశక్తిని మనము కలిగించు నపుడు రోగియొక్క శరీరములో నొక విధమైన మార్పుకలిగి సాధారణముగా జ్వరము వచ్చును. ఈ సమయమునందు సూక్ష్మజీవులకు విరోధకరములగు విరుగుడు పదార్థములు శరీరములో పుట్టును. ఇవి పుట్టి వీనివలన శరీరమునకు రక్షణశక్తి కలుగుటకు కొన్ని దినములు పట్టును. ఇట్లు కలిగిన రక్షణశక్తి కొన్ని నెలలవరకు మన శరీరములో నుండును. ఇట్టి రక్షణశక్తి కలిగించు పదార్థములు మన శరీరములోనుండు కండ నరము మొదలగు సంహతులను గట్టిగ నంటిపట్టుకొని యుండి, శరీరమును కోసి చాలరక్తమును తీసివేసిననుకూడ విడువక అవి శరీరమునంటి రక్షణశక్తిని చూపుచున్నవి. ఇట్లుండ బహిర్జనితరక్షణశక్తి కలిగించునప్పుడు సూక్ష్మజీవులకు హానికరములగు విరుగుడుపదార్థములు గుఱ్ఱముయొక్కగాని, ఇతర జంతువులయొక్కగాని శరీరములో పుట్టించి దాని నెత్తురునందలి రసమునెత్తి దానిని రోగియొక్క నెత్తురులోనికి బోలుగనుండు సూదిగుండ చర్మముక్రింద టీకావేయవలెను. ఈ రసముతోకూడ విరుగుడు పదార్థములు రోగి శరీరములో ప్రవేశించి

సూక్ష్మజీవులచే నదివరకే పుట్టియున్న విషములను విరిచి వేయును. ఇది రక్తమునందుగాని శరీరమునందుగాని అధికమగు మార్పును కలుగజేయదు. దీనివలన రక్షణశక్తి సామాన్యముగ 15 దినములకంటె హెచ్చుగనుండదు. అంటువ్యాధులలో కొన్ని సూక్ష్మజీవుల మూలమునను కొన్ని వాని విషముల మూలమునను రోగిని వధించునని చెప్పియుంటిమి. రక్షణశక్తి కూడ సూక్ష్మజీవులవలన గలుగు నపాయమునుండి రక్షించుశక్తియు, వాని విషములను విరిచివేయ తగిన రక్షణశక్తియు అని రెండు విధములగు రక్షణశక్తి కలిగింప వచ్చుననియు చెప్పియుంటిమి. ధనుర్వాయువునందు, రోగిశరీరమునందు పుట్టు విషములను విరుగుడుపదార్థములు గుఱ్ఱముయొక్క నెత్తురు నందలి రసములో పుట్టించి ఆ రసమును రోగియొక్క శరీరములోని కెక్కించి వానివలన సూక్ష్మజీవుల విషములను విరిచివేసి రోగము కుదుర్చుచున్నారు. కలరా, టయిఫాయిడు జ్వరములలో నిట్లుగాక వ్యాధి సూక్ష్మజీవులచేతనే కలుగుచున్నందున నితర జంతువుల శరీరములోనికి ఆయా సూక్ష్మజీవుల నెక్కించి వానిరక్తములోనుండి సూక్ష్మజీవనాశకమగు రసముతీసి దాని రోగియొక్కశరీరములోనికి బోలుసూదిగుండ ఎక్కింతురు. దీనివలన రోగిశరీరమునందలి సూక్ష్మజీవులుచచ్చి రోగికి ఆరోగ్యముకలుగవచ్చును. ఇందుచే రోగిశరీరములో చచ్చిన సూక్ష్మజీవులనుండి పుట్టువిషపదార్థము లట్లేయుండి యొకానొకప్పుడు రోగి కపాయముగలిగింపవచ్చును.

శరీరజనితరక్షణశక్తి

శరీరజనితరక్షణశక్తిని గలిగించుటకు నాలుగువిధములగు పద్ధతులు గలవు.

i తీవ్రమైనట్టి సూక్ష్మజీవులు గలిగిన టీకారసమును శరీరములోనికి గ్రుచ్చి యెక్కించుటచేతను,

ii జీవముతోనున్నను తీవ్రము తగ్గియున్న సూక్ష్మజీవులుగల టీకారసమును శరీరములోనికి గ్రుచ్చి యెక్కించుటచేతను,

iii జీవములేని సూక్ష్మజీవులును అనగా వాని శవములుగల టీకారసమును శరీరములోనికి గ్రుచ్చి యెక్కించుటచేతను,

iv సూక్ష్మజీవులనుండి పుట్టినవిషములు గల టీకారసములను శరీరములోనికి గ్రుచ్చి యెక్కించుటచేతను,

వివిధములగు అంటువ్యాధులలో వివిధసాధనముల సాయముచే శరీరజనితరక్షణశక్తి కలిగింపవచ్చును.

1. తీవ్రమైనట్టి సూక్ష్మజీవులుగల టీకారసమును శరీరములోనికి గ్రుచ్చియెక్కించుట.

అనాదినుండియు మశూచకపు రోగియొక్క కండలలోనుండు చీమునెత్తి ఇతరుల కంటించి వారి కా వ్యాధికలిగించెడివారు. అందుచే వారికికూడ మశూచకము వచ్చును గాని సామాన్యముగా నిట్టివారలకు వచ్చుమశూచకము ఇతరులకు

వచ్చుదానికంటె తక్కువ తీవ్రముగ నుండెడిది. కాని క్రింద నుదాహరించిన ప్రకార మీపద్ధతి యెట్లుఅను యుక్తమును అపాయకరము నగునో తెలిసికొనగలరు. తీవ్రముగనున్న కలరా మొదలగు సూక్ష్మజీవులుగల టీకారసమును చర్మముక్రిందికి బోలుగనుండు సూదితో నెక్కించి ఆ యా వ్యాధులకు చికిత్స చేయవలెనని యనేకులు ప్రయత్నించుచున్నారు. కాని యీపద్ధతి అంతగా జయప్రదము కాలేదు.

2. జీవించియున్నను తీవ్రము తగ్గియున్నసూక్ష్మజీవుల మూలమున శరీరజనితరక్షణ శక్తికలిగించు పద్ధతి వెర్రికుక్క కాటునందును మశూచకమునందును మిక్కిలియుపయుక్తము గనున్నది.

సూక్ష్మజీవులయొక్క తీవ్రత తగ్గించుటకు అనేక పద్ధతులను అప్పటప్పటశాస్త్రజ్ఞు లుపయోగించుచున్నారు. అందు వేడిచే సూక్ష్మజీవుల తీవ్రము తగ్గించు పద్ధతిని పశువుల దొమ్మ వ్యాధినివారించుట కుపయోగింతురు. దొమ్మసూక్ష్మజీవులు ౬౬ అనగా మన చేతికిపట్టనంతవేడికి వచ్చువరకు కాచునెడల వాని తీవ్రము తగ్గును. ఇట్టి సూక్ష్మజీవులుగల టీకారసమును తగిన మోతాదులుగ నేర్పరచి పశువులకు బోలుసూదితో గ్రుచ్చి చర్మముక్రింది కెక్కించినయెడల నాపశువులకు సంవత్సరము వరకు దొమ్మవ్యాధిరాదు. దొమ్మవ్యాధి తీవ్రముగల ప్రదేశములలో మందలోని పశువులకన్నిటికి నిట్టి రక్షణశక్తి కలిగిం

29-వ పటము.

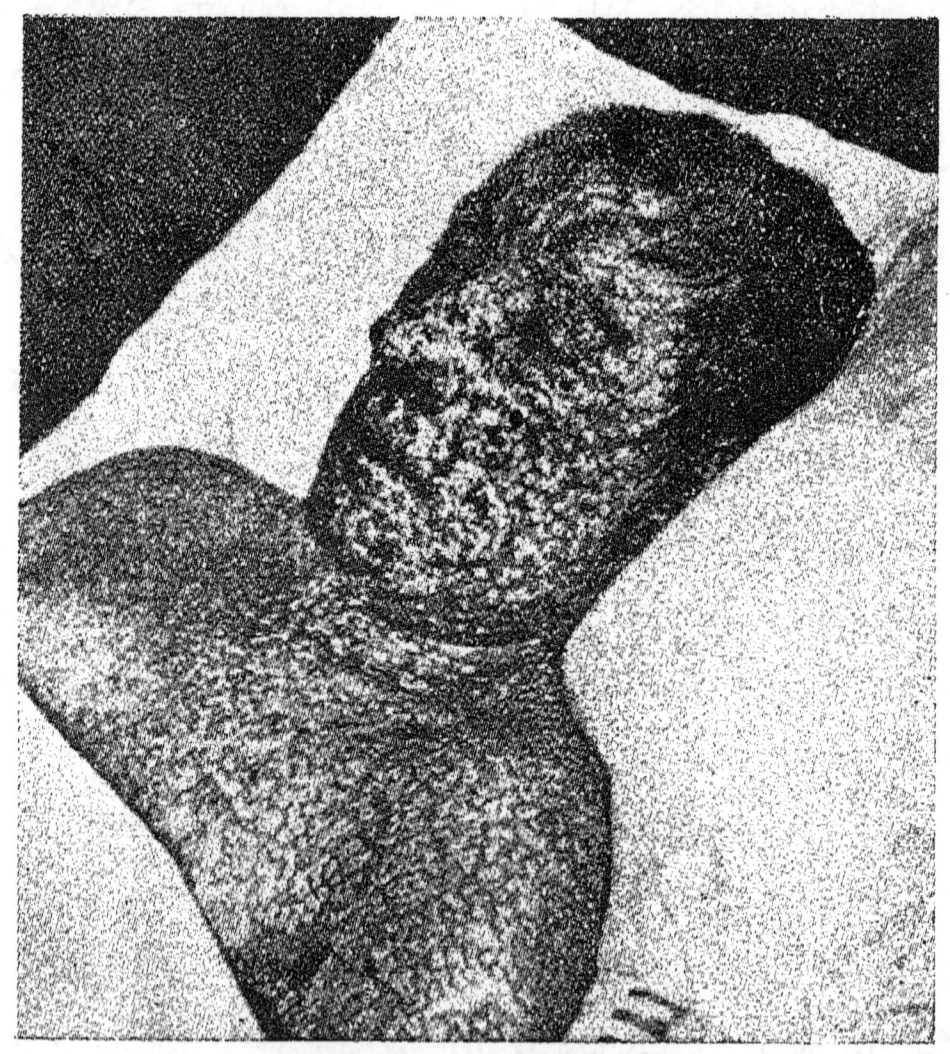

టీకాలు వేసికొనని వానికి వచ్చిన మసూచి వ్యాధి.

12-వ దినము రోగికి బొవులవలెనుండు మచ్చలచే కురూపత్వము గలిగెను.

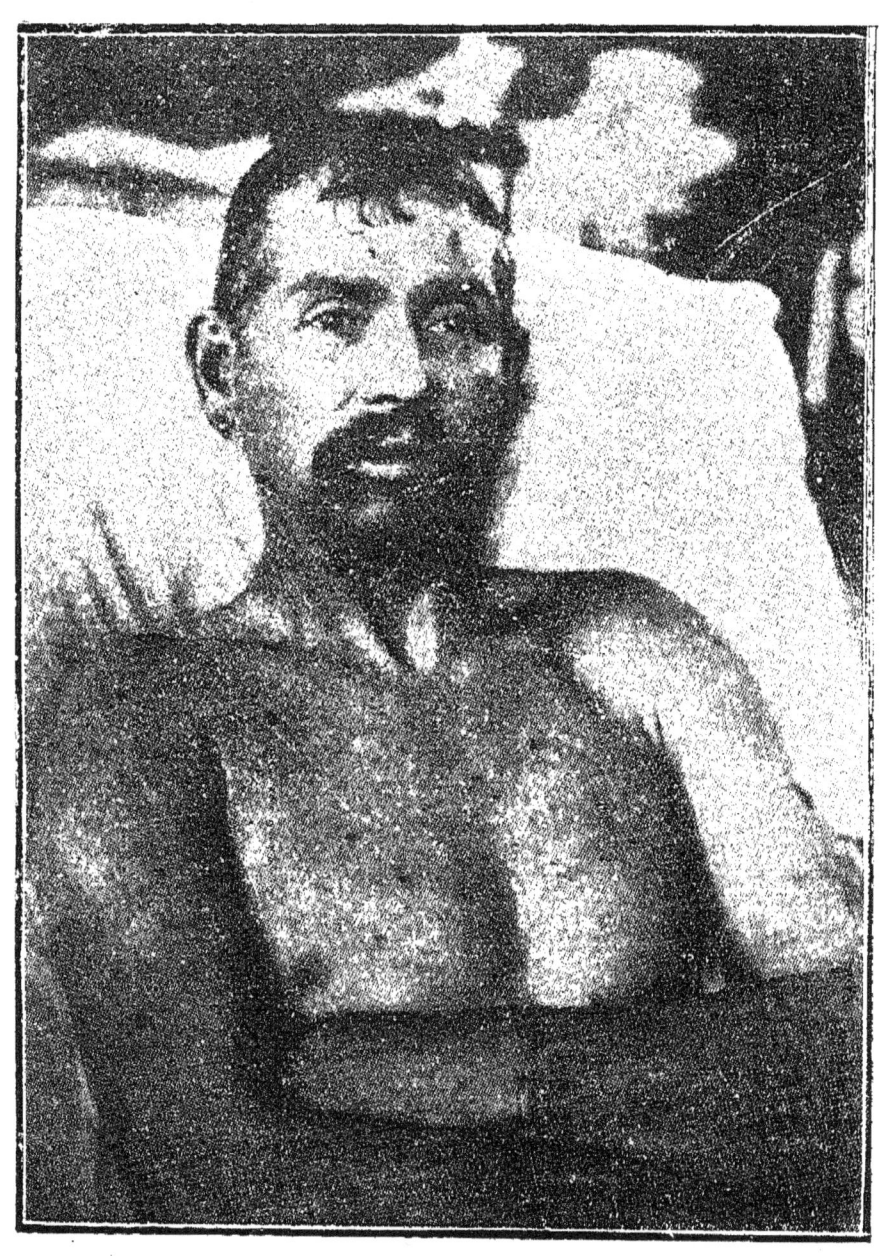

30-వ పటము.

(2) చిన్నతనములో టీకాలు వేసికొనిన వానికి
44-వ సంవత్సరమున వచ్చిన మసూచి వ్యాధి.
ఆరవదినము అక్కడక్కడ నొకపొక్కు చూడనగును.

చుట యుక్తము. హంగేరీ దేశములో దొమ్మవ్యాధి తీవ్రముగ నున్నప్పుడు 16, 082 గుర్రములకును, 2, 10, 760 పశువుల కును, 11, 18, 443 గొర్రెలకును ఇట్టి టీకాలు వేయగా నంతకు పూర్వము వేయింటికి 25 చచ్చుమందలో వేయింటికి 5 పశు వులకంటె యెక్కువచావలేదు. కాబట్టి దీని యుపయోగము రైతులందరు గుర్తెరిగి లాభమును పొందదగియున్నది.

౨. ఏ జంతువు యొక్క రక్తమునందు నొకజాతి సూక్ష్మజీవులుచక్కగ పెరుగవో ఆజంతువున కాజాతి సూక్ష్మ జీవులనంటించి వానితీవ్రము తగ్గించుట:—ప్రస్తుతము మశూ చకము రాకుండ టీకాలు వేయుపద్ధతి దీనినుండి పుట్టినదియే. మనుష్యునకు తీవ్రముగవచ్చు మశూచియే ఆవునకంటునప్పుడు మిక్కిలి తేలికయయినదై పొదుగుమీద కొన్ని పొక్కులుగా కనబడి దాని కేమియును కీడుగలుగ జేయకుండ విడిచివేయును. ఈమర్మమును కనిపెట్టినది మొదలు మశూచకమున కిప్పటి పద్ధతిని టీకాలు వేయు నాచార మేర్పడినది.

ఇప్పుడు టీకాలు వేయువాడుక యెల్లయెడల వ్యాపించి యున్నప్పుడు దీని విలువ మనకంతగా తెలియకపోవచ్చును. పూర్వకాలమునందు ప్రప్రథమమున మశూచక మొక దేశము నందు వ్యాపించినపుడు ఈ పెద్దమ్మవారు ప్రజలకుకలిగించు నాశమును, వికారరూపమును వర్ణింపనలవికాదు. అమెరికాదే శములో ౧౮-వ శతాబ్ద ప్రారంభమున ప్రవేశించి ఒక కోటి

ఇరువదిలక్షలమంది ఇండియనులలో (Indians) అరువదిలక్షల మందిని అనగా సగముమందిని తన పొట్ట పెట్టుకొనెను. ఈ వ్యాధిప్రపంచమునందలి మారెమ్మ లన్నిటిలో బహు భయంకరమైనదై యొక దేశమునైన విడువక మూలమూలలను వెదకుకొని ప్రవేశము గనెను. టీకాలు వేయుట కనిపట్టక పూర్వము మశూచకమువలని ఉపద్రవము ఎంత హెచ్చుగ నుండెనో మనమిప్పు డూహింపజాలము గాని పూర్వమొకప్పుడు మశూచకము పడనివానికి తనజీవితకాలము ప్రతినిమిషమును సందేహాస్పదముగనే యుండెను. 29, 30-వ పటములను జూడుము. చక్కని పిల్లయని వివాహమాడిన వరునకు పదిదినములలో గాఢాంధురాలగు కురూపి తటస్థమగుచుండెను. యవ్వనవతులగు పడుచులను తల్లులు విడిచి పారిపోవలసి వచ్చుచుండెను. పదుగురు అన్నదమ్ములలో చెప్పుకొనుటకు ఒక్కడైనను లేకుండ వంశము నిర్మూలమగుచుండెను. ఇట్టివ్యాధికి మన యదృష్టవశమున జెన్నరు (Edward Jenner) అనునొక ఆంగ్లేయ వైద్యునిచే కనిపట్టబడిన ఈ టీకాలయొక్క విలువ మనకిప్పుడు తెలియకపోవుట ఆశ్చర్యముకాదు.

అనాదినుండి చీనా (China) దేశములో మశూచకపు రోగియొక్క చీమునుతీసి మరియొకనికి అంటించి క్రొత్తవారలకు నీ వ్యాధినంటించుట వాడుకలోనుండెనట. మశూచకపు పొక్కులపై నేర్పడు పక్కుల నెండబెట్టి వాని నరగ

దీసిన గంధముతో టీకాలువేయువారలు మొన్న మొన్నటి వరకు నైజామురాజ్యములో నుండిరని తెలియుచున్నది. ఈ తూర్పుదేశముల నుండియే యితర దేశములకు మశూచకము చీమునుండి టీకారసమును తీయుపద్ధతి వ్యాపించి యుండ వచ్చును. ఈ వ్యాధిని కలిగించు సూక్ష్మజీవులు గాలిలోనుండి నెత్తురులోనికి బహుశః మన ఊపిరితిత్తులగుండ ప్రవేశించి వ్యాధికలుగచేయును. ఇట్లుగాక శరీరములోని గాయముగుండ నొకనికీసూక్ష్మజీవులను అనగా మశూచకపు చీమును ప్రవేశ పెట్టినప్పుడు వానికి మశూచకము వచ్చునుగాని తీవ్రము తగ్గి వచ్చును. ఇట్లుచేయుటవలన కొంతమంది కుపకారము కలుగుచు వచ్చెనుగాని మొత్తముమీద వ్యాధియొక్క యుధృతము మాత్రము దేశమునందు తగ్గియుండలేదు. దీనికి రెండు కారణము లూహించియున్నారు.

i. మన మంటించిన వ్యాధి యొకానొకప్పుడు బలమై అది నిరపరాధుడగువానిని నిష్కారణముగ చంపవచ్చును. మన మంటించు వ్యాధి స్వల్పముగవచ్చి తేలిపోవునో ఉపద్రవముగ విజృంభించి మ్రింగివేయునో చెప్పుట కెవ్వరికిని వీలు లేకయుండెను ఎంతచీమును ఎట్టిదశలో అంటించిన రోగికి క్షేమకరమో తెలిసికొనుటకు ఆధార మెద్దియులేకయుండెను.

ii. రెండవ యుపద్రవమేమనగా మశూచకమెన్నడెరుగని యూరిలోనికి నొకరినెవ్వరినైనను కాపాడవలెనని మశూ

చకపు చీమును పంపితివా అది వానికి ప్రయోజనకారిగా ఉండుట యటుండగా ఆ యూరిలోనుండు ఇతరుల నందఱ కును కొని తెచ్చుకొన్నట్లు ఈ వ్యాధి సంప్రాప్తమగుచుం డెను. ఈ రెండు కారణములచేత ఒకానొకచోట ఇట్టి పద్ధతి వలన కొందఱకు ఉపకారము కలుగుచుండినను అది సర్వ జనోపయోగముగ నుండలేదు.

ఇట్టి దినములలో లండనులో(London) నుండు ''జాన్ హంటర్'' (John Hunter)అను ఒక వైద్యునియొద్ద ౧౭౬౯ సంవత్సరములో ఎడ్వర్డ్ జెన్నరు (Edward Jenner)అను నత డొకడు శిష్యుడుగా ప్రవేశించెను. 31-వ పటమును జూడుము. ఆ కాలములో మశూచకము ఆ దేశమునందు మిక్కిలి ప్రబలి యుండెను. అట్టి సమయమునందు గొల్లవారలకు ఎందుచేతనో గాని మశూచకము వచ్చుచుండుటలేదు. ఇటు నలునుండు ఇం డ్లలో లెక్కలేకుండపీనుగలు పడుచుండినను మధ్యనుండు గొల్ల వానియింటిలో ఎందుచేత నీలమ్మవారు ప్రవేశింపదో ఎవ్వరికిని తెలియని మాయగానుండెను. ఒకనాడొక గొల్లపిల్ల వచ్చి జెన్నరుతో నిట్లనియె. 'అయ్యో! నా చేతిమీఁద పాలపొక్కులు (Cow pox) పొక్కినవి. నాకింక పెద్దమ్మరాదు' అనెను. ఇది వినినతోడనే జెన్నరు తన గురువువద్దకు పోయి 'అయ్యా యీ గొల్లపిల్ల యిట్లుచెప్పెను. దీనికి ఏమికారణము' అనియడిగెను. అప్పుడుగురువు జెన్నరుతో 'ఊరకే వట్టియూహాలు చేయకుము.

సత్యమును ఓపికయు విడువకుము. శోధింపుము' అనెను. అప్పటినుండియు నీ అంశములను మనస్సులో బెట్టుకొని యెల్లప్పుడును ఆలోచించుచు తన చేతనైనంతవరకు శోధించుచు వచ్చెనుగాని రమారమి ముప్పదిసంవత్సరములవరకు దాని నిజము చక్కగా నతనికి చిక్కలేదు. ఈ లోపుగ ౧౭౭౦-వ సంవత్సరములో నొకనాడు అతని స్నేహితునొకనితో ఒంటరిగా ప్రయాణముచేయుచు అతనితో నిట్లనెను. 'గొల్లవార్లకు పెద్దమ్మవారు రాదని చెప్పినమాట నిజమైనయెడల వీరలకుండు పొక్కులను ప్రజలకందరకు అంటించి వారికికూడ పెద్దమ్మవారు రాకుండ చేయుట సాధ్యము కాకూడదా?' అని చెప్పుచు అతనికి తానిట్లు చెప్పినట్లు యెవ్వరికిని తెలియనీయవలదని బ్రతిమాలుకొనెను. ఒకవేళ అందఱును ఈ మాటను వినినయెడల తన్ను వెక్కిరింతురేమోయని జెన్నరునకు భయముగనుండెను. అయినను అనేక సంవత్సరములు గడచినను తనకు ఏమియు నంతు చిక్కకపోయినను విడువక ఈ విషయమునే తన మనస్సునందుంచుకొని ఊరక ఆలోచించుచుండెను. తుదకు పదియునారు సంవత్సరములు గడచినపిమ్మట ఒకనాడు జెన్నరొక గొల్లపిల్ల చేతిమీఁది పొక్కులోని చీమునుకొంచె మెత్తి ఒకపిల్లవాని కంటించెను. ఇప్పుడు మనకు టీకాలువేసి నప్పుడు పొక్కులు పొక్కినట్లు వానికి పొక్కులు పొక్కి అవి రెండు వారములలో మానెను. అటుపిమ్మట కొంతకాల

మయిన తరువాత జెన్నరు వానికి మశూచకపు చీమును అంటించెను. కాని ఎన్నివిధముల ప్రయత్నించినను వానికి మశూచకము అంటలేదు. ఇదిచూచి జెన్నరు సంతసించి ఇట్ల నేకమందికి రెండు సంవత్సరములవరకు మొదట గొల్లవాండ్ల పొక్కు చీమును దానిపొక్కు మానినతరువాత పెద్దమ్మ చీమును అంటించుచు అనేకులమీద శోధనలుచేసెను. టీకాలు చక్కగ అంటినవారి కెవ్వరికిని పెద్దమ్మవారు సోకదని అతడు కనిపెట్టెను. ఇదిగాక ఈ రెండువ్యాధులకును ఎదో ఒకవిధమయిన సంబంధము గలదనియు బహుశః ఈ రెండు వ్యాధులు ఒకటే వ్యాధియనియు ఆ వ్యాధిపశువులకు వచ్చినప్పుడు దాని ఉధృతము తగ్గి హానిలేని పొక్కులుగా బయలుదేరి తేలికగా పోవుననియు ఈ వ్యాధియే మనుష్యులలో ప్రవేశించినపుడు ఉపద్రవమై భయంకరమైన మారిగా పరిణామము చెందుననియు జెన్నరు ఊహచేసెను.

పైని వ్రాసినది చదివినయెడల 'ఇంతేకదా మహాకార్యము' అని తోచవచ్చును. కాని లక్షలకొలది కోట్లకొలది ప్రతిదినమును రూపు మాసిపోవు ఆ దినములలో నితడు చేసిన పరిశ్రమకు యింతింతని వెలగలదా? ప్రపంచమునందలి కిరీటాధిపతు లందరు జెన్నరున కప్పుడు 'దాసోహ'మనిరి. నెపోలియన్ అంతటివాడు జెన్నరునకు 'ఏమి యడిగిన నిచ్చెద' ననెనట!

జెన్నరు చూపిన మార్గను ననుసరించి ఇప్పటివైద్యులు అనేకములయిన అంటువ్యాధులకు టీకాలు వేయు పద్ధతిని కనిపట్టియున్నారు. ఇంక ననేక వ్యాధులవిషయమై యింకను గట్టి ప్రయత్నములు చేయుచున్నారు. దీని కంతకును జెన్న రే మూలపురుషుడు. వందనీయుడగు మహాత్ముడు. జెన్నరు టీకాలు కనిపట్టినతరువాత 'వేలకొలది మైళ్ల దూరములోనున్న అమెరికా మొదలగు ఖండాంతరములకు ఈ టీకారసములను ఎట్లు పంపుట ? ఇది యనేకదినములు నిలిచియుండదుగదా?' అని యొక గొప్ప సంశయము కలిగెను. అంతట వా రీ క్రింది యు క్తిని పన్నిరి. ఆ కాలములో పడవలు ఇప్పటివలె యంత్ర శ క్తిచే వారమునకు వేలకొలదిమైళ్లు పరుగెత్తునవికావు. అప్ప డోక చిన్న ప్రయాణమనిన ఆరుమాసములు పట్టెడిది. అప్పటి పుణ్యాత్ములు కొందరుదండు కట్టుకొని ఇరువది లేక ముప్పది చంటిబిడ్డలను తగినంతమంది వైద్యులను, దాదులను చేర్చుకొని టీకారసమును కొని పోవుటకు ఖండాంతర ప్రయాణమునకై ఓడ నెక్కుదురు. వారితోకూడ నొకరిద్దరు పిల్లలకు టీకాలు వేసి తీసికొనిపోవుదురు. ఎనిమిది దినములయినతరువాత నీ యిద్దరు పిల్లలనుండి మరిద్దర కీ చీమునుమార్చుదురు. ఇట్లు వారము వారమునకు మిక్కిలి జాగ్రత్తతో మార్చుకొనుచు వాని బలము తగ్గిపోకుండ నెలల తరబడి కాపాడుచు తమ గమ్యస్థానమును చేరుదురు. ఇట్లా దినములలో ననేక కష్టముల కోర్చి ప్రపంచమంతటకు నీ టీకారసమును వ్యాపింప జేసిరి.

పెద్దమ్మవారనిన భయములేనట్టి యీ దినములలో టీకాలువేసి కొనుమనిన 'మాకు వద్దు వద్దు' అని పారిపోవు వారు ఈ చరిత్రమునంతయు వినినతరువాత నట్లు చేయుదురా?

iii. విషమును ఆరబెట్టుటవలన దాని తీవ్రమును తగ్గించుట;—ఈ ప్రకారము చేయు చికిత్సలలో వెఱ్ఱికుక్క కాటునకు చేయునది మిక్కిలి జయప్రదముగనున్నది. ఇది పాస్టరు అను జీవశాస్త్రవేత్త మనకు ప్రసాదించిన యమూల్యమైన వరము. ౩౩-వ పటమును జూడుము. వెఱ్ఱికుక్క కాటునందలి విషమును కలిగించు నిజమైన సూక్ష్మజీవు లింకను సరిగా తెలియలేదు. అయినను పాస్టరీ వ్యాధి రాకుండ కాపుదలగా నుండు మందు ననేక సంవత్సరముల క్రిందటనే కనిపెట్టి ప్రపంచమునకు మహోపకారమును చేసియున్నాడు. మిక్కిలి తీవ్రమగు పిచ్చియెత్తిన చెవులపిల్లల వెన్నెముక నడుమనుండు వెనుపాము అను నరముల త్రొటినెత్తి దాని ననేక ముక్కలుగ నరికి వేరువేరు ముక్కలను ఒకదానికంటె నొకటి యెక్కువగ ఆరునట్లు కొన్నిటిని రెండుదినములును ఇంక కొన్నిటిని ౩, ౪, ౫ మొదలు పది పదునైదు దినముల వరకనగా కడపటి వాని యందలి విషమంతయు నశించిపోవువరకు ఆరబెట్టుదురు.

వెఱ్ఱికుక్క కరచినవారలు కూనూరు (Coonoor) నకు పోయినపుడు వారలకు మొదటిదినమున మిక్కిలి బలహీనమయిన కషాయమును అనగా బొత్తిగ విషము లేకుండ నారబెట్టిన తునకలనుండి యెత్తిన టీకారసమును కండలోనికి బోలు

31-వ పటము.

EDWARD JENNER.

ఎడ్వర్డు జెన్నరు;

మశూచకము రాకుండ వేయు టీకాలను కనిపట్టిన మహాపురుషుడు

1749 సం॥ మే 17 జననము. 1823 సం॥ జనవరి 96 మరణము.

32-వ పటము.

LOUIS PASTEUR.

లూయిపాస్టరు.

పశువుల దొమ్మ, వెఱ్ఱికుక్కకాటు మొదలగు అనేక అంటువ్యాధులకు టీకారసములను కనుగొనిన మహానుభావుడు.

1822 సం॥ డిసంబరు **23**-వ తేది జననము.

1895 సం॥ సెప్టెంబరు **28**-వ తేది మరణము.

సూదిగుండ ఎక్కింతురు. దీనికి అతడు తాళుకొనినపిమ్మట క్రమ క్రమముగ నొకనాటికంటె మరియొకనాడు హెచ్చు మోతాదుల నెక్కించి తుదకెంత హెచ్చయిన విషమునైనను తాళుకొను శక్తివచ్చునట్లు చేయుదురు. ఇట్లు ఇరువదిదినములలోపల రెండుదినములుమాత్ర మారబెట్టిన తునకలనుండి తీసిన టీకారసము నెక్కింతురు, ఇందుచే పిచ్చికుక్కకాటువలన అతని శరీరమునందు పుట్టు విషమంతయు విరిగిపోయి దానివలన కుక్కకాటువలన రాబోవు బాధ ఎంతమాత్రమును లేకుండపోవును. మొదటనే ఎండపెట్టకుండ తయారుచేయబడిన తీక్షణమయిన పచ్చివిషమును ఎక్కించినయెడల రోగి చచ్చిపోవును. కాని క్రమక్రమమున శరీరమునకు అలవాటు చేసినప్పుడు ఎంతతీక్షణమయిన విషమునయినను తాళుకొనగలదు.

ఈ వైద్యము ప్రారంభించిన తరువాత మూడు లేక నాలుగు వారములకుగాని యీ టీకాలగుణము చక్కగ పట్టునని చెప్పుటకు వీలులేదు. కాబట్టి కుక్క గరచినవారలు వెంటనే వైద్యమునకు ప్రారంభించినగాని ప్రయోజనముండదు. వ్యాధిరాక పూర్వము చికిత్సచేసి వ్యాధి రాకుండజేయవచ్చును. కాని వ్యాధియొక్క యుధృతము ప్రారంభించిన తరువాత కుదుర్చుటకు వీలులేదు. వెర్రినక్కలు గరచినగాని కుక్కలకు వెర్రి యెత్తదని ప్రజల యభిప్రాయము. కాని కుక్కలే దీనికి ముఖ్యకారణములని యీ క్రింది లెక్కలనుబట్టి తెలియగలదు. ఉత్తర హిందూస్థానములో కౌశాలి యనుచోట గల వైద్యశాలలో వైద్యము చేసికొనినవారి సంఖ్యనుబట్టి వ్రాయబడిన

ఈ క్రింది సంఖ్యలవలన ఈ విషయము స్పష్టముకాగలదు. 1902 మొదలు 1912 వరకు గల కాలములో 14,730 కుక్కలును 2,491 నక్కలును, 140 గుఱ్ఱములు, 78 పిల్లులును, 71 తోడేళ్లును, 16 పశువులును, 79 మనుష్యులును కరచుటవలన వెఱ్ఱికలిగినది. దీనినిబట్టి కుక్కలే యీ వ్యాధికి ముఖ్యకారణములని తెలియగలదు. మన రాజధానిలో వెఱ్ఱికుక్క కాటుకు చికిత్సచేయు ఔషధశాల కూనూరునందు కలదు. ఈ క్రింది 33-వ పటము జూడుము. అక్కడకు పోవు

33-వ పటము

పాస్టరు పేరటనున్న వెఱ్ఱికుక్క కాటునకు వైద్యశాల.
(కూనూరు, నీలగిరిజిల్లా,)

వారలు తాలూకా మేజస్ట్రీటునకుగాని డిష్ట్రిక్టు సర్జనునకుగాని తమ యభిప్రాయమును తెలిసినయెడల వారు రోగులకు రైలు చార్జి వగయిరాలిచ్చి సదుపాయములన్నియు జెప్పుదురు.

౩. ఇంతవరకుజీవించియుండియు తీవ్రము తగ్గినవిషములచే శరీరజనితరక్షణశక్తిని కలిగించుటనుగూర్చి చెప్పియున్నాము. ఇక జీవములేని సూక్ష్మజీవుల కళేబరములనుండి తీసిన రసమునెత్తి దానితో అంటువ్యాధులను గుదుర్చుమార్గములను జూపెదము. బ్రతికియున్న సూక్ష్మజీవులను మన శరీరములోని కెక్కించినప్పుడు ఒకానొకచో నపాయము కలుగవచ్చును. ప్రాణములేని సూక్ష్మజీవుల నుపయోగించునపు డట్టి యపాయముండదు. కొన్ని సూక్ష్మజీవుల మృతకళేబరముల నుండి కూడ నుపయోగకరములగు టీకారసములను మనము తయారుచేయవచ్చును. కలరా, టైఫాయిడుజ్వరము, మహామారి (ప్లేగు), క్షయ మొదలగు వ్యాధులం దీ పద్ధతి ప్రస్తుతము కొంతవర కుపయోగములోనున్నది.

తీవ్రమైన కలరా సూక్ష్మజీవులను తగినన్నిటిని బోలుసూదిగుండ కడుపులోనికి పిచికారీ చేసినయెడల చుంచులు పిల్లులు మొదలగు జంతువులు చచ్చును. కాని కలరా వ్యాధివచ్చి నెమ్మదియయిన రోగిశరీరము నుండి కొంచెము రక్తము నెత్తి దానియందలి రసముతో పైని చెప్పినన్ని కలరా సూక్ష్మజీవులనే కలిపి యా మిశ్రపదార్థమును ఆ జంతువుల కడుపులోనికి బోలుసూదిగుండ సదే ప్రకార మెక్కించినప్పు డవి చావవు. అనగా కలరా సూక్ష్మజీవుల శక్తి రోగియొక్క రసమునందుండు విరుగుడు పదార్థములచే నశించిపోయినది. ఈ

రసమునందున్న గుణ మితర మానవుల రసమునందున్నట్టిది కాదు. కొంతవరకు మనయందుండు రక్తమునందలి రసమునందును సూక్ష్మజీవులను చంపు శక్తికలదని చెప్పియున్నాము. అట్టి శక్తి అన్నిజాతుల సూక్ష్మజీవులను సమానముగా చంపునుగాని కలరావ్యాధివచ్చి తేలిన రోగియొక్క రక్తమునందుండు రసము కలరా సూక్ష్మజీవులను మిక్కిలి వేగముగ చంపును. కావున ఇట్టివాని రసమునందుండు పదార్థములను కలరా నాశకపదార్థములని చెప్పవచ్చును. ఇట్లే టైఫాయిడు జ్వరమువచ్చి కుదిరినవారి నెత్తురులో టైఫాయిడు నాశకపదార్థములును, ప్లేగువచ్చి, కుదిరినవారి శరీరములో ప్లేగు నాశకపదార్థములును ఉండును. ఒకటి రెండువారములు టైఫాయిడు జ్వరము పడినవారి నెత్తురు నీ టైఫాయిడు నాశకపదార్థములుండుటనుబట్టి ఫలానా రోగియొక్క జ్వరము టైఫాయిడు జ్వరము అగునా కాదా యను విషయమునుకూడ తెలిసికొనవచ్చును. అనుమానముగ నున్న రోగియొక్క రక్తమునుండి యొకబొట్టు రసమునెత్తి దానిలో కొంచెము టైఫాయిడు సూక్ష్మజీవులను కలిపి సూక్ష్మదర్శనిలో పరీక్షించిన యెడల అవియన్నియు చలనము మాని ముద్దలుముద్దలుగా కూడుకొనుట చూడనగును. ఆ రోగియొక్క జ్వరము టైఫాయిడు జ్వరము కానియెడల మనము కలిపిన టైఫాయిడు సూక్ష్మజీవులా రసములో యథేచ్ఛముగా గంతులువేయుచు మెలికలు తిరు

గుచు పరుగులెత్తుచుండును. దీనినిబట్టి రోగిజ్వరము టైఫాయి
డుజ్వరము అగునా కదా యని తెలియనగును.

ఆ యా రోగుల నెత్తురు ఆ యా జాతి సూక్ష్మజీవు
లను చంపు శక్తి నధికముగ పొంది యున్నదను విషయము
తెలిసిన తరువాత ఆరోగ్యవంతుల శరీరములో నిట్టిశక్తి మన
మెట్లయిన పుట్టింపగలమా యని యనేక వైద్యులు ప్రయ
త్నించిరి. తీవ్రమైన సూక్ష్మజీవులను మానవుల కంటించుట
ఒక్కొక్కప్ప డపాయకరము కావున చచ్చిన సూక్ష్మజీవులనే
యుపయోగింపనగును. ఈ ప్రకారము తయారు చేయబడిన
టీకారసములు కలరాకును, టైఫాయిడుజ్వరమునకును, ప్లేగు
నకునుకూడ ప్రస్తుతము మందులషాపులలో విక్రయమునకు
దొరకును.

కలరా టీకారసము

1894 సంవత్సరములలో కలకత్తాలో నీకలరా టీకారస
మును 36 ఇండ్లలో 521 మంది కుపయోగించిరి. అందొక
యింటిలో 18 మంది మనుష్యులుండిరి. వారిలో 11 గురికి
కలరాటీకాలు వేసిరి. 7 గురికి కలరాటీకాలు వేయలేదు.
టీకాలులేని 7 గురిలో 4 గురికి కలరావచ్చి ముగ్గురు చనిపో
యిరి. టీకాలు వేసిన 11 గురిలో నొక్కరికికూడ కలరా రా
లేదు. కాని కలరా టీకారసమువలన పుట్టిన రక్షణశక్తిటీకాలు
వేసినదిమొదలు 15 దినములకంటె హెచ్చుకాలముండదు.

అందుచేత నీవిధమైన చికిత్స సర్వత్ర ఉపయోగించుట కను
పయు_క్తముగనున్నది.

టైఫాయిడు టీకారసము

టైఫాయిడు టీకారసము తగిన మోతాదును చర్మము
క్రిందికి పిచికారీతో ఎక్కించినయెడల టైఫాయిడుజ్వరము
రాకుండ కొంతవరకు కాపాడును. ఎక్కించినదినమున 101
లేక 102 డిగ్రీలవరకు జ్వరమును, తలనొప్పియు కొంత భార
కింపును కలిగించును. చుట్టుప్రక్కలనుండు బిళ్ళలు కొంచె
ముబ్బి నొప్పిగనుండును. ఒకానొకప్పుడు సీమనుండి హిందూ
దేశమునకువచ్చు పటాలములోని సోల్జర్ల కందరకును నీ టీకా
రసమును ఎక్కించెడివారు. కాని ఈ పద్ధతియొక్కయుపయో
గమునుగూర్చి నిర్ధారణగా చెప్పటకు వీలులేదు.

ప్లేగు టీకారసము

ప్లేగు సూక్ష్మజీవులను ఒక నెలవరకు మాంసరసములో
పెంచి దానిని తగినంతవరకు కాచి దానియందలి సూక్ష్మజీవు
లను చంపి ఆ రసములో 50 లేక 60 చుక్కలు కండలోనికి
ఎక్కించినయెడల అట్టి స్థలమునందు కొంచెము వాపును
నొప్పియు కలిగి కొద్దిపాటి జ్వరమువచ్చును. ఇట్టి వారలకు 8,
10 రోజులు గడచినపిమ్మట తిరిగి ఇంకకొంచెము హెచ్చు
మోతాదుగల టీకారసము ఎక్కించినయెడల వారలకు
సామాన్యముగ అనేక నెలలవరకు ప్లేగువ్యాధిరాదు. బొంబా

యిలో అధికముగ ప్లేగువచ్చియున్నప్పుడు అక్కడిజెయిలు లోని 154 గురు జనులకు ప్లేగు టీకాలువేసిరి. 177 గురు టీకాలు లేకయుండిరి. టీకాలు వేసినవారిలో నొక్కడును ప్లేగుచే మృతినొందలేదు. కాని టీకాలు వేసికొనని వారిలో 14 గురికి ప్లేగువచ్చి 6 గురు మృతినొందిరి. కాబట్టి యీ ప్లేగు టీకాలను వ్యాధి ముమ్మరముగ గలయన్నిచోట్లను వైద్యులకును పరిచారకులకును సేవకులకును నిర్బంధముగ వేయవలెను. ప్రజలకుకూడ నీటీకాల యుపయోగమునుగూర్చి బోధించి సర్వత్ర వ్యాపించునట్లు ప్రోత్సాహపరచవలెను.

క్షయ టీకారసము

దీనిని ప్రస్తుతము పెద్దపట్టణములన్నిటి యందును వైద్యు లుపయోగపరచుచున్నారు. ఇందు రెండు విధముల టీకారసములు గలవు.

1. క్షయ సూక్ష్మజీవులను చంపి వాని శరీరములో నుండు విషములను వేడినీళ్లు గ్లిసరీన్ మొదలగు ద్రావకము లతో కలిపి విడదీసి ఆ విషములను ద్రవరూపముగ శరీరము లోనికి ఎక్కించుట.

2. క్షయ సూక్ష్మజీవులను మెత్తగనూరి పొడిగాజేసి ఆ పొడిని పరిశుభ్రమయిన నీటిలో కలిపి ఆ నీటిని తగు మోతాదులతో చర్మముక్రింద ఎక్కించుట.

పదియవ ప్రకరణము

ఇట్టి టీకాలవలన మన శరీరమునందు సూక్ష్మజీవుల కపకారులగు తెల్లకణములును విరుగుడు పదార్థములును వృద్ధియై అవి శరీరమునకు రక్షణశక్తిని హెచ్చుచేయును. నిజముగ కుదిరినదని చెప్పుటకు సామాన్యముగ రెండు సంవత్సరములవరకీవిధమయిన చికిత్స చేయవలెను.

క్షయ టీకారసము ఇతరులయందుకంటె క్షయరోగులయందు నొప్పి, వాపు, జ్వరము, మొదలగు గుణములను కలిగించును. దీనినిబట్టి ఒకానొక రోగి క్షయరోగియగునా, కాదా, యను విషయమును గుర్తించుటకు తగిన మార్గములు ఏర్పరచియున్నారు. టీకావేసినచోట వాపు ఎరుపు మొదలగునవి కలిగినయెడల నా రోగికి క్షయవ్యాధి యున్నట్లును అట్టి వాపు ఎరుపు లేనియెడల క్షయవ్యాధి వానికి లేనట్లును గ్రహింపవలెను.

పదునొకండవ ప్రకరణము

బహిర్జనితరక్షణశక్తి

ఇంతవరకు సూక్ష్మజీవులుగాని వాని విషములుగాని మన శరీరములో ప్రవేశించి మనకపకారము చేయకుండుటకు తగినశక్తి మనకుకలిగించు సాధనములును మన శరీరమునందే పుట్టించు మార్గములనుగూర్చి వివరించియున్నాము. ఇట్టి రక్షణశక్తి కలిగించు పదార్థములను ఇతర జంతువుల శరీరములలో పుట్టించి ఆ పదార్థములను మన శరీరములోనికి మార్చుకొని వానివలన అంటువ్యాధులను మాన్పుకొను పద్ధతులను గూర్చి చెప్పవలసియున్నది. ఇట్లు కలుగు రక్షణశక్తికి బహిర్జనిత రక్షణశక్తి యనిపేరు.

ధనుర్వాయువునం దుపయోగించు టీకారసమును గూర్చి 77-వ పుటలో నుదాహరించియున్నాము. గుఱ్ఱపు నెత్తురులో మనము పుట్టించిన విరుగుడు పదార్థములు మన శరీరములో ప్రవేశించిన ధనుర్వాయు సూక్ష్మజీవులచే పుట్టిన విషమును విరిచివేసి రోగికి ఆరోగ్యమును కలుగజేయుటచూచి యున్నాము. ఈ విరుగుడు పదార్థములు, ఉప్పు పులుపు నెట్లు విరిచివేయునో అట్లు విషములను విరిచివేయుచున్నవా యను విషయమింకను చక్కగ తెలియలేదు. ఏలయన తులము

చింతపండుయొక్క పులుపును విరుచుటకు తులము ఉప్పు సరిగానుండునని మన మూహించినయెడల 10 తులముల చిం పండునకు పదితులముల యుప్పు సరిగానుండును. కాని ప తులముల టీకాగసమును పది తులముల ధనుర్వాయు విష మును జేర్చి యొకజంతువులోని కెక్కించగా నాజంతువు మూడు దినములలో చచ్చెను. అదే మిశ్రపదార్థమును రెండు గంటల సేపు నిలువయుంచి పిమ్మట అదేతూనికగల జంతువులోని కెక్కించినప్పుడు దానికేమియు విషమెక్కలేదు. ఇదిగాక అదేతూనికగల మరియొక జంతువులోనికి రెండు లక్షుల తుల ముల టీకారసమును రెండులక్షుల తులముల విషమును చేర్చి పిచికారీ చేసినప్పుడు ఆ జంతువున కేమియు రోగము రాలేదు. కావున సంయోగము ఉప్పు చింతపండులయొక్క సంయోగము వంటిదికాదు.

ఈ విరుగుడు పదార్థములయొక్క స్వభావమును తెలియ పరచుటకు ఎర్లికు వాదములనియు, మెచ్నికాపు వాదము లనియు కొన్ని వాదములు గలవు. వాని నన్నిటిని నిక్కడ వివ రించుటకు ఎడములేదు, కాని సూక్ష్మజీవులు మనశరీరములో ప్రవేశించినతరువాత ఎంత శీఘ్రముగ విరుగుడు పదార్థము లను ప్రవేశపెట్టిన అంత మంచిదని చెప్పవలసియున్నది. ఆలస్య మైనయెడల శరీరమునందలి విషపదార్థములు మిక్కిలి అధి

కమై మన మెంత విరుగుడుపదార్థములను ప్రవేశపెట్టినను చాలకపోవచ్చును. బహిర్జనితరక్షణశక్తిని కలుగజేయు పదార్థములు సూక్ష్మజీవుల సంబంధమైన విషములకేగాక త్రాచుపాము, తేలు మొదలగువాని విషములకును, నేపాళము మొదలగు విషములకునుగూడ నీ విరుగుడు పదార్థములను తయారుచేయవచ్చును. ఈ విరుగుడు పదార్థములను ఆ యా జంతువుల యొక్క నెత్తురు మూలముననేగాక పాలమూలమున కూడ ఇతరులకు మార్చవచ్చును. కావున పిల్లలకు వ్యాధివచ్చినప్పుడు వారల తల్లులయం దీ విరుగుడుపదార్థములను మనము పుట్టించినయెడల అవి పాలమూలమున పిల్లలకుచేరి గుణమీయవచ్చును. ఇట్లు బహిర్జనితరక్షణశక్తిని మనకు కలుగజేయు టీకారసములను మహామారి (ప్లేగు) కలరా, క్షయ, న్యూమోనియ, సూతికజ్వరము మొదలగు వ్యాధులకు ప్రస్తుతము తయారుచేయుచున్నారు. వీని యుపయోగమింకను రూఢిగ తెలియలేదు.

పండ్రెండవ ప్రకరణము

అంటు వ్యాధులను నివారించు మార్గములు

అంటువ్యాధులు ఒక యింట ప్రవేశించిన తరువాత ఒక్కొక్క రోగికి చికిత్సచేసికొనుట కంటె ఆ వ్యాధులను తమ ఇల్లు చేరకుండ జేసికొనుట యుక్తము. మన గ్రామము నందొక యింటువ్యాధిని వ్యాపింపకుండ జేయవలయుననిన నా వ్యాధిసంబంధమైన సూక్ష్మజీవులు ఆ గ్రామమునందు ప్రవేశింపకుండ మొదట చేయవలెను. ఒకవేళ ప్రవేశించినను పుట్టినవాని పుట్టినచోటనే నశింపజేయవలెను. వ్యాధిగ్రస్తుల యింటినుండి ఇతరుల యిండ్లకా సూక్ష్మజీవు లేవిధమునను ప్రయాణము చేయకుండ కాపాడవలెను. అంటువ్యాధు లున్నచోటనుండి పోవు జనులు తమతోకూడ ఆవ్యాధిని ఇతరస్థలములకు తీసికొని పోకుండ జేయవలయును. అనగా నెక్కడి సూక్ష్మజీవుల నక్కడనే నశింపజేయవలయుననుట. ఇందుకొఱకై రోగులుండు ఇంటిలోని నేలమీదను గోడల మీదను సామానులమీదను దూల ముల మీద ను ఇంటి పైకప్పులోపలివై పునను గోడలలో నుండు పగుళ్ల యందును గల దుమ్ముతో కలిసి పడియుండు సూక్ష్మజీవులను, తివాసులు

చాపలు తెరలు జముకాణాలు అలంకారములు పటములు మొదలగువానిమీద నుండు దుమ్ముతో కలిసి పడియుండు సూక్ష్మజీవులను, ఇంటిలోనివారు ఉపయోగించు బట్టలు పాత్ర సామానులు మొదలగువాని నంటియుండు సూక్ష్మజీవులను, రోగియొక్క మలము మూత్రము ఉమ్మి వాంతులు కళ్ళ(గళ్ళ కఫము) మొదలగువానిలోనుండు సూక్ష్మజీవులను మన మెక్కడ కనిపట్టగలమో అక్కడనే చంపగలిగినయెడల ఒక యంటువ్యాధియొక్క వ్యాపకమును మనము నివారించిన వారమగుదుము.

ఇట్టిది మనకు సాధ్యమగునా? ఎంతవరకు సాధ్యమగు నను విషయము గమనింపవలెను. ఇంగ్లాండు దేశమునందలి ప్రజలు సామాన్యముగ విద్యాధికులును శాస్త్రజ్ఞానము గల వారును అగుటచేత కొంతవరకీ విషయమున జయముపొంది యున్నారని చెప్పవచ్చును. వారి దేశమున కుష్ఠవ్యాధిగాని, ప్లేగు వ్యాధిగాని, కలరాగాని, చలిజ్వరముకాని చూచు టరుదు వారిదేశమునకు చుట్టునున్న సరిహద్దుప్రదేశములలో నన్నియోడరేవుల యందును తగిన ద్వారపాలకులను కాపు లాయుంచుదురు. వీరు క్రొత్తగ దేశమునకు రాబోవు ప్రతి మానవునియొక్క సామగ్రిని శ్రద్ధగా పరిశోధించి వారు పైని చెప్పిన వ్యాధుల సూక్ష్మజీవులను దేశములోనికి దిగుమతి చేయకుండ కాపాడుచుందురు. ఇందుచేత తరతరములకొలది

వేలకొలది జనులు వచ్చుచు పోవుచున్నను వ్యాధులు మా త్రము దేశములో ప్రవేశింపనేరవు. ఇట్లే నాగరకత జెందిన అన్నిదేశములవారును తమ దేశములోనికి క్రొత్తవ్యాధు లెవ్వియును ప్రవేశింపకుండ నిరంతరము ఘారాయించి తమ దేశమును కాపాడుకొనుచున్నారు. మన సంగతి ఎట్లున్నదన క్రొత్తవ్యాధులు వచ్చునవి వచ్చుచుండగా నిదివరకే మనదేశ ము నాశ్రయించియున్న చలిజ్వరము, కలరా, ప్లేగు, క్షయ, కుష్ఠము మొదలగు వ్యాధులు ఒక్కొక్క సంవత్సరమునకును హెచ్చుచున్నవి. వీనిని నివారించుటకు ముఖ్యమైన పద్ధతులు మూడుగలవు.

i. ప్రకటన చేయుట (Notification). అనగా అంటు వ్యాధి గ్రామములో ప్రవేశించిన తోడనే దానిం దాచి పెట్టక తక్షణమే సర్కారు ఉద్యోగస్థులకును తరువాత సర్వ జనులకును బహిరంగపరచవలెను.

ii. ప్రత్యేకపరచుట (Isolation). అనగా రోగినుండి యితరుల కా వ్యాధి అంటకుండ రోగిని ప్రత్యేకస్థలమం దుంచుట, అనుమానాస్పదమగు ప్రదేశములయందుండి వచ్చు ప్రయాణికులను బలవంతపు మకాములలో (Quarantine) నుంచుటయు నిందులో జేరును.

iii. సూక్ష్మజీవుల సంహారించుట (Attacking Mic-orbes).

1 ప్రకటన చేయుట

సాధారణముగ మన దేశములో కలరా వచ్చిన రోగి తన కా వ్యాధి అంకురించిన తరువాత కొంత సేపటివర కెవ్వరికిని చెప్పనే చెప్పడు. భార్యకు కలరా వచ్చిన సంగతి భర్తకు తెలియదు. ఇతరులను తనకొర కెందుకు కష్టపెట్టవలెనని యొక యుద్దేశ్యము. చెప్పినయెడల నితరులుభయపడుదురేమో యని మరియొక యుద్దేశ్యము. కాని యిట్లు దాచిపెట్టుట యెంతవరకు సాగును? కొంత సేపు గడచువరకు కాళ్లుచేతులు లాగుకొని వచ్చి తిరుగులాడుటకు శక్తిలేక పడిపోవునప్పటి కింటిలోనివారు వచ్చి చూచి ఏమి సమాచార మనగా నప్పుడు రహస్యము బయటపడును, అంటువ్యాధుల విషయములో నిట్లు దాచిపెట్టుట మిక్కిలి గొప్పతప్పు. వ్యాధి తగిలినతోడనే బహిరంగపరచవలెను. బంధువులు స్నేహితు లందఱును రోగికి సహాయము చేయవచ్చునుకాని ఏయే వ్యాధి ఏ మార్గమున వ్యాప్తిని జెందునో తెలిసికొని వ్యాధి రోగినుండి యితరులకు వ్యాపింపకుండ తగు జాగ్రత్తను పుచ్చుకొనుచుండవలెను. అంటువ్యాధి సోకినతోడనే యే మార్గమున వ్యాధి తమ యింటికి వచ్చెనో తెలిసికొనుటకు ప్రయత్నింపవలెను. వ్యాధి సోకిన సమాచారము యింటిలోని పూచీదారులెవరో తత్క్షణము గ్రామాధికారులకు తెలియపరచవలెను. అందుచే వారలు రోగికి తగిన సహాయము చేయుటయేగాక వ్యాధి

యెట్లు వ్యాపించుచున్నదో శోధించి కనిపట్టి దాని నివారణకు తగిన మార్గములను యోచింతురు. ఆయా గ్రామములో సర్కారు వైద్యుడు లేని యెడల వెంటనే సమీపమున నున్న వైద్యుని పంపుదురు. పట్టణములలో నిప్పుడే యింటియందైనను అంటువ్యాధి సోకినతోడనే యింటి యజమాని సర్కారు వారికి సమాచారము తెలుపనియెడల వానికిని రోగికి వైద్యముచేయు వైద్యుడు అట్టి సమాచారము తెలియపర్చనియెడల వైద్యునకు శిక్షవిధింతురు. ఇప్పటికంటె ఈ విధి నింకను కఠినముగ నుపయోగించినయెడల ప్రజలకింకను మేలుకలుగును.

2 ప్రత్యేక పరచుట

రోగినందరును తాకి వానినుండి మైల నింటినిండ కలపకూడదు. రోగి సామాన్య సంసారి యయినయెడల నతనిని ఆసుపత్రికి పంపుట మేలు. మనయిండ్లలో నిట్టి రోగుల కుపచారము చేసికొనలేము సరేకదా అపేక్షను విడువజాలక బంధువులు స్నేహితులందరు రోగిచుట్టును చేరి వానివద్దనుండి వ్యాధి నింటింటికి వ్యాపింప జేయుదురు. ఆసుపత్రిలో నిట్టి వ్యాధులకు చికిత్స చేయుటకు ప్రత్యేకముగ నేర్చిన పరిచారికలెల్లప్పుడు సిద్ధముగ నుందురు. రోగియొక్క సౌఖ్యము నాలోచింతుమా ఆసుపత్రిలోనే సుఖము. మన మొక్కరుచేయు పనిని అక్కడ పదిమంది చేయుదురు. అదిగాక యక్కడివారలకు దిన దిన మలవాటయి యుండుటచేత ప్రతి చికిత్సయు

చక్కగ యథావిధిగ జరుగును. ఇంటిలోని ఇతర బంధువుల సౌఖ్య మాలోచించితిమా రోగి నాసుపత్రికి పంపుటయే యుచితము. తమ కావ్యాధి యంటుట కవకాశము తగ్గియుండును. రోగియందలి ప్రీతిచే రోగిని చూడవలయునన్న ఆసుపత్రికి పోయి దినదినము చూచుచుండవచ్చును. ఇట్లు చేయుటచేత వారు తమ కుపకారము చేసికొను చుండుట యేకాక వ్యాధి యొక్క వ్యాపకమును తగ్గించి దేశమునకుకూడ నుపకారులగుచున్నారు. రోగిని తమ యింటియందే ప్రత్యేకముగ నొక చోటనుంచి తగిన వైద్యుని పరిచారికలను పిలిపించి వలసినంత ద్రవ్యము ఖర్చుచేసి వైద్యము చేయించుకొనుటకు శక్తిగల వా రట్లు చేసిన చేయవచ్చును. అట్లు చేయవలెనన్న రోగి యొక్క సంరక్షకులు చక్కగ చదువుకొనినవారై ఈక్రింది సూక్ష్మములను శ్రద్ధతో గమనించువారుగ నుండవలెను.

i. రోగిని ప్రత్యేకముగ నొక గదిలో నుంచవలెను. ఈ గదిలోనికి చక్కగ గాలివచ్చునట్లు కిటికీలుండవలెను. ఈ గదిలోని యవసరమైన సామానులు అనగా పెట్టెలను తివాసులను, బట్టలను ముందుగా తీసివేయవలెను.

ii. ఈ గదిలోనికి పరిచారకులను తప్ప ఇతరులను పోనియ్యకూడదు. చీమలను ఈగలనుకూడ ఈగదిలోనికి పోనియ్యకూడదు. ఒకచో మనల నివి దాటిపోయినయెడల వీనిని గదిలోనే పట్టి చంపివేయవలెను. వీనిని పట్టుటకు జిగురుకాగి

తము లమ్మనని యిదివరలో చెప్పియున్నాము. ఎవ్వరైనను గదిలోని వారలతో గాని రోగితో గాని మాటలాడవలెననిన యెడల వెలుపలనే నిలుచుండి కిటికీలగుండ మాటలాడవలెను.

iii. కిటికీలను సాధ్యమయినంతవరకు తెరచియుంచవలెను.

iV. రోగి కుపచారము చేయుటకు ప్రత్యేకముగ నొకరిద్దరిని తగువారి నేర్పరచవలెను. మశూచకపు రోగుల కుపచారము చేయుటకు సాధారణముగ నిదివర కొకసారి యీ వ్యాధి వచ్చినవారైనయెడల మంచిది. వీరు మాటిమాటికి బయటికివచ్చి యితరులను తాకకూడదు. వీరి దుస్తులు ఉతికి ఆరవేసికొనుటకు తగినవిగా నుండవలెను. బూర్నీసులు శాలువలు మొదలగునవి సాధ్యమయినంతవరకు కూడదు. వీరు పనితీరినతోడనే మయిల బట్టలను విడిచి వేడినీళ్లలో నుడకవేసి స్నానముచేసి శుభ్రమైన బట్టలను కట్టుకొనిన పిమ్మటనే భోజనము చేయవలెను. రోగిని తాకినచేతులను మిక్కిలి శుభ్రముగ నయిదు నిమిషములవరకైనను తక్కువకాకుండ మందు నీళ్లలోముంచియుంచవలెను. గోళ్లలోని మట్టి సహితము మిక్కిలి శుభ్రముగా కడుగుకొనవలెను.

V. రోగియొక్క సంపర్కముగల పిల్లలను బడికిపోనీయకూడదు.

Vi. రోగినుండి వెలువడు విరేచనములను, మూత్రమును, గళ్లను, వాంతులను వేనినికూడ ముందు చెప్పబోవు

[ప్రకారము మందు నీళ్లతో కలుపకుండ గదిలోనుండి బయ
టికి పోనియ్యకూడదు. రోగి విడిచిన ఆహారాదులునుకూడ
మందునీళ్లతో కలుపకుండ బయటికి పోసీయరాదు. ఇట్టివానిని
మందు నీళ్లతోకలిపి పూడ్చివేయవలెను. లేదా ఊకతోకలిపి
కాల్చివేయవలెను. రోగియొక్క బట్టలను, గుడ్డలను, మందు
నీళ్లలో తగినంతకాలము బాగుగ నాననిచ్చి యుడకబెట్టి ఎం
డలో ఆరవేయవలెను. తడుపుటకు వీలు లేని వేవయిన యున్న
యెడల వానిని రెండు మూడు దినములు బాగుగ నెండలో
వేయవలెను. లేదా ఈ బట్టలింటిలో నితరు లుపయోగ పర
చినయెడల వ్యాధి వారలకంటుకొనుట సులభము.

viii. రోగికి నెమ్మదించినతరువాత మందునీళ్లతోనతని
శరీరమంతయు చక్కగ తుడిచి స్నానము చేయించవలెను.

ix. రోగిగదిని విడిచినతరువాత దానిగోడలను, నేలను,
చక్కగ మందు నీళ్లతో కడగవలెను. గోడలను కడుగుటకు
వెదురు పిచ్చి కారీలనుగాని బొంబాయి పంపునుగాని యుప
యోగించవలెను. లేదా నెరబీట్లలోని సూక్ష్మజీవులట్లనే దాగి
యుండి గదిలోనికి ముందురాబోవువారికి ఆ వ్యాధినంటింప
వచ్చును.

x. రోగి చనిపోయినయెడల నాతని శరీరమును మందు
నీళ్లతో తడిపిన బట్టలతో కప్పియుంచి తగినంత త్వరలో దవా
నాదులు చేయవలెను.

పైని చెప్పినవన్నియు సన్నిపాత జ్వరము, కలరా, మ శూచి, మొదలగు అనేక యంటు వ్యాధుల కుపయోగ పడును. కాని కొన్ని వ్యాధులలో వ్యాధిగ్రస్తులను ప్రత్యేక పరచుటకు వేరువేరు పద్ధతులుగలవు. చలిజ్వరపు రోగినుండి వ్యాధి యితరులకు రాకుండ జేయవలెననిన రోగిని దోమ తెరగల మంచము మీఁద పరుండబెట్టి వానినుండి చలిజ్వరపు విత్తనములను దోమలు తీసికొనిపోయి యితరులకు జారవేయ కుండ చూచుకొనవలెను. ఇట్టి నిబంధనలను ఆయా వ్యాధిని గూర్చి చర్చించునపుడు వ్రాసెదము.

బలవంతపు మకాములు

ఇంతవరకు వ్యాధిగ్రస్తులను మాత్రము ప్రత్యేక పర చుటనుగూర్చి చెప్పియున్నాము. ఒకానొకప్పుడు అంటువ్యాధి గలదను అను మానముగల వారిని వారితో సంపర్కము గల యితరులనుకూడ ప్రత్యేకముగ నొకచో నిర్బంధపరచి యుంచవలసివచ్చును ఒకయూరిలో కలరా యున్నదనుకో నుడు. ఆయూరి మనుష్యులెవ్వరును సమీపపు గ్రామములకు పోకుండ చేయగలిగితిమా ఆయూరివ్యాధి యితరగ్రామములకు పోకుండచేయవచ్చునుగదా! ఇల్లే యొక ప్రదేశమునందొక యంటువ్యాధి యున్నప్పుడు ఆ ప్రదేశమునుండి రైలుమార్గ మునగాని, పడవమార్గమునగాని, కాలినడకనుగాని యితర ప్ర దేశములకుపోవుప్రజలనందరిని వ్యాధిగలప్రదేశము దాటగానే

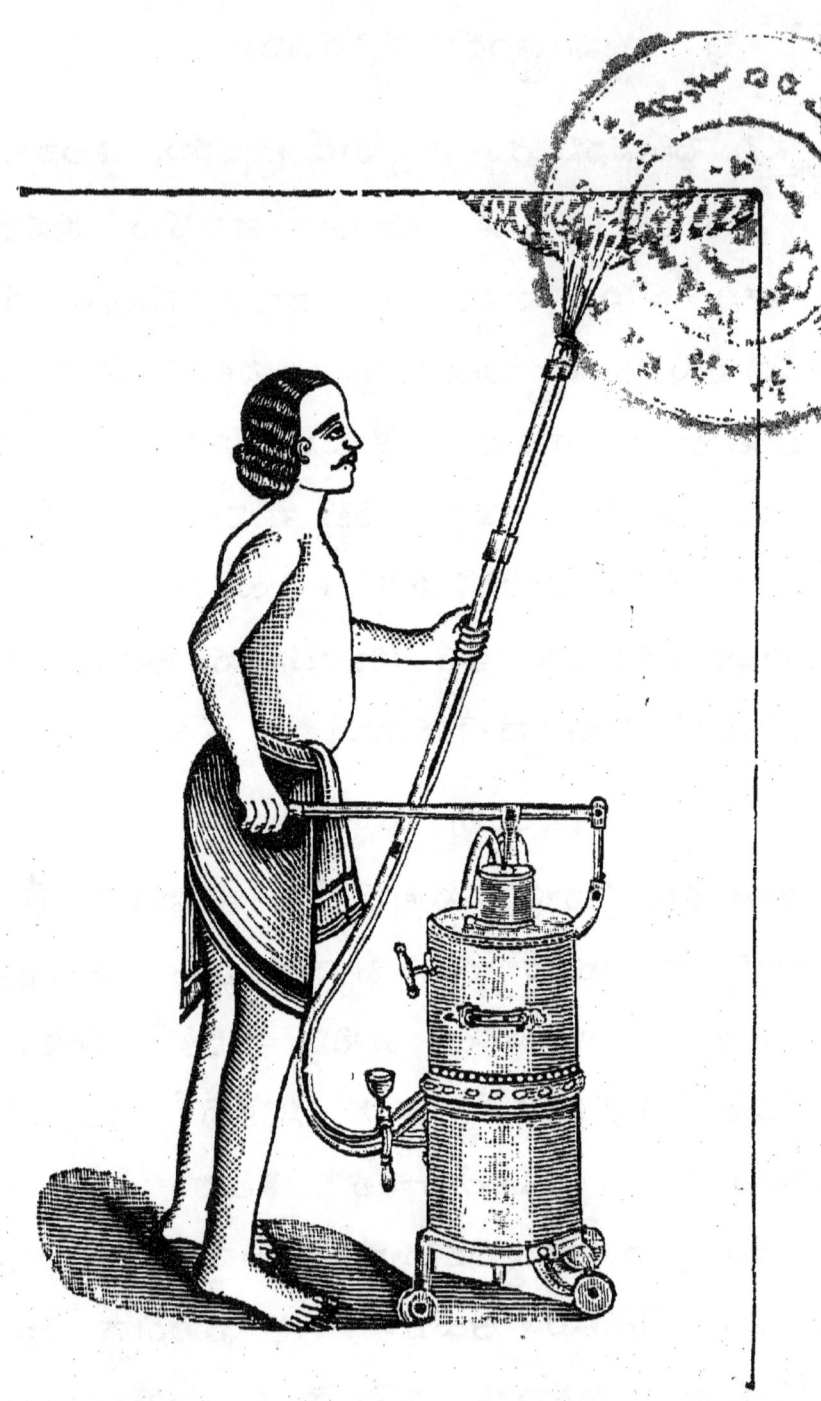

1. గోడలమీద మందునీళ్లను చల్లుట కుపయోగించు చిమ్మెడుగొట్టము. (Pump).

యెక్కడనై ననొకచోట బలవంతముగ ఆపి అనుమానము తీరువరకు వారలను శోధనలోనుంచి అంటువ్యాధి యేదియును లేదని దృఢమయిన పిమ్మట వ్యాధి లేనిదేశము లోనికి పోనియ్యవలెను. ప్లేగువ్యాధికి సాధారణముగ 10 దినములును, మశూచికమునకు 12 దినములు నిట్టి శోధనలో నుంచుదురు. అంటువ్యాధి కలదని యనుమానముగల దేశములనుండి వచ్చు యోడలను నియమముల ప్రకారము కొన్ని దినములవరకు రేవునకు వెలుపలనే కట్టియించి యందలి ప్రయాణికులను దిన దినము శోధించి చూతురు. వ్యాధిలేదని స్పష్టపడిన పిమ్మట నే యోడను రేవులోనికి రానిత్తురు.

ఇట్లు రోగము లేనివారిని రోగమున్న వారిని కూడ మధ్యమకాములలో బలవంతముగ నాపుటచే కొంత వరకు లాభమున్నను ఇబ్బందు లనేకములు గలవు.

1. వ్యాధియున్నదని చెప్పిన యెక్కడ బలవంతముగా నాపుదురోయను భయముచేత రోగులు వ్యాధిని దాచుదురు. తా మొక చోటనుండి వచ్చుచు, మరియొక చోటనుండి వచ్చు చున్నామని యబద్ధమాడి తప్పించుకొన ప్రయత్నించుదురు. ఒక దారిని మనము కాపలాపెట్టిన మరియొక తప్పదారిని పోవుదురు.

2. ఒకానొకప్పుడు మన మొకటి రెండు వారములు ప్రయాణికుల నొక్కచోట మకాము వేయించినయెడల, ఈ

మకాములలో వ్యాధిగ్రస్తులు వ్యాధిలేనివారు కలసియుండుట చేత నిక్కడ క్రొత్తవారికి వ్యాధి యంకురించి మనకు తెలియకయే వారితర ప్రదేశముల కా వ్యాధిని గొనిపోవచ్చును.

3. బలవంతపు మకాములలో బాటసారులకు భోజనాది సౌకర్యము లమర్చుట బహుకష్టము. అందుచే బడలియున్న బాటసారుల నీ యంటువ్యాధు లధికముగ బాధింపవచ్చును. కావున నిట్టి బలవంతపు మకాములచే ప్రజలను భీతిజెందించుటకంటె ప్రజలకు అంటువ్యాధియొక్క వ్యాపకమును వాని నివారణ పద్ధతులునుగూర్చి విషయములను బోధించుటకు సులభ శైలిని వ్యాసములు వ్రాసి విరివిగ పంచిపెట్టి ప్రజలకు వానియందు విశ్వాసము కలుగునటు చేయవలెను. అంటువ్యాధిగల చోట్ల కితర దేశములయందలి ప్రజలు పోకుండ వారికి బోధింపవలెను. అంటువ్యాధిగల ప్రదేశములనుండి వచ్చువారల కందరకు రహదారిచీటి (Passport) నొకదానినిచ్చి వారు ప్రతిదినము సర్కారు ఉద్యోగస్థుని పరీక్షలో నుండునట్లు తగు యేర్పాటుచేయవలెను. క్రొత్త ప్రదేశములలో నెక్కడనైన ఈ వ్యాధివచ్చినయెడల నీ రహదారి చీట్లమూలమున వెంటనే కనిపట్టవచ్చును. వారిని ప్రత్యేకముగా గ్రామమునకు తగినంత దూరములోనుంచి చికిత్సచేసి వ్యాధి యూరూరునకు వ్యాపింపకుండ చేయవచ్చును. ప్లేగు రహదారిచీట్లును బాటసారుల కిచ్చు నుద్దేశమిదియె.

౩. సూక్ష్మజీవుల సంహారము

ఇంతవర కంటువ్యాధుల సంపర్కము సాధ్యమైనంత వరకు లేకుండ జేసికొనుటను గూర్చి చెప్పియున్నాము, ఇంక నీ యంటువ్యాధులకు గారణభూతములగు సూక్ష్మజీవుల మీదికి దండెత్తవలెను.

i. వానికిని వాని సహకారులకును తినుట కాహార మును, నిలువ నీడయును, లేకుండ వానిని మాడ్చి నశింప చేయవలెను. (Starvation).

ii. సూక్ష్మజీవులు మనచుట్టునుండినను, అవి మన కంట కుండ నెవరి శరీరములను వారు కాపాడుకొన వలయును. (Personal precaution).

iii. అవి మన శరీరములో ప్రవేశించినను మనకు హాని కలుగకుండ రక్షణశక్తి కలుగ జేసికొనవలెను (Immunity).

iv. సూక్ష్మజీవులను వెదకివెదకి చంపవలెను. (Disin fecion)

౧. సూక్ష్మజీవులకుదగిన నివాసస్థానములును ఆహార మును లేకుండజేయుట.

సూక్ష్మజీవుల నివాసస్థానములగూర్చియు, ఆహారపద్ధ తులం గూర్చియు పైని వివరముగ వ్రాసియున్నాము. ఈగలు దోమలు మొదలగు జంతువు లీసూక్ష్మజంతువుల కెట్లు సహాయ పడునో యదికూడ వ్రాసియున్నాము. వానినన్నిటిని జక్కగ

గమనించుచు మనము నివసించు ప్రదేశములు మిక్కిలి పరిశుభ్రముగనుంచుకొనినయెడల నంటువ్యాధుల వ్యాప్తి మిక్కిలి తగ్గిపోవును. ముఖ్యముగ దోమలను రూపుమాపిన చలిజ్వర మడుగంటుననియు, ఈగలను రూపుమాపిన అనేక యంటు వ్యాధులు నశించుననియు నమ్మవలెను. ఆయా వ్యాధుల శీర్షికల క్రింద నాయాజాతి సూక్ష్మ జీవుల నెట్లు నివారింపవచ్చునో తెలియపరచెదము.

౨. మన శరీరబలమును గాపాడుకొని సూక్ష్మజీవులను చేరనీయకుండ జేసికొనుట రెండవ సాధనము. దేహదార్ఢ్యము తక్కువగనున్నపుడు సూక్ష్మజీవులు త్వరలో మనలను జయింపగలవని వెనుక వ్రాసియున్నాము. నిర్మలమైన వాయువు, నీరు ఆహారము మొదలైనవానినిగూర్చి మనముశ్రద్ధపుచ్చుకొనుచు సాధ్యమైనంతవరకు మనశరీరబలమును మనము కాపాడుకొనవలెను. సారాయి, నల్లమందు, గంజాయి మొదలగు పదార్థములు శరీరపటుత్వమును తగ్గించును. గావున వానిని విసర్జింపవలెను. పచ్చికాయలను, మాగిపోయిన కాయలను తినగూడదు. చెడిపోయిన మాంసము, చేపలు, వీనిని దినకూడదు. వివాహాదులందు జనసంఘములుచేరి మితిమీరి వేళతప్పి భుజింపరాదు. యాత్రాస్థలములలో నీ విషయమై బహు జాగ్రత్తగ నుండవలెను.

ఉపవాసములను పేర శరీర దార్ఢ్యమును బోగొట్టుకొనరాదు. ఆటలకొరకుగాని, విద్యాభ్యాసము కొరకుగాని, రాత్రులయం దధికముగ మేల్కొనరాదు. సగటున నారు లేక యేడుగంటల నిద్రయుండ వలయును. పిల్లలకు నెనిమిది గంటల నిద్రకు తగ్గియుండరాదు. బాల్య వివాహములు కూడదు. మితిమీరిన భోజనమువలెనే మితిమీరి సంభోగింపగూడదు. మనము బలహీనులమైనచో మన సంతానమంతకంటెను బలహీనమగును. బలముగలవారి శరీరములో సూక్ష్మజీవులు ప్రవేశించినను, సాధారణముగ వ్యాధులను గలుగజేయవు. మన శరీరబలమే దేశముయొక్క బలమని నమ్మి యెల్లప్పుడు నాత్మబలమును గాపాడుకొనవలయును.

3. రక్షణశక్తి గలుగజేసికొనుట (Immunity). దీని విషయమై యిదివరకే వ్రాసియున్నాము. ౧౧౩వ పుటను జూడుము.

౪. సూక్ష్మజీవులను వెదకి వెదకి చంపుట (Disinfection). దీనినిగూర్చి క్రింది ప్రకరణమున జదువగలరు.

పదమూడవ ప్రకరణము

సూక్ష్మజీవులను వెదకివెదకి చంపుట

ఏ పదార్థము నందైనను సూక్ష్మజీవులు లేకుండ జేసి కొనుటకే శుద్ధిచేసికొనుటయని చెప్పుదురు. సూక్ష్మజీవులెక్క డెక్కడయుండునో పైని చూపియున్నాము. ఇపుడు వానిని నశింపజేయు సాధనములం దెలిసి కొనవలయును. ఇట్టిసాధనము లనేకములు కలవుకాని, యందుగొన్ని సూక్ష్మజీవులను చంప గలిగినను మనకు కూడ హానికలుగజేయును. ఒక బట్టను సూక్ష్మజీవులంటి యున్నపుడు ఆబట్టను నిప్పులోగాని గంధక ధృతిలోగాని వేసినయెడల సూక్ష్మజీవులు నశించిపోవును, బట్ట యు నాశమగును. ఇట్టిపద్ధతివలన మనకేమి ప్రయోజనము? కాబట్టి, మన శరీరమునకుగాని వస్తువులకుగాని చెరుపుగలుగ జేయక యేపద్ధతులు సూక్ష్మజీవులను చంపునో యవి మన కుప యుక్తములు; అందును ఎవ్వి త్వరలో పనిచేయునో ఎవ్వి చవు కగను సులభముగను లభించునో వానిని మనము తరచుగనుప యోగపరచవలెను. ఇట్టి పద్ధతులలో మూడు విధములుగలవు.

i. దుర్వాసనను మాత్రమే పోగొట్టునవి.

ii. సూక్ష్మజీవుల యభివృద్ధినిమాత్రము మాన్పగలిగి వానిని జంపుటకంతగాశక్తిలేనివి.

iii. సూక్ష్మజీవుల రూఢిగ జంపునవి.

1. దుర్వాసనను మాత్రముపోగొట్టునవి

ఇవి కూడదని చెప్పుటకే వాని నీపట్టీలో చేర్చితిమి అత్తరు, పన్నీరు, అగరువత్తులు, మొదలగు కేవల సువాసన ద్రవ్యములు బొత్తిగ ప్రయోజనకారులుగావు. సూక్ష్మజీవులను చంపలేకపోవుటయుండగా, మనలను భ్రమపరచి మన మితరజాగ్రత్తలను తీసికొనకుండ జేయును. సాంబ్రాణి హారతి కర్పూరము మొదలగు వానికి సూక్ష్మజీవులను నశింపజేయు శక్తి కొంతవరకున్నను, వీనినిగూడ నమ్మరాదు. ప్రాణవాయువు, పొటాసియము పర్మాంగనేటు, హైడ్రోజను పరా క్సైడు, మొదలగుకొన్ని పదార్థములు దుర్వాసనను బోగొట్టుచు సూక్ష్మజీవులనుకూడ నశింపజేయును. ఇట్టివాని నుపయోగింపవచ్చును.

2. సూక్ష్మజీవులయభివృద్ధి నాపునవి

ఇట్టివి, ఉప్పు, పటికారము, బోరికామ్లము, (Boric acid) శాలిసికామ్లము (Salicylicacid) మొదలగు రసాయనిక పదార్థములు. ఇవిమన యాహారపదార్థములలో సూక్ష్మజీవులు చేరి కుళ్లిపోకుండ గాపాడుకొనుటకు మిక్కిలి యుపయోగకరములు. ఇవియున్నచో సూక్ష్మజీవులంతగా జేరలేవు. వీనిలో ననేకములు పుండ్లు పగైరాలు కడుగుకొనుట కుపయోగ పడును.

౪. రూఢిగ సూక్ష్మజీవులను చంపుపద్ధతులు

ఇందు ననేక పద్ధతులుగలవు. వానిలో గొన్ని మొండి వగు సూక్ష్మజీవులంగూడ చంపగలవు. మరికొన్నిటియందు తీవ్రము చాలక కొన్నిజాతుల సూక్ష్మజీవులను మాత్రము నశింపజేసి మరికొన్ని జాతుల సూక్ష్మజీవుల కపకారము జేయజాలవు. కొన్నిపద్ధతులచే సూక్ష్మజీవులు చచ్చునుగాని వానిగ్రుడ్లు నశింపక యుండి పిమ్మట కొంతకాలమున కాగ్రుడ్లు పెరిగి సూక్ష్మజీవులై మన కపకారము జేయగలవు. కాబట్టిమన మీపద్ధతుల నేరుకొనుటలో మిక్కిలి మెలకువగ నుండవలెను.

ఒకానొక వస్తువు సూక్ష్మజీవులను చంపుటకుశక్తికల దని మాత్రము మనము తెలిసికొనిన జాలదు. ఎంతమందును ఏవిధముగ నుపయోగించిన ఎట్టి సూక్ష్మజీవులను ఎంతకాల ములో చంపునను విషయము మనము మిక్కిలి చక్కగ నెరుగవలయును. ఇవిగాక యేవేవి సూక్ష్మజీవులు నివసించు స్థలము లన్నిటిలోనికి దూరుకొనిపోగలవో యేవియట్లుపోజా లవో అదికూడ మనము గమనింపవలెను. ఎట్లన గోడలలో నుండు నెరబీటలు, కన్నములు మొదలగువానిలోనికి చూర్ణ ములుగానున్న మందులను ప్రవేశ పెట్టవలెననిన మిక్కిలి కష్టను. ద్రావకములైనయెడల చిమ్మెతుగొట్టముల (పిచ్చికారి) ద్వారా కొంతవరకు ఎక్కించవచ్చును. లేదా ఆవిరిరూపమున నయిన ఇంతకంటె సులభముగ దానిని వ్యాపింపజేయ

వచ్చును. కొన్నిమందులు కొన్నినిమిషములలోనే సూక్ష్మజీవులను నశింపజేయు శక్తిగలవి. మరికొన్ని కొన్ని గంటలవరకు సూక్ష్మజీవుల నంటియుండినగాని వానిని చంపజాలవు. పైజెప్పిన విషయములలో దేనిని మనము గమనించక పోయినను మన మీమందుల నుపయోగించుటవలన మన కుపకారము కలుగకపోవుట నరేకదా, పై పెచ్చు అపకారము కలుగును. ఏలయన మనము మందులనుపయోగించి సూక్ష్మజీవులను, అంటువ్యాధిని నశింపచేసితిమిగదా యను వట్టిభ్రమచే,గర్వపడి మెలకువగ నుండము. అందుచేత అంటువ్యాధి ప్రబలి మనల కని వార్యమగును. కావున నేయేమందు నెంతెంత యుపయోగించిన యేయే స్థలములందెక్కువ యనుకూలమో యోచించి మనము అంటువ్యాధుల నివారించు మందులను ఏర్పరచుకొనవలెను. ప్రసిద్ధికెక్కిన ప్రొఫెసర్ కాకు (Koch) అను శోధకుడు వేయి ఘనపుటడుగుల పరిమాణముగల గదిలోని సూక్ష్మజీవులను ముప్పది నిమిషములలో చంపుటకు ఒక పవును (40 తులములుగల) గంధకమును పొగవేయవలెనని కనుగొనెను. అప్పటికికూడ కొన్ని సూక్ష్మజీవుల గ్రుడ్లు చావకపోవచ్చును. ఇవిగాక బట్టల మడతలలోను పరుపులలోని ఖాళీస్థలములలోను దాగికొనిన సూక్ష్మజీవులవరకు పొగవ్యాపింపక పోవచ్చును. పైగ యీ పొగ తలుపులు, కిటికీలు ఇంటిమీది పెంకుల మధ్యనుండు సందులు మొదలగు వానిగుండ యెంతపోవునో ఆ యా

యిండ్ల నిర్మాణమును బట్టి తెలిసికొనవలెను. గంధకపు పొగ చాలునా చాలదా యనునది క్రిందివిధముగ తెలిసికొన వచ్చును. ఆ గదిలో నొక తెరపియయినచోట అనగా నొక బల్లమీద నొక రెండణాకాసును, ఒక చొక్కాజేబులో కాని బట్టమడతలోకాని మరియొక రెండణా కాసును పెట్టి, మూసి యున్న రెండణా కాసు నల్లబడినదా లేదా చూడవలెను. నల్లబడినయెడల పొగ చక్కగ వ్యాపించినట్లెంచవలెను. ఇంకొక ఉదాహరణము. కలరా మొదలగు వ్యాధిగ్రస్తుల విరేచనములలో నుండు సూక్ష్మజీవులను చంపుటకు సౌవీరపు మందు నీళ్లు మిక్కిలి ఉపయోగకరమైనది. ఒక పాలు సౌవీరము రెండువేలపాళ్లు నీళ్లలో చేర్చినను ఆ నీళ్లు అయిదారు నిమిషములలోనే సమస్తవిధములైన సూక్ష్మజీవులను చంపగలవు. అయినను లెక్కలేకుండ ఈ మందు నీళ్లను కొంచెమెత్తుకొని అద్దెడు లేక కుంచెడు నీళ్లతో కలసియుండు విరేచనమునందుగాని వాంతియందుగాని దానిని కలిపిన యెడల సూక్ష్మజీవులు చచ్చినవా లేదా యెంతసేపటికవి చచ్చునను విషయము తెలిసికొనుట కవకాశము లేదు. కాబట్టి ఈ మందులను మితిలేకుండ నుపయోగింపక, మనము కలపబోవు పదార్థముతో చేరినతరువాత ఏర్పడు మిశ్రమపదార్థములో వేయిపాళ్లకుగాని రెండువేల పాళ్లకుగాని ఒక పాలు సౌవీరముండునట్లు చూచుకొనవలెను. లేదాపైనిచెప్పిన ప్రకారము

కుంచెడు కల్మషపునీళ్లకు, వేయిపాళ్లు నీళ్లకొక పాలుగల సౌవీరపు మందునీళ్లను సోలెడో తవ్వెడో చేర్చుకొనునెడల పది వేలపాళ్లు కల్మషపు నీళ్లకు ఒక పాలైన సౌవీరముండునో యుండదో సందేహము. కాబట్టి ఇట్టిమందుల నుపయోగింపుచున్నప్పుడు మిక్కిలి బలహీనమగు ద్రావకముల నుపయోగింపక తీవ్రమయిన గుణముగల పదార్థములనే ఉపయోగింపవలెను. ఎట్లనగా ఒక శేరు కల్మషపునీళ్లకు 10 శేరులు సౌవీరము చేర్చినయెడల రమారమి వేయింటి కొకపాలు సౌవీరము చేర్చినట్లగును. కాని అప్పటికప్పుడు చూర్ణముచేసినను సౌవీరమును కల్మషపు నీళ్లలో చక్కగ కరుగునట్లు కలుపుటకు తగిన అవకాశమును, అనుకూలమును నుండదు. కావున అంతకు ముందే నూటి కొకపాలుచొప్పున నీళ్లలో సౌవీరమునుకలిపి ద్రావకముగాచేసి నిలవయుంచుకొని ఆ ద్రావకమును శేరు కల్మషపు నీళ్లకు అరసోలెడు కలిపిన రమారమి వేయింటికి ఒకపాలు సౌవీరము చేరియుండును. ఇప్పుడు మందు చక్కగ కలసి మూలమూలలనుండు సూక్ష్మజీవులను చంపునట్లు కల్మష పదార్థమును దేనితోనైనను కలగబెట్టవలెను. తగినంత పలచగ నుండని యెడల నీళ్లు పోయవలెను.

తడిలేని వేడి (Dry heat)

అనగా నీటియావిరిలేని వేడిగాలి: సూక్ష్మజీవులను చంపు శక్తులలో వేడి మిక్కిలి యుపయోగకరమైనది. 100*

---

* నూరు డిగ్రీల వేడి యనగా సల సల కాగు నీటియొక్క వేడి.

డిగ్రీల వేడిగల గాలిలో సూక్ష్మజీవులన్నియు 1½ గంటలో చచ్చును. కాని వీనిగ్రుడ్లు కొన్ని 140 డిగ్రీల వేడివరకు హెచ్చించినను మూడు గంటలవరకును చావవు. శిలీంధ్రము జాతి అనగా బూజు మొదలగువాని విత్తనము. 110—115 డిగ్రీలవరకుగల వేడికి చచ్చును. క్షయ మొదలగు ననేక సూక్ష్మజీవులు సామాన్యముగ 60 డిగ్రీల వేడికి 1 గంటలోను, 90 డిగ్రీల వేడికి నైదు నిమిషములలోను చచ్చును. ఇంత వేడిగాలిలో గంటలకొలది విలువబట్టల నుంచునెడల నవి సాధారణముగ పాడైపోవును. కావున పుస్తకములు తోలు పెట్టెలు, చెప్పులు మొదలగువానిని తప్ప తక్కినవానిని శుద్ధి చేయవలయునని పొంగునీళ్లలో నుడకపెట్టుటకాని 100 డిగ్రీల వేడిగల నీటియావిరితో బెట్టుటకాని మిక్కిలి యుపయుక్తము. నీటిలోగాని నీటియావిరిలోగాని కొంతసేపుంచినను బట్టలు మొదలగునవి పాడుకావు. ఇదిగాక వట్టివేడికంటె నీటితో గూడినవేడి యెక్కువ శీఘ్రముగ వ్యాపించును. ఈ వేడి నీటి యావిరితోపాటు బట్టలయొక్క మడతలన్నిటిలోనికి తప్పక ప్రవేశించును. ఇందుచేత 100 డిగ్రీల వేడిగలనీటిలో నుంచిన యెడల 15 నిమిషములలో సూక్ష్మజీవులు సామాన్యముగ నన్నియు చచ్చును. పైని చెప్పినప్రకారము నీటియావిరితో బట్టలను, ఇతరవస్తువులను శుద్ధిచేయు యంత్రములు సామాన్యముగ నన్ని యాసుపత్రులలో నుండును. కొన్ని శస్త్రసాధన

ములను వేగముగ శుద్ధిచేసికొనవలసి యున్నపుడు సలసల కాగు
చమురు నుపయోగించుట యుక్తము. నీటికంటె ననేకరెట్లు
వేడిగనుండుటచే నిది శీఘ్రముగను నిశ్చయముగను సూక్ష్మ
జీవులను నశింపజేయును.

దగా మందులు

వేడిగాక సౌవీరము మొదలగు కొన్ని మందులు శుద్ధి
చేయుట కుపయోగించునని పైని చూచియున్నారు. ఈ బాబ
తులో లెక్కలే నన్ని మందుల నిప్పుడు బజారులో నమ్ముచు
న్నారు. అందు పండ్లపొడులు, తామరమందులు, గాయము
లకు తైలములు అంజనములు మొదలగు పేరులతో ననేక
వస్తువులు మిక్కుటమైన ప్రకటనాడంబరములతో వేనవేలు
పేటెంటుమందులు గలవు. ఇందులో ననేకము నియమిత
మైన పాళ్లులేకుండ నేదో యొక విధమున తయారు చేయబడి
యుండును. ప్రకటనలు మాత్రము బలముగ నుండును. ఇట్టి
వానిని జూచి ప్రజలు భ్రమపడి వాసి నుపయోగించి మోస
పోవుచున్నారు. వీనిచే తమ వ్యాధి కుదురునను వట్టి యాస
విడువక పోవుటచేత వ్యాధికి దగు చికిత్సచేయక ముదర బెట్టి
కొని తుదకు అసాధ్యవ్యాధుల పాలగుచున్నారు.

వేలకొలది దగాచేయుమందులలో కొన్నిటిని బ్రిటిషు
మెడికల్ అసోసియేషన్ వారు పృథక్కరించి యనగా విడదీసి
శోధించి యే యే మందులో నే యేవస్తువు లెంతెంత చేరి

యున్నవో దాని నిజమైన వెల యెంతయో మోసగాండ్రమ్మెడు వెల యెంతయో యీ విషయములన్నిటిని కనిపట్టి ప్రతినెల యందు తమ పత్రికలో ప్రకటించుచున్నారు. కాని యిందలి విషయములు వైద్యులకేగాని ప్రజలకు చక్కగా తెలియవు. ఇట్టిదగామందులను అమ్మకూడదని యొక ఆక్టు నేర్పరుపవల యునని పార్లమెంటువారిని బ్రిటిషుమెడికల్ అస్సోసియేషన్ వారు కోరియున్నారు. వారు శోధించినమందు నొక దానిని గూర్చివారువ్రాసినవిషయమును మేముసంక్షేపముగ నుదాహ రించినయెడల ప్రస్తుతము మన దేశమందెల్ల వ్యాపించియున్న యిట్టి మందుల ప్రకటనలయొక్క నిజమైన విలువ మీకు తెలియగలదు. జాంబక్* (Zambak) అను తైలము పేరు మీరు వినియుండవచ్చును, దీనిని లండనులో నొక కంపెనీ వారు తయారుచేయుదురు. జాంబక్ తైలములో గూడ జాం బక్ సబ్బునుగూడ నుపయోగించుట మంచిదని యీ కంపెనీ వారు సిఫార్సుచేయుదురు. ఈ మందును పంపుపెట్టెలో నీదిగువ కనుపరచినప్రకార మొక ప్రకటన యుండును.

"కొన్ని యోషధులనుండి పుండు మాన్పుగుణము మిక్కిలి యధికముగను, అద్భుతముగను గల కొన్నిరసము లును మేము గ్రహించితిమి. అధికవ్యయముతో జేరిన శోధ

* రహస్యపుమందులు (Secret Remedies) వాల్యూం 1. పేజీ 111 జూడుము.

నల పర్యవసానముగా నీ రసములన్నియు నెట్లు మిళితము లగునో కనుగొంటిమి. ఇట్లుచేయగా నిర్మలమును, ఆరోగ్యకర మును అయినట్టియు, క్రొత్తచర్మమును పెంచుశక్తి నిశ్చయ ముగ గలిగినట్టియు మందు నొకదానిని కడపట గనుగొంటిమి. దానికే జాంబక్ అనిపేరు పెట్టితిమి, ఎక్కడనైనను కొంచెము నొప్పియెత్తినప్పుడు డాభాగమును చేతితో రుద్దుట సృష్టి యం దెప్పుడు పుట్టినదో అప్పుడే మానవుని ఉపయోగార్థము సృష్టిలో పుట్టిన వస్తువులెవ్వియో అవియన్నియు ఈ జాంబక్ నందిమిడియున్నవని చెప్పవచ్చును. ఈ క్రిందివివరించిన వ్యాధు లకు తనతో సమానమైనది లేదని జాంబక్ తానే రుజువుచేసి కొని యున్నది.

'తెగినగాయములకు, కవుకు దెబ్బలకు, కాలిన పుం డ్లకు, బొబ్బలకు, కొట్టుకొని పోయిన గాయములకు, మానని పుండ్లకు, లభపూరితమైన గాయములకు, ముక్కలు చెక్క లుగా చిలికిన గాయములకు, పురాతనపు పుండ్లకు, బెణు కులకు, బరువుమోయుటచే పట్టిన పట్టులకు, వాపులకు, కుక్క కాటులకు, పిల్లిగక్కులకు, మొండిపుండ్లకు, గజ్జికిని;'

'తేనెటీగలు, కందిరీగలు, జెఱ్ఱులు, తేళ్లు వీనికాటు లకును, ప్రాకెడుపుండ్లకు, బొవ్వులుపడిన పుండ్లకు, తామరకు అప్పుడు పుట్టినదైననుసరే మిక్కిలి పురాతనపుదైననుసరే, ఏను గుగజ్జికి, పొడలకు, పోతరపు పొక్కులకు, ఉడుకుపొక్కులకు

కురుపులకు, సెగగెడ్డలకు, రాచపుండ్లకు, గండమాలకు, కొంకర్లుపోవుటకు, మంగలవాడంటించు చిడుమునకు, ఉడుకుచే శరీరము పేలుటకు, ఉడుకుబొబ్బలకు, మంత్రపు పొక్కులకు, చుండునకు, తలదురదకు, ఇంకను నెత్తిమీదనుండు ఇతరపుండ్లకు, జలుబునకు, చలికుదుపునకు, నీళ్లలోనాని మెత్తబడిన చేతులకు, పగిలిన పెదవులకు, క్షౌరపుకాటులకును:'

'కందినచోట్లకు, పగిలిన చను మొనలకు, బిళ్లవాపులకు, వాచిన కీళ్లకు, కుంటులకు, మూలవ్యాధులకును, ఆసనమునొప్పికి, వీపుపుండ్లకు, బలహీనమైన చీలమండలకు, అరికాలుమంటలకు పుండ్లకు పోట్లకును; పాదముల చెమటలకును, బరుకులకును, కాయలకును, ఉప్పునీటి పుండ్లకును, జాంబక్ అసమానమైనది.'

'వేలువాయువు నందును, నడుమునొప్పియందును, నరముల నొప్పియందును, కాళ్లుతీయుటలందును, పంటినొప్పులయందును, నొప్పిగలభాగములలో చక్కగరుద్దినయెడల జాంబక్ వలన అధికమైన సుగుణమగును. ఇది సర్వవిధములగు వాపులను, దురదలను, మంటలను అణచివేయును.'

ఈప్రకారము ఇంగ్లీషున యేమో వర్ణించియున్నది. సరియయిన తెలుగు పదముల దొరకక కొన్నివ్యాధుల పేర్లను మేము విడిచిపెట్టి యున్నాము. పైనివ్రాసిన దానినిబట్టి యేయేవ్యాధులలో నేమందు ఉపయోగమో మీకు బోధపడి

యుండదా! మేము మాస్వంత వ్యాఖ్యానమేమియును చేయనవసరములేదు. ఇన్నివ్యాధులకు సిద్ధౌషదమగు నీ ఘనమైన మందులో నేయే ద్రవ్యములు చేరియున్నవో తెలిసికొనినయెడల పీనిరహస్యము తేలిపోవును. రహస్యములను మిక్కిలి వ్యయపడియాసలకోర్చి బ్రిటిష్ మెడికల్, అసోసియేషన్ అనగా బ్రిటిష్ వైద్యసంఘము (British Medical Association) వారుకనిపెట్టి ప్రజలయుపయోగార్థమై రహస్యపు మందులు (Secret Remedies) అను గ్రంథముగాకూడ ప్రకటించి యున్నారు.

దేవదారుతైలము (Eucalyptic oil)	14	పాళ్లు
తెల్ల గుగ్గిలము (Pale resin)	౭0	,,
కొవ్వు	6౯	,,
ఆకుపచ్చరంగు	స్వల్పము.	
మొత్తము	100	పాళ్లు.

ఈ పాళ్లప్రకారము పైమందులను కలిపి కొంచెమాకుపచ్చనిరంగుచేర్చగా తయారైనమందు సర్వవిధములను అసలు జాంబక్‌ను పోలియున్నది. రెండుతులముల జాంబక్ యొక్క నిజమైనవెల కాలుపెన్ని అనగా మూడుదమ్మిడీలని ఈ అసోషియేషన్ వారు నిర్ధారణ చేసియున్నారు. ఇప్పుడు చెన్నపట్టణములో నిదే మందును డబ్బీ ౧కి ఒక రూపాయవంతున నమ్ముచున్నారు. మితిలేకుండ వార్తా పత్రికలలో డంబముగ ప్రకటింపబడు నిట్టిమందులయొక్క రహస్యమెరింగిన వారెవ్వ

రును వీనిని కొని మోసపోక యుందురను నమ్మకముతో నింతగ వ్రాసియున్నాము.

ఇట్టి తైలములను, అంజనములను, మాత్రలనుకొని ధనము వ్యయపడ తుదకు పిచ్చియెత్తిన వారలనుగూర్చి మేము విని యున్నాము. అజ్ఞాన దశయందున్న మన దేశమునందిప్పు డితర దేశంబులయందుకంటె నీ దగామందుల బాధయెక్కువగ నున్నట్లు తోచుచున్నది. క్రూరమగు నంటువ్యాధులకు పరిహార ముగ నుపయోగించు మందులలో నిట్టివాని నుపయోగింపక తగినవైద్యులచే శోధింపబడిన మందులను మాత్రము నుపయో గింపవలెను. అట్టివానిని కొన్నిటి నీక్రింద వివరించియున్నాము.

నిజముగ శుద్ధిచేయు మందులు

ఇందు కొన్నిటి వెల అధికమగుటచేత వానిని సర్వత్ర ఉపయోగించుటకు వీలులేదు. ఇందుచే ఇండ్లలో నుపయోగించు మందులు వేరుగాను, జలదారులు, మరుగుదొడ్లు మొదలగు వానిని శుద్ధిచేయుట కుపయోగించు మందులు వేరుగాను, చేతులు కాళ్లు మొదలగునవి శుద్ధిచేసికొనునవి వేరుగా నుండును.

1. కార్బాలికు ఆసిడ్డు (కార్బాలికామ్లము -Carbolic acid). నీళ్లుచేరని కార్బాలికామ్లము చేతిమీద పడిన చేయి కాలి పుండుపడును. చాలనీటితో కలిసియున్నప్పుడు సూక్ష్మ జీవులను మిక్కిలి వేగముగ చంపుగుణము దీనియందంతగా

లేకున్నను, సామాన్య ద్రావకము సూక్ష్మజీవుల పెంపును నిశ్చయముగ నణచి వేయగలదు. ఇది సౌవీరద్రావకమువలె ఆయుధములను పాడు చేయదు. అందుచేతనే దీనిని శస్త్ర వైద్యులు ఆయుధములను శుద్ధిచేసికొనుటకు హెచ్చుగ నుపయోగింతురు. నూరుచుక్కలనీళ్ల కొకచుక్క కార్బాలి కామ్లముగల నీటిలో దొమ్మ (Anthrax) సూక్ష్మజీవులుచచ్చుటకు రెండుదినములు పట్టుననియు, టైఫాయిడుసూక్ష్మజీవులు జీవించి యుండగలవనియు ప్రొఫెసరు కాకు అనువారు వ్రాసి యున్నారు.

సీమ సున్నమువంటి యేదోయొక పదార్థమునందు నూటికి ఇంత అని లెక్కచొప్పునకర్బాలి కామ్లమునే కలిపి బజారులో అనేక కార్బాలికు పొడుములు అమ్ముదురు. వీనిలో యెన్నిపాళ్లు కర్బాలి కామ్లమున్నదో నిశ్చయము తెలిసియున్నగాని, వీని నుపయోగించి ప్రయోజనము లేదు. నూటికి 15 పాళ్లకంటె తక్కువగ నున్నమందులు అంటువ్యాధులను నివారించునని బొత్తిగ నమ్మకూడదు. ఫినైలు అని అమ్మబడు ద్రావకములోకూడ ఈకర్బాలికామ్ల సంబంధమైన వస్తువులే కలవు. చేతులు కడుగుకొనుటకు నూటికి 2 మొదలు 5 వరకు ఈ కర్బాలికు ఆమ్లమును వేడినీళ్లలో చక్కగ కలియునట్లు కలిపి ఉపయోగింపవలెను. చన్నీళ్లలో నిది కలియక బొట్లు బొట్లుగానుండును. అట్టినీళ్లలో చేతులుకడిగిన పుండ్లుపడును.

ఇప్పుడు క్రీసాలు, (Cresol) లైసాలు (Lysol) క్రియాలిన్ (Creolin) ఐజాల్ (Izal) లైసోఫారం (Lysoform) సిల్లిన్ (Cyllon) మొదలగు అనేకమందులు విక్రయమునకు దొరకును. ఇవి కార్బాలికామ్లముకంటె శుద్ధిచేయుశక్తి కొంచెము హెచ్చుగగలవి. ఇవి చేతులయందంతగా మంట పుట్టింపవు. నీళ్లలో దానికంటె సులభముగ కలియును. కాని వెల కొంచెమధికము.

2. ఫార్మలిను (Formalin). ఇది కార్బాలికామ్లము కంటె తీవ్రమైనశక్తిగలది. కర్బాలికామ్లమువలె విషముకాదు. పాలు, చేపలు మొదలగు భోజన పదార్థములలో సూక్ష్మ జీవులుచేరి పాడుకాకుండ ఈ ఫార్మలినును కొందరిప్పుడుపయోగించెదరు. నూరుపాళ్లు నీళ్లలో రెండుపాళ్లు దీనిని చేర్చిన ద్రావకము 15 నిమిషములు మొదలు గంటలోపల సూక్ష్మ జీవుల నన్నిటిని చంపివేయును. సౌవీర ద్రావకమువలె నిది సబ్బునీటిని విరిచివేయదు. కాబట్టి చేతులు తోముకొనుటకేమి ఆయుధములు బట్టలు మొదలగునవి శుద్ధిచేసికొనుటకేమి ఇది మిక్కిలి ఉపయోగకరము. కోసివేసిన కంతులు మొదలగు వానిని నిలువచేయుటకు ఇది మిక్కిలి యనుకూలమైన ద్రావకము.

3. సౌవీర ద్రావకము (Mercuric chloride or Corrosive Sublimate) తీవ్రమునందును, చౌకదనమునందును, ఇది

అన్నిటికంచె ఎక్కువ ఉపయోగకరమైనదని చెప్పవచ్చును కాని అతిప్రమాదకరమైన విషమగుటచే దీనిని కొందరు బహిష్కరించుచున్నారు. ౩ గురిగింజలెత్తు తినినయెడల మను ష్యుని చంపుటకు చాలును. ఇట్టి ప్రమాదము లనేకచోట్ల కలిగియున్నవి. కలరా వ్యాధివచ్చిన ఇంటియందు ఈ మం దును మాత్రల రూపముగనుంచుకొని యొక్కొక మాత్రను కొలతప్రకారము తగినన్ని నీళ్ల లో వేసి కలిపి ఆ నీళ్ల లో తరు చుగ చేతులను కడుగుకొనుచుండవలెను. కాని ఈమాత్రలను ఏర్పాటుగ నొక చోట బెట్టుకొని ఇతర మందులతో కలియ కుండ జూచుకొనవలెను. మిక్కిలి ఆప్తులగు రోగులు చని పోయినప్పు డా యింటిలోని స్త్రీలు మొదలగు వారిమాత్ర లను సంగ్రహించి మ్రింగి ఆత్మహత్య చేసికొనకుండ నెల్ల ప్పుడు జాగ్రత్తగ నుండవలెను. సౌవీర ద్రావకమును తయారు చేసికొను మాత్రలలో నెల్లప్పుడు కొంత నీలిఃయుందుకాని మరి యే దైన రంగుగాని కలిపి యీ మందునీళ్లను తక్కినమందుల నుండి గుర్తించుటకు వీలుగా చేసికొనవలెను.

ఒక పాలు సౌవీరము పదివేల పాళ్లు నీళ్ల లో చేరియు న్నను, ఆ ద్రావకము సామాన్యముగా నన్ని జాతులసూక్ష్మ జీవులను చంపగలము. వేయింటికొకపాలు సౌవీరముండిన మందునీళ్లు నిశ్చయముగ నన్ని జాతుల సూక్ష్మజీవులను రెండు మూడు నిమిషములలో నే చంపివేయును. వివేచనము,

10

మూత్రము, వాంతి, కఫము మొదలగు పదార్థములందలి సూక్ష్మజీవుల నశింపజేయుటకిది పెట్టినదిపేరు. సామాన్యముగ నూటికొకపాలు సాపీరమును, 10 పాళ్లు ఉప్పును, 89 పాళ్లు నీళ్లును జేర్చి యొక ద్రావకముగ జేసి దానిని నిలవ ద్రావకముగ నుంచుకొని దానిలో నొకటికి పది లేక యిరువది పాళ్లు నీళ్లుచేర్చి, ఒకటికి వేయి లేక రెండువేల పాళ్లుగల ద్రావకముల నప్పటి కప్పుడు తయారుచేసికొని యుపయోగించుకొనవలెను. లేదా మనకు కావలసిన పాళ్లతో ద్రావకము నెప్పటికప్పుడు తయారు చేసికొనుటకై యేర్పడిన రకరకముల మాత్రలిప్పుడమ్ముచున్నవి. వానినిగూడ నుపయోగింపవచ్చును. ఇది ప్రబలమైన విషమని మాత్రము మరవగూడదు. ఇందు పాదరసము చేరియున్నది. ఇది లోహపాత్రములను చెరిచివేయును. సబ్బునీళ్లను ఇది విరిచివేయును.

4. తుత్తినాగ హారిదము (Zinc chloride). ఇది నూటికి పాళ్ల నీటి కొకటిచొప్పున జేర్చిన సూక్ష్మజీవుల పెంపు నణచివేయును. నూటికి ౨ మొదలు ౫ పాళ్లవరకుజేర్చిన సామాన్యముగ నన్ని సూక్ష్మజీవులను చంపును. ఈ ద్రావకముల వలన బట్టలుగాని, ఆయుధములుగాని లోహపాత్రములుగాని చెడిపోవు.

5. గంధకము. గంధకమును కాల్చుటచే వచ్చుపొగ సూక్ష్మజీవులను చంపుటలో మిగులశక్తిగలదికాని యిదితడితో

జేరినపుడే సూక్ష్మజీవులను జంపగలదు; పొడిగా నున్నపుడిది సూక్ష్మజీవుల నంటలేదు. కావున గదులలో పొగవేయునపుడు గోడలమీదను, దుస్తులమీదను సామానులమీదను నీళ్లను చక్కగ చిలకరించి చల్లవలెను. ఇట్లు తడితో గూడినప్పు డిది బట్టలకు వేసిన తొగరు, జాబరా మొదలగు చెట్లసంబంధమైన రంగుల నన్నిటిని తినివేయును. కాబట్టి యన్నిచోటుల నీపొగ నుపయోగించుటకు వీలుండదు. ఈ పొగయొక్క ఘాటు ముక్కురంధ్రములకును, గొంతుకకును మిక్కిలి ప్రతికూలమైనది. గాలిలో నూటికైదుచొప్పున నీ పొగచేరియున్న యెడల మనుష్యు లది పీల్చి బ్రతుకజాలరు. పట్టి గంధపుపొడి తనయంతట నది సామాన్యముగా నిప్పంటించిన కాలదు. అందుచేత నెఱ్ఱగగాలిన ఇనుప మూకుళ్లలో వేసిగాని, ఊకతో జేర్చిగాని దీనిని గాల్పవలెను.

6. బోరికామ్లము (బోరిక్ ఆసిడు Boric acid) దీనిని శస్త్రవైద్యులు హెచ్చుగ నుపయోగింతురు. ఇది మంటలేని మందు. కంటియందుగూడ నుపయోగింపవచ్చును. సూక్ష్మజీవుల నొక్కపెట్టున నిది చంపలేదుగాని వానివృద్ధి నాపి వేయును. నిలువచేసికొను పదార్థములను క్రుళ్లకుండ జేయుటకు దీని నుపయోగింతురు. తీవ్రమధికముగ లేనిదగుటచేత నంటు వ్యాధుల నాపుటకుగాను శుద్ధిచేయుమందులలో జేర్చుటకు దీని కంతగా హక్కు లేదు.

7. పులుసు పదార్థములు (ఆమ్లములు Acids). గంధక ధృతి మొదలగు తీవ్రమైన ఆమ్లములలో సూక్ష్మజీవులు క్షణములో చచ్చునుగాని వానిని వాడుకగా నుపయోగించుటకు వీలులేదు. ఇవి యేవస్తువును తాకిన నది కాలిపోవును. కాని మిక్కిలి తక్కువతీవ్రముగల నిమ్మపండు పులుసువంటి దానికి గూడ సూక్ష్మజీవులను చంపునట్టి శక్తిగలదు. ఆరోగ్యవంతుని పొట్టలో ఊరు జాఠరరసము (Gastric juice) నందుగల హైడ్రోక్లోరికు (Hydro-chloric acid) ఉదజనహరితామ్లము, కలరా సూక్ష్మజీవులను చంపగలదు. అందుచేతనే కలరా సూక్ష్మజీవులతో గలసిన నీళ్లు త్రాగినను అన్నము తినినకూడ గొందరకు కలరా వ్యాధియంటక పోవచ్చును. లిమనేడు, లైమ్ జూసు సోడా మొదలగు పుల్లనినీళ్లను త్రాగుటవలననుకూడ జాడ్యములదినములలో గొంత యుపయోగకరము. రెండువేల పాళ్ల నీటికి నొకపాలు గంధకధృతిచేరిన నా నీటిలో కలరా సూక్ష్మజీవులు వెంటనే చచ్చునని కొందరు శోధకులు వ్రాయుచున్నారు. దీనినిబట్టి చూడ విరేచనములు మొదలగు వానిని శుద్ధిచేయుటకును ఇది యుపయోగపడవచ్చును. పడవలు, బండ్లు, మొదలైన వానికి అంటువ్యాధుల సంపర్కము గలుగునెడల ఈనీళ్లతో గడిగి వానిని శుద్ధిచేయవచ్చును.

8 క్షారపదార్థములు. (Alkalis) తీవ్రమైనక్షారముగల పదార్థములు సూక్ష్మజీవులను చంపును. అపుడు కాల్చిన

గుల్లతో జేసిన నీళ్లు ఇండ్లను శుద్ధిచేసికొనుటకు మిక్కిలి యోగ్యమైనవి. కాని సుద్దతోకలిపినవెల్ల నిష్ప్రయోజనము.

9. టించరు అయోడిన్ (Tincture Iodine)—ఇది మిక్కిలి తీవ్రమైన శక్తిగలది. నిమిషములో సూక్ష్మజీవులను చంపును. శస్త్రముచేయు భాగము మీదనుండు చర్మములో నివసించు సూక్ష్మజీవులను చంపుటకుగాను శస్త్రముచేయుక ముందీ టించరు అయోడిన్‌ను పూయుదురు. ఇందుచే నా భాగము శుద్ధియగును. కొందరు శస్త్ర వైద్యులు చేతులు కడుగుకొనుటకు కూడ దీనినే యుపయోగింతురు. కాని దీని వెల మిక్కిలి అధికమగుటచే దీని వ్యాపకమంతగా హెచ్చుగుటకు వీలులేదు.

10. సీమరోటి బూడిదె (Bleaching Powder) దీనిని బజారులలో క్లోరైడు ఆఫ్ లైము (Chloride of lime) అందురు. ఇది దుర్వాసనలను పోగొట్టుటకును, మురుగు కాలువలు, మురుగుతొట్లు, మరుగుదొడ్లు మొదలగు వానిని శుద్ధిచేయుటకు, మిక్కిలి యుపయుక్తమయినది. దీనిని ఎల్లప్పుడు మిక్కిలి పొడిగా నుంచవలెను. దీనిలో నెంతమాత్రము తేమచేరినను దీని తీవ్రము తగ్గిపోవును. ఇది నీటితో చేరినప్పుడు దీనియందలి హరితము (Chlorine) నీటియందలి ఉదజని (Hydrogen) తో చేరి నీటినుండి ప్రాణవాయువును వెడలగొట్టును. ఈ ప్రాణవాయువు (ఆమ్లజని-Oxygen) దుర్వాయువులను పుట్టించు

పదార్థములతో క్రొత్త పదార్థములయి వాని వాసన మారి పోవును.

11. హైడ్రోజను పర్ ఆక్సైడు (Hydrogen per Oxide ఉదజన పరామ్లజిదము). ఇందు ఆమ్లజని (ప్రాణవాయువు) నీటిలో లీనమయియుండును. ఏదైనను కుళ్లుచుండు పదార్థములో నిది చేరినతోడనే దీనినుండి ప్రాణవాయువు వెలువడి అది సూక్ష్మజీవుల పెంపు నణచును. ఇది మిక్కిలి విలువగల దగుటచేత దీనిని సామాన్యముగ నుపయోగించుటకు వీలులేదు. శానిటాస్ (Sanitas) అను నదియు నిట్టిదియే. నూటికి రెండుపాళ్లు చొప్పున నీళ్లతో చేర్చి దానితో కొంచెము చెడిన మాంసము మొదలగు వానిని శుద్ధిచేసికొన వచ్చును. ఇందు మన శరీరమునకు పడని పదార్థమేదియును లేదు.

12. పొటాసియము పర్మాంగనితము (Potassium Permanganate) ఇది ఊదా రంగు గల పలుకులుగానుండును. దీనిని నీళ్ళలో కలిపి నప్పుడు చంద్రకాంత పూవువంటి మెరుపు రంగుగల ద్రావకమేర్పడును. ఈ ద్రావకము కుళ్లుచుండు పదార్థములతో చేరినప్పుడు దీనినుండి ప్రాణవాయువు వెలువడి అది ఆపదార్థములతో కూడి వానిని శుద్ధిచేయును. ఇది నూటికి 5 పాళ్ళకంటె తక్కువగ నున్నయెడల సూక్ష్మజీవులను నిశ్చయముగ చంపునని చెప్పుటకు వీలులేదు. మిక్కిలి పలుచని ద్రావకము తప్ప, యెంతమాత్రము చిక్కగనున్నను దీనివలన

బట్టల కొక తరహాయెఱ్ఱరంగు పట్టుకొనును. కావున బట్టలు శుద్ధిచేసికొనుట కిది పనికిరాదు. కలరాయుండు దినములలో నూతులలోని నీటిని శుద్ధిచేయుటకిది మిక్కిలి యుక్తమైనది.

13. మందు సబ్బులు:—అంటువ్యాధి నివారకము లనియు, చర్మవ్యాధి నివారకములనియు, సమస్తవిధములైన సూక్ష్మజీవులను నశింపజేయుననియు, డంబములతో నమ్మి మందుసబ్బులు (Medicated Soaps) ప్రజలకు వట్టిభ్రమ కలిగించి వారితర మందుల నుపయోగించి జాగ్రత్తపడకుండ జేయును. ఇందుచేత సూక్ష్మజీవులను చంపుటకు తగినన్ని పాళ్లు మందుచేరి యుండని ఈ సబ్బులు అపాయహేతువులే గాని, నిజముగ సూక్ష్మజీవులను జంపజాలవని యెరుంగునది. కాని యేసబ్బయినను నలుగుపిండి, సీకాయి, కుంకుడుకాయి అయినను శరీరమునందును, బట్టలయందు నుండు మురికిని చమురును వానితోపాటు కొన్ని సూక్ష్మజీవులనుకూడ వదలించుననుట సత్యమే.

పదునాలగవ ప్రకరణము

దోమలచే వ్యాపించువ్యాధులు

ఇంతవరకు అంటువ్యాధులన నేవియో నిరూపించి వానిని నివారించు పద్ధతులను సర్వసామాన్యముగ నన్ని యంటు వ్యాధులకు వర్తించువరకు వివరించియున్నాము. ఇప్పుడీవ్యాధులలో ముఖ్యమయిన వానిని కొన్నిటి నెత్తుకొని ఒక్కొక్కటి యేయేమార్గమున ప్రవేశించునో యెట్లు వాని వ్యాపకమును నివారింపవచ్చునో సంక్షేపముగ తెలియపరచెదము

సామాన్యముగ మనదేశమునందు హెచ్చుగ వ్యాపించు మార్గములను బట్టి వానిని నాలుగు తరగతులగ విభజింపవచ్చును.

i దోమలుచే వ్యాపించునవి:—చలిజ్వరము ; బూదకాలు.

ii ఆహారము మూలమునగాని నీటి మూలమున గాని వ్యాపించునవి:—కలరా; టైఫాయిడు జ్వరము; గ్రహాణి విరేచనములు.

iii గాలిచే వ్యాపించునవి:-మశూచకము; ప్లేగు; ఆటలమ్మ; కోరింతదగ్గు; గవదలు మొదలగునవి.

iv ఇతరసంపర్కములచే వ్యాపించునవి:-క్షయ. ప్లేగు; కుష్ఠము; పచ్చసెగ; కోఋకు; గజ్జి తామర మొదలగునవి.

౧ చలిజ్వరము (Malaria)

చలిజ్వరపు సూక్ష్మజీవులలో నాలుగు తెగలుగలవు. ఒక తెగ సూక్ష్మజీవులు దినదినమును జ్వరమును కలిగించును. ఇంకొక తెగవి రెండుదినములకొకసారియు నాలగవ తెగవి క్రమముతప్పి యిచ్చ వచ్చినట్లును జ్వరమును కలుగచేయుచుండును. ఈజ్వరములను కలిగించు సూక్ష్మజీవులు జ్వరముగల రోగినుండి దోమ కడుపులోనికి పోయి ఆ దోమ యితరులను కరుచునప్పుడు వారి రక్తములో ప్రవేశించును. ౩4-వ పటమునుజూడుము. ఈ సూక్ష్మజీవులక్కడ దినదినాభివృద్ధిజెంది-లక్ష నెత్తురు కణముల కొక్కటి చొప్పుననున్నప్పుడు జ్వరము కలుగజేయును. మనమనుదినము చూచు దోమలన్నియు చలిజ్వరపు సూక్ష్మజీవులను జేరవేయవు. అందు "అనాఫలీస్" అను జాతిలోనిదైన ౩౫, ౩౬-వ పటములోని దోమలనుచూడుము. ఇది వ్రాలినపుడుసిపాయివలె నిటారుగా నిలువబడును.

నివారించుటకు పద్ధతులు. ఇందుకు రెండు విధములు కలవు.

(1) క్వయినాయొక్క సహాయముతో నివారించునవి.

(2) క్వయినాయొక్క సహాయము కోరకయే నివారించునవి.

34-వ పటము.

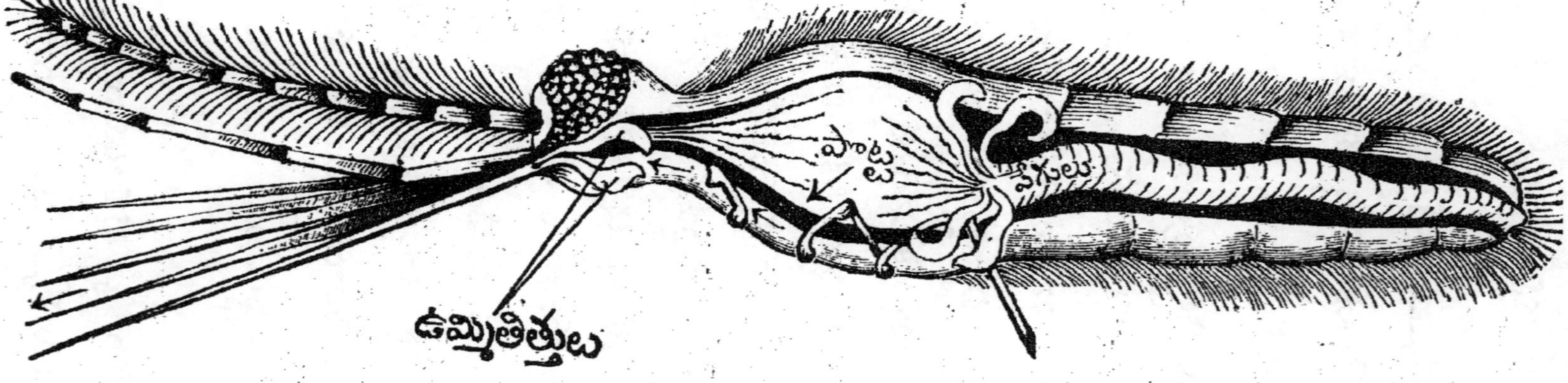

దోమ పొట్టలోనికి చలి జ్వరపు పురుగులు పోయి తిరిగి ఉమ్మి తిత్తులలోనుండి ఆపురుగులు బయట వెడలు మార్గమును చూపు పటము. బాణపు గుర్తులను చూడుము.

(1) క్వయినాయొక్క సహాయముతో నివారించు పద్ధతి.

35-వ పటము.

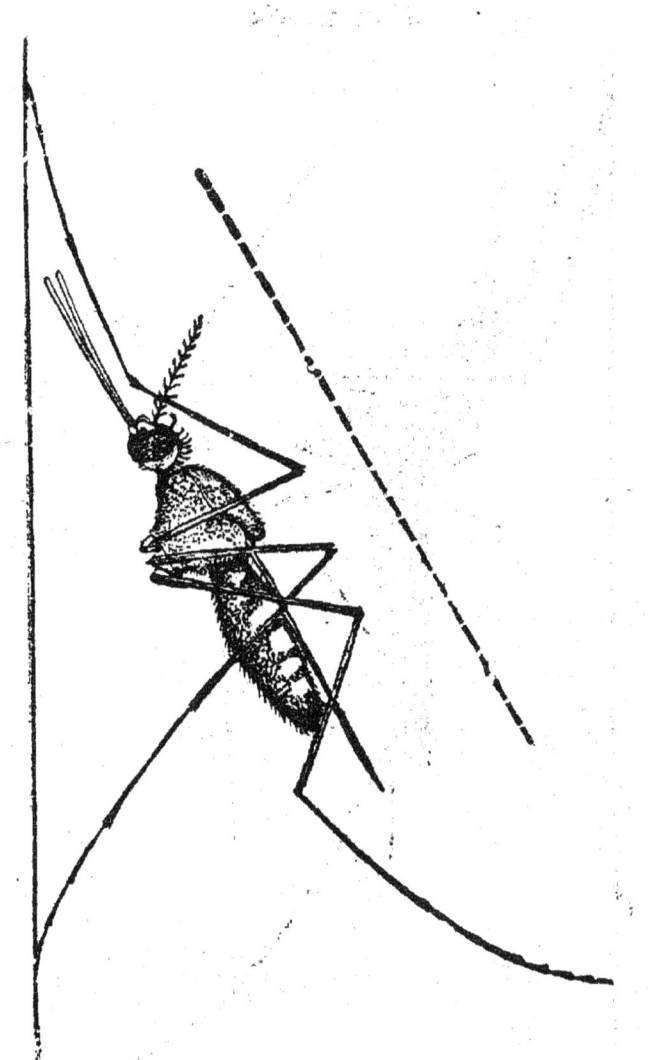

అనాఫలీసు దోమ—నిటారుగా వ్రాలునది. చలిజ్వరపుదోమ.

చలిజ్వరమునుండి తప్పించుకొన దలచినవారు ఈ జ్వరముగల ప్రదేశములలో తాము నివసించుచున్నంతకాలము

వారమునకొకసారి 10 లేక 15 ను గురిగింజలయెత్తు క్వయినాను 4 లేక 5 ఔన్సుల నీటిలోచేర్చి కొంచెము నిమ్మపండ్ల రసముపిండి ద్రావకముగా చేసికాని మాత్రలుగా చేసిగాని

36-వ పటము.

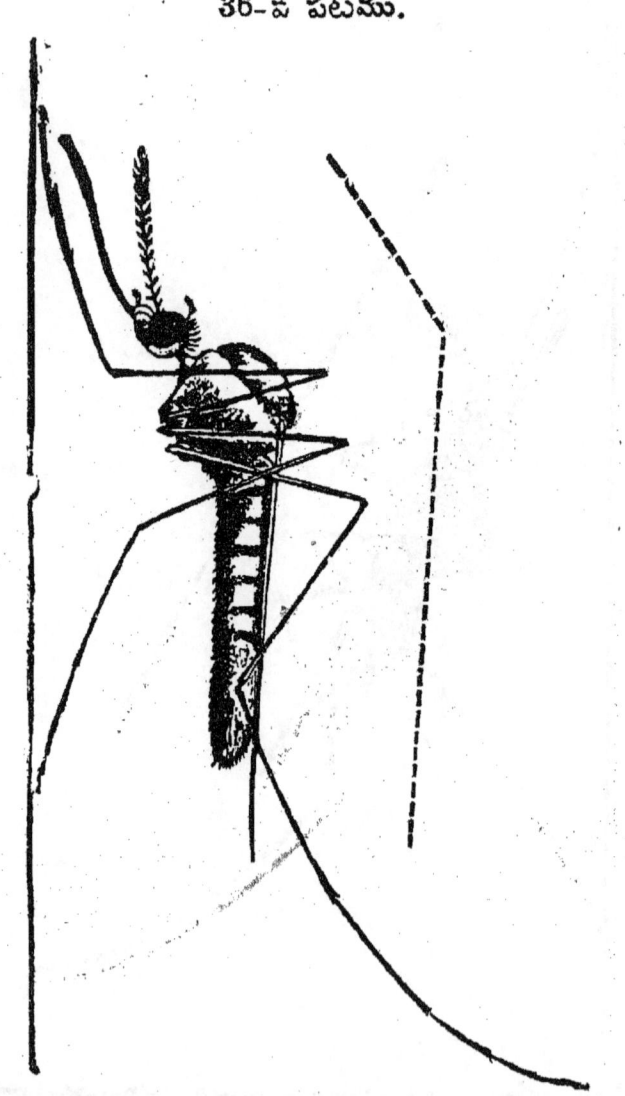

క్యూలెక్స్ దోమ—గూనుగ వ్రాలునది. ఏనుగకాలు దోమ.

పుచ్చుకొనవలెను. ఇందుచే దోమలు తమరక్తములో చలిజ్వరపు పురుగులను ప్రవేశపెట్టినను, ఆపురుగులు వెంటనే

నశించిపోవును. ఇట్లుక్వయినాను పుచ్చుకొని సంవత్సరముల కొలది గను మన్య ప్రదేశములలో చలిజ్వరమును జయించిన వారుగలరు. ఇందువలన శరీరమున కేమియును చెరుపులేదు. మనదేశమునందలి ప్రజలకు క్వయినా యెడలగల ద్వేషము పోయినగాని చలిజ్వరము మనల నింతట విడువదని చెప్ప వచ్చును.

2. క్వయినాయొక్క సాయమును కోరకయే చలిజ్వరమును నివారించుపద్ధతులు.

౧. ఈజ్వరమును వ్యాపింపజేయు అనాఫలీసు దోమలను నశింపజేయుట.

దోమ లధికముగాగల ప్రదేశములలో నెగురుచుండగా వానిని పట్టిచంపుటకు మన మనేకపటాలములను పెట్టినను వానితో మనము పోరలేము. కాని యీదోమలకు తమ పిల్లలను పెట్టుకొనుటకు తగినచోటులేకుండ మనము చేయగలిగినయెడల నివియొక తరముతోనే నశించిపోవును. దోమలు తమగ్రుడ్లను అరంగుళములోతునకు తక్కువకానట్టియు, ఒక చోటనిలకడగనుండునట్టియు నీటిలో పెట్టును. పొడినేలయందు గాని ప్రవహించునీటియందు గాని ఇవి తమపిల్లలను పెట్టవు, 37-వ పటమును చూడుము.

కావున గ్రామమునందును, గ్రామమునకు చుట్టు ప్రక్కలనుండు ప్రదేశములందును దోమపిల్లలు నివాసము

37-వ పటము.

నీటి యుపరి తలము.

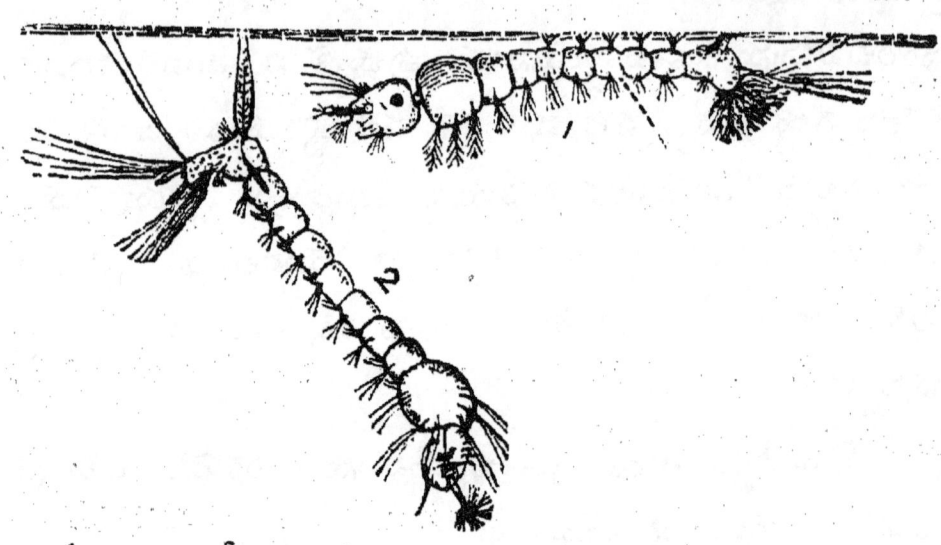

1. అనాఫలీసు దోమపిల్ల. 2. క్యూలెక్సు దోమపిల్ల.

ఇవి రెండును దోమగ్రుడ్లనుండి పుట్టిన నీటి పురుగులు. వీనుండియే రెక్కలుగల దోమలు పుట్టును.

చేయుటకు తగి యుండుగోతులు బురదనేలలు మొదలగు వాని యందలి నీటినంతయు నెప్పటికప్పుడు మురుగుకాలువల మార్గమున పోగొట్టి వేయవలెను. గ్రామమునకు అరమైలుదూరము లోపల ఊడ్పుచేలుండకూడదు. పంటకాలువలలో గడ్డిమొదలగు తుక్కుపెరుగ నియ్యకూడదు.

గ్రామము నందలి పాడు నూతులను, దొడ్లలోను ఇటుక ఆవములవద్దను రోడ్లప్రక్కలను ఉండుగోలుములను పూడ్చి వేయవలెను. పూడ్చివేయరాని పాడునూతులలోనుండు నీటిపైని కిరసనాయిలును వారమునకొకసారిపోయు చుండవలెను. అట్లు చేయుటచే ఆనీటియందలి దోమపిల్లలు నీటియుపరితల

మునకువచ్చి అక్కడ పీల్చుటకు గాలిలేక ఉక్కిరి బిక్కిరియై చచ్చిపోవును. ప్రజల కుపయోగకరములగు చెరువులలోను గుంటలలోను చేపలను పెంచవలెను. ఈ చేపలు దోమపిల్లలను తినివేయును.

ఇండ్లలోనుండు నూతులలో దోమలు పిల్లలను పెట్టు చున్నయెడల దోమలు చొరలేని దోమతెరలవంటి ఇనుప వలలతో నూతులను రాత్రులయందు కప్పియుంచవలెను. ఇండ్లలోను దొడ్లలోనుండు కుడితితొట్లలోను, పగిలిపోయిన డబ్బాలలోను, కుండపెంకులలోను, నీరునిలిచి యుండకుండ చేసికొనవలెను. లేనియెడల దోమపిల్లల కీ నీరు నివాసస్థాన ముగా నేర్పడును. ఇండ్లచుట్టు నుండుచెట్ల తొర్రలలో నీరు నిలిచి అందు దోమలు పిల్లలను పెట్టకుండ చూచుకొనుచుండ వలెను. చక్కెర డబ్బాలక్రిందను మంచము కోళ్ళక్రిందను పెట్టు పళ్లెములలో నీరు రెండుమూడుదినముల కొకసారి మార్చుచుండవలెను. లేనియెడల వీనిలో పెరిగిన దోమపిల్లలు ఇల్లంతయు క్రమ్మివేయగలవు.

గ్రామ ఉద్యోగస్థులుగాని, శానిటరీ ఆఫీసర్లుగాని జవానులుగాని వారమున కొకసారి ప్రతియింటిని చక్కగ శోధించి, దోమలకునికి పట్టులగు స్థలము లెక్కడను లేకుండ చేయవలెను. దోమపిల్ల లెక్కడెక్కడ పెరుగునో, వానివలన గలిగెడి యుపద్రవమెట్టిదో ప్రజలకు చక్కగ బోధించు

నిమిత్తమై చిన్న చిన్న వ్యాసములను ప్రచురించియు, లాంతరు పటములను గనుపరచియు (Magic Lanterns) విద్యాభివృద్ధి గావింపవలెను.

పెద్దవిగా పెరిగినదోమలు సాధారణముగా దండెముల మీద ప్రేలాడవేసిన బట్టలచాటునను, చీకటిగదులలోను దాగి కొనియుండును. గంధకము సాంబ్రాణిమొదలగు పదార్థము లను పొగవేసినయెడల దోమ లా పొగను భరింపజాలక పారి పోవును.

౨. ప్రతిమానవుని దోమకాటు నుండి కాపాడుట.

దోమలు రాత్రులయందేకాని కుట్టవు. కావున ప్రతి మానవుఁడును రాత్రులయందు దోమ తెరలో పరుండినయెడల దోమలింటిలోనున్నను వారలను కుట్టనేరవు. మిక్కుటముగ చలిజ్వరముగల ప్రదేశములలో సయితము, అక్కడకు శోధ నల నిమిత్తమైపోయిన వైద్యులు నెలల కొలఁది యక్కడ నివ సించియు చలిజ్వరము పాలబడకుండ దోమతెరల మూలమున తప్పించుకొనియున్నారు.

కావున చలిజ్వరమునుండి తప్పించు కొనవలెనని న యెడల ౧. చలిజ్వరపు పురుగులనైన నశింపజేయవలెను. లేక ౨. దోమనైన నశింపజేయనవలెను.

౨. బూదకాలు-ఏనుగకాలు

(Elephantiasis)

ఈవ్యాధి కాలునకేగాక చేతికిని స్తనములకును జననేంద్రియములకునుగూడ కలుగవచ్చును. దీనిని బుట్టించు సూక్ష్మజీవులుకూడ దోమలమూలముననే వ్యాపించును. బూదకాలుగలరోగిని కుట్టిన దోమ కడుపులోనికి ఆవ్యాధిని కలిగించు సూక్ష్మజీవులు నెత్తురుతోపాటు పోయిచేరును. మూడవ ప్రకరణములోని పటములను జూడుము. ఈదోమలు నీటిలో పడి చచ్చినప్పుడు వాని కడుపులోని సూక్ష్మజీవులు ఆనీటిలో చేరును. ఆనీటిని త్రాగినవారికి జ్వరమును బూదకాలును వచ్చును. బూదకాలుగలరోగిని కుట్టినదోమలు ఇతరులను కుట్టినప్పుడుకూడ ఈవ్యాధి అంటుకొనవచ్చునని కొందర యభిప్రాయము.

నివారించు పద్ధతులు

చలిజ్వరమునకు అనాఫలీసుదోమ ఎట్లుసహకారియో బూదకాలునకు క్యూలెక్సుదోమ అట్లుసహకారి. ఇదివ్రాలినపుడు కొంచెము గూనుగలదిగా అగపడును. బూదకాలును నిర్మూలముచేయవలెనన్న ఈదోమలను రూపు మాపవలెను. దోమలను సంహరించు పద్ధతులు చలిజ్వరము క్రింద వ్రాయబడినవి చూడుము.

మనముత్రాగు నీటియందు దోమలుపడి చావకుండ ఎల్లప్పుడు నీటిని కాపాడవలెను. త్రాగునప్పుడు నీటినిచక్కగ

కాచి త్రాగవలెను. అప్పుడు నీటిలోనున్న బూదకాలుసూక్ష్మ జీవులు చచ్చిపోవును. ఒక ప్రదేశమునందు ఈ వ్యాధి మిక్కుటముగ వ్యాపించియున్నయెడల ఆప్రదేశమునకు దూరములోనున్న చెరువునుండి దోమలసంపర్కమేమియు కలగకుండ గొట్టములగుండ నీరు తెప్పించుకొనవలెను. చెన్నపట్టణములో నిప్పుడిట్లు చేయుటవలన బూదకాళ్లు చాలవరకుతగ్గిపోయినవి.

పదునయిదవ ప్రకరణము

ఆహారము మూలమున గాని నీటిమూలమునగాని వ్యాపించు వ్యాధులు

కలరా: టైఫాయిడు జ్వరము: గ్రహణి విరేచనములు;

కలరా అనగా విశూచియు, టైఫాయిడు జ్వరమనగా మూడునాలుగు వారములు విడువకయుండు సంధిజ్వరమును, అమీబిక్ డిసెంటరీ అనగా నొకతరహా గ్రహణి విరేచనములును మనము భుజించు ఆహారము మూలమునను, త్రాగునీటి మూలమునను మనశరీరములో ప్రవేశించును.

తంజావూరు రైలుస్టేషనులో అమ్మిన ఉప్పుపిండిని రైలులో చెన్నపట్టణము వచ్చుచుండెడు డిప్టీకలెక్టరొకరు కొనుక్కొని తినెను. అతడు తినగామిగిలిన కొంత ఉప్పుపిండిని చెన్నపట్టణమునకు వచ్చిన తరువాత వాని అన్నవంటవాడు తినెను. ఇద్దరకును మరునాడే కలరావచ్చెను. వీరి విరేచనములను సూక్ష్మదర్శినితో శోధనచేయుగా కలరా సూక్ష్మజీవులు స్పష్టముగ కనబడినవి ఆహారము మూలమున కలరావచ్చుననుటకు ఇంతకంటె నిదర్శనము కావలెనా ?

కలరా

మరమేకులవలె మెలి దిరిగియుండు కామా సూక్ష్మజీవియను పేరుగల ఒకానొక సూక్ష్మజీవి నీటిమూలమునగాని

ఆహారము మూలమునగాని మన కడుపులో ప్రవేశించుటవలన ఈ వ్యాధి వచ్చుచున్నదని పైన చెప్పియుంటిమి కలరావచ్చిన వాని విరేచనములలోను, వాంతులలోను, పేగులలోను ఈ సూక్ష్మజీవి ఎల్లప్పుడు కనుబడుచుండుటయే ఇందులకు ప్రబల నిదర్శనము కలరావచ్చి కుదిరిన కొందర రోగుల విరేచనములలో ఈ సూక్ష్మజీవులు ఏబదిదినములవరకననట్లు కనిపెట్టబడినది. కలరా సూక్ష్మజీవులు పులుపు పదార్థ ములలో జీవింపవు. సలసల కాగునీళ్లలో ఇవి శీఘ్రముగ చచ్చిపోవును. మనము చేయి పెట్టలేనంత వేడిగానుండు నీటిలో అరగంటలో చచ్చిపోవును. ఎండ కివి బొత్తిగా తాళజాలవు. కాని తడిలోనున్న యెడల ఎంతకాలమైనను జీవింపగలవు. తడినేలలోగాని మురికినీటిలోగాని తడిబట్టలో గాని ఇది మిక్కిలి వేగముగ వృద్ధిపొందును. దీని కాహార మంతగా నక్కర లేదు. మిక్కిలి పరిశుభ్రమైన నీళ్లలో సహి తము కొంతకాల మిది జీవింపగలదు. ఇది మురికి నీళ్లలోను మట్టినీళ్లలోను ప్రవేశించినయెడల అనేక నెలలును బహుశః సంవత్సరములును కూడ జీవింపగలదని చెప్పవచ్చును. ఎండ వలన వృద్ధి తగ్గనట్టియు తడివలనను బురదవలనను వృద్ధి హెచ్చునట్టియు స్వభావము గలదగుటచేతనే ఈ వ్యాధి కొద్ది వర్షములు కురిసిన వెంటనే మనదేశమునందు హెచ్చగు చుం దును. అధిక వర్షముచే ప్రదేశమంతయు జలమయమైయున్న

సమయములలో ప్రవాహపు నీటియందు దీని కాహారముజాలక చచ్చిపోవును. బహుశః మిక్కిలి చలినిగూడ ఈ సూక్ష్మజీవి భరింపజాలదు. కలరా అధికముగ వ్యాపించుటకు అయిదు షరతులు కావలయును.

1. కలరా సూక్ష్మజీవి యుండవలెను.

2. మన శరీరమునకు వెలుపల అనగా భూమిలోగాని నీటిలోగాని దానివృద్ధికి తగిన ఆహారము శీతోష్ణస్థితిగల పురిటి ఇల్లు ఉండవలెను.

3. ఈ సూక్ష్మజీవి ఒక గ్రామము నుండి మరియొక గ్రామమునకు పోవుటకు తగిన మార్గము లుండవలెను.

4. ఒకచోట నిది ప్రవేశించిన తర్వాత ఒకరినుండి మరి యొకరి కంటుకొనుటకు తగిన వాహనము లుండవలెను.

5. ఇది ప్రవేశించినచోట నుండు ప్రజలకు ఈ సూక్ష్మ జీవి సంబంధము కలిగినను వ్యాధివచ్చు స్వభావముండవలెను.

ఈ అయిదింటిలో ఏది లేకున్నను వ్యాధి వ్యాపించు టకు వీలు లేదు.

1. సూక్ష్మజీవి:—ఇది ఒక కలరారోగి విరేచనములో నుండి మరియొక రోగి కడుపులోనికి తిన్నగాపోవుట అసంభ వము. ఇది నీటిలోగాని పాలలోగాని భూమిలోగాని గుడ్డలలో గాని కొంత కాలము పెరిగిన తర్వాత దీని మనుమలును ముని మనుమలును ఇతరులకు చేగునుగాని మొదటి రోగి విరే

చనములోని సూక్ష్మజీవులు మార్పు చెందకుండ రెండవరోగికి చేరవనుట స్పష్టము.

2. పురిటిఇండ్లు:—ఇచ్చట ఈ సూక్ష్మజీవులు వృద్ధి బొందుటకు తగిన ఆహారముండవలెను. ఇది మూడువిధములుగ నుండవచ్చును.

(అ) మలము మూత్రము మొదలగు వానితో గాని చెత్త మొదలగు కుళ్లుపదార్థములతోగాని కూడిననేల లేక మురికికుండ్లు.

(ఇ) ఇట్టిపదార్థముల సంపర్కముగల చెరువులు నూతులు కాలువలు మొదలగువానిలోని నీరు.

(ఉ) పాలు, అన్నము, కూరగాయలు, పండ్లు మొదలగు ఇతర ఆహారపదార్థములు.

ఇట్టి యాహారపదార్థములలో నేదియైనను దొరికినను ఈపురిటిండ్లలో వీనివృద్ధికి తగిన శీతోష్ణస్థితియుండినగాని ఇవి వృద్ధిపొందవు. ఎక్కువచలిగాలి వీనికి పనికిరాదు.

3. మార్గములు:—గాలివలన ఈ సూక్ష్మజీవులు ఒక గ్రామమునుండి మరియొకగ్రామమునకుపోవుట యసందర్భము. ఏలయన తడిలేని గాలిలోగాని ఎండలోగాని ఈ సూక్ష్మజీవి వెంటనేచచ్చిపోవును. కాబట్టి దీనిని మోసికొనిపోవుటకు ఏవో ఇతరసాధనములుండవలెను. ఒకవేళ ఒకచోటనుండి మరియొక చోటికి సూక్ష్మజీవు లెగిరిపోగలిగినను అచ్చటి నేలయందు

వీనికి తగిన సదుపాయమున్నగాని ఇవి నాటుకొననేరవు. ఈ సూక్ష్మజీవి ప్రయాణమునకు ముఖ్యమైనవి మూడు కానవచ్చు చున్నవి. (౧) మానవుల రాకపోకలమార్గములు. (౨) నదులు, కాలువలు మొదలగు ప్రవాహములు. (3) ఓడలు, పడవలు, రైళ్లు, మొదలగునవి.

(1) మానవులు:—తీర్థయాత్రలకు పోయిన ప్రయాణీకులు తిరిగివచ్చునపుడు మార్గమునందు ఊరూరునకు కలరాను చేరవేయునది మనమెరిగిన విషయమే. రైలువచ్చిన తరువాత ప్రయాణములు సులభమగుటచే మునుపటి కంటె నీ వ్యాధి యిపుడు మిక్కిలి వేగముగ వ్యాపించుచున్న దనుట స్పష్టము.

(2) ప్రవాహపు నీరు:—ఒక నదిలోపడినమైల దాని కిరుప్రక్కలనుండు పట్టణములకెల్ల పంచిపెట్టుకొనుచు పోవును. కావుననే చుట్టుపట్లనున్న గ్రామాదులలో కలరాలేకపోయినను ఒకకాలువ గట్టుననున్న అనేకగ్రామములలో కలరావ్యాధి ఒకేసారి వ్యాపించుచుండును.

( ) ఓడలు, పడవలు మొదలగునవి:—వీని మీద ప్రయాణముచేయుమనుష్యుల మూలమునవచ్చువ్యాధినిగూర్చి పైనవ్రాసియున్నాము. అదిగాక కలరా సూక్ష్మజీవులచే మైలపడిన సామానులు ఒకదేశమునుండి మరియొకదేశమునకు పోవుటచే ఇక్కడనుండి అక్కడకు కలరాను జేరవేయవచ్చును.

(4) వాహనములు:—ఒక గ్రామమునందుగాని ఒక ఇంటియందుగాని కలరా సూక్ష్మజీవి ప్రవేశించినతర్వాత ఒకరి నుండి మరియొకరికి ఈ వ్యాధి అంటుకొనుటకు ఏదోయొక విధమైన వాహనములు కావలెను. ఇందు ముఖ్యమైనవి.

(1) మంచినీళ్లు:—మంచినీళ్ల చెరువులలోగాని నూతులలోగాని ఇదిప్రవేశింపకలిగినయెడల గుప్పున అనేక మందికొక్కసారి అంటుకొనును. పెద్ద పట్టణములలో, పట్టణమునకు దూరమునసుండు చెరువులలో నుండి నిర్మలమైన నీటిని గొట్టములద్వారా తెప్పించుకొను చోట్ల కలరావ్యాధి మిక్కిలి అరుదుగ నుండును. కావున మంచి నీళ్లన్నిటికంటె ప్రథమ వాహనము.

(2) ఆహార పదార్థములు,పండ్లు, పాలు:—ఇవి కలరా సూక్ష్మజీవుల వృద్ధికి తగిన పురిటిండ్లగుటయేగాక దీని నొకరి నుండి మరియొకరికి వ్యాపింప చేయు సాధనములుగాకూడ ఉన్నవి.

(3) జంతువులు:—ఈగలు దోమలు మొదలగు పురుగులుకూడ దీనికి మిక్కిలి సహాయము చేయును. అందు ముఖ్యముగ ఈగ కడుపులో పదునాలుగు దినములీ సూక్ష్మజీవి నివసించియుండిన పిమ్మటగూడ ఇతరులకు ఈ సూక్ష్మజీవి వ్యాధిని పుట్టింపగలదని ఇపుడు స్పష్టముగా రుజువు పడినది. ఇది తన కాళ్ళమీదను రెక్కలమీదను ఎట్లు సూక్ష్మజీవులను జేరవేయగలదో ఇదివరకే చూచియున్నాము.

(4) గాలి: కలరారోగిప్రక్కన కూర్చున్నంతమాత్రమున గాలిమూలమున ఒకరినుండి మరియొకరికీవ్యాధి అంటదని ప్రస్తుతమనేకవైద్యుల యభిప్రాయము. కాని కొందరువైద్యులు కొన్నినిదర్శనములను కనుబరచి మిక్కిలి అరుదుగ గాలిమూలమున గూడ అంటవచ్చునని వాదించుచున్నారు. తగినంతజాగ్రత్తగ చేతులను దుస్తులను, 12, 13, ప్రకరణములలో చెప్పిన ప్రకారము శుద్ధిచేసికొనిన వారికిని కలరా ఆస్పత్రులలో పని చేయు పరిచారికలకును వైద్యులకును ఈదేశమునందు కలరా వచ్చు చున్నట్లులేదు. కావున నింకను నీవిషయము చర్చింపదగి యున్నది.

(5) మానవస్వభావము:-ఒక సంఘములో కలరావచ్చినపుడు కూడ అందరికి నీవ్యాధిఒక్కరీతిగా నుండుటలేదు. ఒక సంవత్సరమొకగ్రామములో ముమ్మరముగకలరావచ్చిపోయిన పిమ్మట ఆయూరివారలను తిరిగి మూడు నాలుగుసంవత్సరముల వరకు ఇది అంతగా తొందరపెట్టుచున్నట్లు కానరాదు. ఎనిమిదవ ప్రకరణములో చెప్పిన ప్రకారము వారల కొకవిధమైన రక్షణశక్తిగలుగు నేమో తెలియదు. సామాన్య సంపర్కమేదియు వేరుగలేనియెడల సాధారణముగా నొకయూరిలోనుండు ప్రజలలో పల్లపు వీధులలోనున్న వారలకు మెరక వీధులలోనున్న వార్లకంటె వ్యాధి వ్యాపకము హెచ్చుగ నుండునని తోచుచున్నది. స్త్రీ పురుష వివక్షతగాని వయోవివక్షతగాని ఈ వ్యాధికున్నట్లు తోచదు. భాగ్యవంతులలోకంటె బీదవారిలో నీవ్యాధి హెచ్చుగ నుండుననుట నిశ్చయము.

నివారించు మార్గములు

రోగిని ప్రత్యేకపరచుటగూర్చియు ప్రకటన చేయుటగూర్చియు శుద్ధిచేయు విషయములనుగూర్చియు, 12, 13, ప్రకరణములలో వ్రాసిన విషయమును చక్కగ గమనింపవలయును. రోగులవిరేచనములు కలరా వ్యాపకమున కెంత సహాయకారులో మూత్రమును వాంతులుకూడ అంత సహాయకారులని జ్ఞప్తియుంచుకొని వాని నన్నిటిని రంపపుపొట్టులో గలిపి కాల్చివేయవలెను. లేదా నూటికి అయిదుపాళ్లుగల కార్బాలికపు మందునీళ్లలో గాని వేయింటి కొకపాలు గలసౌవీరపుమందు నీళ్లలోగాని ఎప్పటికప్పుడు కలిపివేసి దానిని నూతులకు దూరముగా పాతివేయవలెను. సామాన్యముగా రోగి నంటియుండు విలువలేని బట్టలను పడకలను కాల్చివేయవలెను. గదిలోని సామానులను కార్బాలికు మందు నీళ్లతో కడిగివేసి ఎండలో నెండనీయవలెను. గ్రామమునందలి నూతులలో సాయంకాలపు వేళ పొటాసియం ప్రోమెంగ్‌నేటు అను మందును నీటికి చంద్రకాంతపువ్వు వర్ణము వచ్చువరకును కలిపి రాత్రియంతయు నిలువయుండనిచ్చి ఉదయమున వాడుకొనవచ్చును. నీటియందు కొద్దిపాటి వాసనయున్నను రంగున్నను గమనింపవలసిన పనిలేదు. రంగుగల నీటిని త్రాగినను విషము కాదు. కలరా సూక్ష్మజీవులు ఈ మందుచే చచ్చునుగాన కడుపులోనికి నీరు పోయినను మంచిదే. నూతులలో నుండు

చేపలు తాబేళ్లు మొదలగు జంతువులు ఈ మందువలన చచ్చి పోవునుగాన వాటిని తీసిన పిమ్మటనే ఈ మందు వేసిన మంచిది. ఈ మందు వేసిన పిమ్మట తిరిగి కలరా సంపర్కము కలిగినదని తోచినయెడల తిరిగి నూతి నీటిని శుభ్రము చేయ వలసినదేగాని ఒకసారి శుభ్రముచేసిన చాలునని అనుకొన గూడదు. ఒకనూతి నీటివలననే కలరా వ్యాపించియున్నదని తోచినపుడు సాధ్యమైనయెడల ఆనూతిని మూసివేయుటయే మంచి పద్ధతి. లేదా అట్లు సాధ్యముకానియెడల నీటిని చక్కగా మరగనిచ్చి చల్లార్చినపిమ్మట త్రాగుటమంచిది. లేదా వడపోతయంత్రములతో వడపోసికొనవలయును. 38–39 పటములను జూడుము.

మనము తినుపదార్థములమీద ఈగలు మొదలగు జంతువులు వ్రాలకుండ చూచుకొనవలయును. చక్కని శరీరారోగ్యముగల వారిని సూక్ష్మజీవులంటినను అవి అపజయము నొందును. కాబట్టి ఎల్లప్పుడు ఇండ్లను గ్రామములను పరిశుభ్రముగ నుంచుకొనుచు నిర్మలమైన వాయువు మనయిండ్లయందు మూలమూలలకు ప్రసరించునట్లు జూచుకొనవలయును. ఒక యింటిలో ఈవ్యాధులు ప్రవేశించినప్పుడు రోగిని ప్రత్యేకపరచి ఆరోగినుండి ఇతరుల కంటు సోకకుండ చేసికొనుపద్ధతుల నవలంభింప వలయును. (121, 122-వ పుటలను జూడుము.)

పల్లపు భూములలో మురుగుకాలువలు త్రవ్వించి యెప్పటికప్పుడు నీరు క్రిందికిపోవునట్లుచేసి కొనవలెను. గ్రామ

మునఁదలి మురుగు కుండ్లను, నూతిదొడ్లను, దినదినము పరీ
క్షించి వానిని మందు నీళ్లతో శుభ్రముగ కడుగుచుండ
వలెను. సూక్ష్మజీవి నిలుచుటకెక్కడను ఆధారము లేకుండ

38-వ పటము   39-వ పటము.

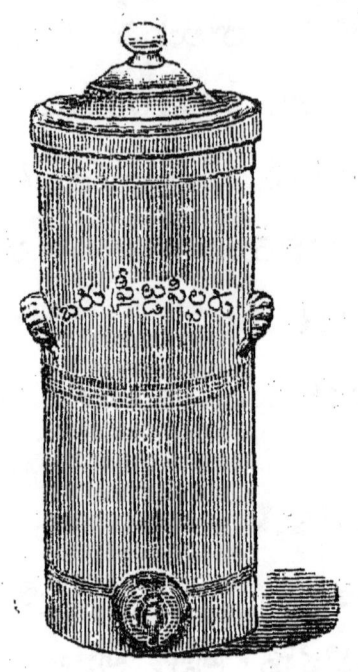 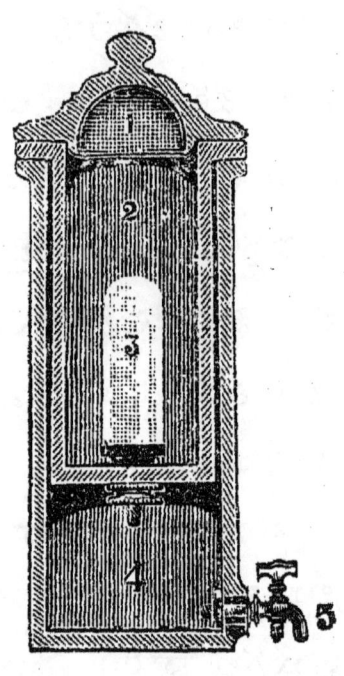

A. నీరు వడపోయు యం
త్రముయొక్క పయి ఆకారము.
కలరా మొదలగు అంటువ్యాధి
గల ప్రదేశములలో నివసించు
వారెల్లప్పుడు నీటి నిట్టియంత్ర
ములతో వడపోసి కొనిగాని
చక్కఁగ పొంగ కాచిగాని త్రాగ
వలెను.

B. నీరు వడపోయు యంత్రము
లోని నిర్మాణము. 1 మూత. 2 నీరు
పోయు స్థలము 3 ఈ నీటిని వడపో
యు గొట్టము దీనిలో మిక్కిలిసన్నని
రంధ్రములుందును. ఈరంధ్రములగుండ
పరిశుభ్రమైన నీరు క్రిందికిదిగి కల్మషము
పైపాత్రములోమిగిలిపోవును. 4 నిర్మల
మైన నీరుచేరెడి భాగము. 5 నిర్మల
మైన నీరువచ్చు కొళ్లాయి

చూచుకొనవలెను. మనముచేయు పనులన్నిటికంటె ముఖ్యమైన దేమనగా మంచి నీళ్ళ చెరువును కాపాడుకొనుట.

కలరావ్యాపకమునుండి రక్షణశక్తి కలిగించు టీకారసములు ఇపుడు తయారైవచ్చుచున్నవి. వానియుపయోగమును గూర్చి నిశ్చయముగా చెప్పుటకు వీలులేక పోయినను టీకాలువేసిన కొద్దిదినములకైనను కలరా రాకుండ నుండవచ్చునని చెప్పవచ్చును. 109-వ పుటచూడుము. కలరా రోగులతో తప్పక సంబంధము కలిగించుకొనవలసి యున్న వైద్యులును పరిచారకులును ఇట్టి టీకాలువేయించుకొనుట యుత్తమము. కలరా సూక్ష్మజీవులు, పులుసు పదార్థములలో చచ్చిపోవును కాబట్టి 10 లేక 20 చుక్కల డైల్యూటు సల్ఫ్యూరిక్ ఆసిడ్డు గాని కొత్తనిమ్మపండులోని 20 చుక్కల రసముగాని గ్రుక్కెడు నీళ్ళలో వేసికొని ప్రతిదినము నొకసారి త్రాగిన కలరావ్యాధి అంటదనిచెప్పుదురు.

సన్నిపాత జ్వరము (Typhoid Fever.)

ఒకానొక విధమైన సూక్ష్మజీవి శరీరములో ప్రవేశించుటచే పేగులలో పుండుపుట్టి సామాన్యముగా 21 దినములు మొదలు ౮ దినములవరకు విడువని జ్వరమును, శరీరముమీద ఒకవిధమైన ఎఱ్ఱని చిన్న పొక్కులును సామాన్యముగా రెండు మూడు వారములలో సంధియు కలిగించు వ్యాధికి సన్నిపాత జ్వరమనియు ఆంత్రజ్వరమనియు పేరు.

వ్యాపించు విధము

సన్నిపాత జ్వరమును కలిగించు సూక్ష్మజీవిని ఈబర్త్ అనునతడు 1880 సంవత్సరములో కనిపెట్టెను. ఈ సూక్ష్మ జీవి రోగుల నెత్తురునందును పేగులయందును, ప్లీహాము మొదలగు కొన్ని అవయవముల యందును కనుబడును. తల్లికి వ్యాధివచ్చినపుడు అపుడు పుట్టిన బిడ్డల అవయవములలోను, మాయనుండివచ్చు నెత్తురుయందును ఈసూక్ష్మజీవి కానవచ్చుచున్నది. ఇది మొదటి 15 దినములవరకు తరుచుగాను తర్వాత దినములలో అప్పుడప్పుడును రోగియొక్క విరేచనములలో కానవచ్చును. రోగియొక్క మూత్రము నందును, చెమటయందును, ఉమ్మియందును కూడ ఈ సూక్ష్మజీవి యుండవచ్చును. రోగియొక్క కురుపులనుండివచ్చు చీము నందుకూడ చాలకాలమువరకు ఒకానొకప్పుడు కొన్ని సంవత్సరములవరకును సూక్ష్మజీవి కానవచ్చుచుండును. ఈ సూక్ష్మజీవి అంగుళములో 12 వేలవంతు ప్రమాణముండును, దీని శరీరముకంటె పెద్దవైన తోకలు 10 మొదలు 24 వరకుండును. 26-వ పటముచూడుము. మనముచేయి పెట్టలేని వేడి నీళ్లలో ఇరువది నిమిషములలో నది చచ్చిపోవును. కాని మంచుగడ్డలో సహితము జీవించియుండగలవు. మంచి నీళ్లతో నివి కలసినపుడు సామాన్యముగా నివి కొద్దికాలములో చచ్చి పోవును. ఇతర సూక్ష్మజీవులు జీవించుచోట ఇవి చిరకాలము

జీవింపనేరవు. మురుగుకుండ్లలోని నీటిలో వేసినపుడు ఈ సూక్ష్మ జీవులు వెంటనే చచ్చిపోవును.

ఇవి సామాన్యముగా మంచినీళ్ళగుండగాని పాలమూలమునగాని ఉడకపెట్టకుండ తినిన శాకపదార్థముల మూలమునగాని మనశరీరములో ప్రవేశించును. సన్నిపాత జ్వరముచే వచ్చిన జంతువుల మాంసమును తినుటవలన సన్నిపాత జ్వరము రావచ్చునని చెప్పుటకు కొన్ని నిదర్శనములుగలవు.

వ్యాధివచ్చిన ఒక మనిషినుండి మరియొక మనిషికి సంపర్కమువలన ఈ వ్యాధి అంటవచ్చుననుట నిశ్చయము. రోగి యొక్క బట్టలుతుకు వార్లకును మలమూత్రాదులను పడకలను తాకుచు చేతులను శుద్ధిచేసికొనని వార్లకును ఈ వ్యాధి తరుచుగ నంటుచుండును. ఈగలు మొదలగు కొన్ని జంతువులచే ఇది వ్యాపింపవచ్చునని చెప్పుదురుగాని ఈ విషయమై నిశ్చయముగ చెప్పుట కింకను నిదర్శనములు చాలవు.

వయస్సు: ఆరు నెలలలోపువయస్సు గలపిల్లలకు ఈజ్వర మక్కడక్కడ వచ్చుచున్నను మూడు సంవత్సరముల లోపు బిడ్డలకు తరుచుగా కానరాదు. ఒకప్పుడు వచ్చినను సులభముగా పోవును. సామాన్యముగా ఈ వ్యాధి 15 సంవత్సరములు మొదలు 25, సంవత్సరములలోపు వయస్సుగల వార్లకు వచ్చుచుండును. 60 సంవత్సరములు వయస్సుమించిన పిమ్మట ఈజ్వరము వచ్చుట అరుదు. కాని 90 సంవత్సర

ములు మించిన వారికి కూడ అచ్చటచ్చట వచ్చియున్నది. స్త్రీ పురుష వివక్షత లేదు.

స్వభావము :—కొన్ని కుటుంబములలో సన్నిపాత జ్వరము హెచ్చుగ వచ్చుచుండును. మరికొన్ని కుటుంబములలో వచ్చినను సులభముగ తేలిపోవుచుండును. శరీర దార్ఢ్యమునకును సన్నిపాతజ్వరము అంటుకొనుటకును సంబంధమున్నట్టు కానరాదు. ఒకసారి సన్నిపాత జ్వరమువచ్చి కుదిరిన తర్వాత రెండవసారిరాదని తోచుచున్నది. అయినను వ్యాధివచ్చి కుదిరినకొద్ది దినములలోనే రోగము తిరుగబడి తిరిగిమూడు నాలుగువారములు ఈ వ్యాధిబాధించుచుండుట పైచెప్పిన విషయమునకు వ్యతిరేకముగా తోచుచున్నది. ఈ విషయమై ఇంకను నిశ్చయముగా తెలియలేదు.

నివారించు పద్ధతులు

నీటియొక్క పరిశుభ్రతను గూర్చియు మలమూత్రాదులను శుద్ధిచేయు పద్ధతులనుగూర్చియు రోగిని ప్రత్యేక పరచుట మొదలగు విషయములను గూర్చియు కలరా వ్యాధిక్రింద వ్రాసినవాని నన్నిటిని చక్కగ గమనించినయెడల సన్నిపాత జ్వరమును ఇతరులకు వ్యాపింపకుండచేయుట మిక్కిలిసులభము. రోగికి జ్వరమువచ్చిన వెంటనే పరుండబెట్టిబెడ్‌పాన్ (Bed-pan) మొదలగు పాత్రములలో మంచము మీదనే మలమూత్రాదులు జరుగుచున్నట్లు ఏర్పాటు చేసికొని వానిని వెంటనే

మందునీళ్లతో కలిపి ఇంటిలో కలియకుండ తగువిధమున పార వేయునెడల ఈ వ్యాధి మరియొకరికి అంటకుండ చేయవచ్చు నని నిశ్చయముగ చెప్పవచ్చును.

గ్రహాణివిరేచనములు

పేగులలో కందుటచేతగాని పుండుపుట్టుట చేతగాని జిగట, చీము, నెత్తురు, కడుపునులిమివేయునొప్పి, విరేచన మునకు పోవునపు డాసనమునొప్పి మొదలగు లక్షణములతో కూడిన ఒకానొక విధమైన వ్యాధికి గ్రహాణి అనిపేరు.

ఇందు వ్యాధిలక్షణములనుబట్టియు, వాని యుధృత మునుబట్టియు, వ్యాధి అనేకవిధములుగ వర్ణింపబడియున్నది. అందుముఖ్యముగ రెండుజాతుల వ్యాధులు మిక్కిలి హెచ్చుగ నంటు స్వభావము గలవి. ఇవి క్షామకాలములయందును, యుద్ధసమయములయందును జైళ్లలోను వచ్చినప్పుడు హె చ్చుగ ప్రజలను ధ్వంసము చేయును.

i. ఈ రెండుజాతులలో నొకజాతివిరేచనములు పేగుల లోనుండు డిసెంటరీ బాసిల్లసు అను నొకజాతి సూక్ష్మదండిక వలన కలుగుచున్నది.

ii. రెండవజాతి వ్యాధియందు పేగులలో అమీబా అను నొకవిధమైన సూక్ష్మజంతువులు హెచ్చుగనుండును.

ఈ రెండుజాతుల వ్యాధులలో మొదటిది అనగా బాసి ల్లసుగ్రహాణి వచ్చునప్పుడే యుధృతముగ వచ్చును. విరే

చనమునకు పోవునప్పు డీ వ్యాధిలో ఆసనము నొప్పి మొదటి నుండియు మిక్కిలి హెచ్చుగ నుండును. కుదిరిన వెంటనే కుదురును లేదా వెంటనే చంపును. రెండవజాతి వ్యాధి అనగా అమీబా గ్రహాణి మెల్లమెల్లగ అంకురించి మధ్యమధ్య కుదురుచు తిరిగి తిరిగివచ్చును. చాలకాలము వరకు విడువక యుండును.

వ్యాపించు విధము

బాసిల్లసు గ్రహాణి:—ఇది యుద్ధముగాని క్షామముగాని వచ్చినప్పుడు తప్పక బయిటపడును. ఇది ముఖ్యముగా ఉష్ణప్రదేశములందు మిక్కిలి హెచ్చుగ వ్యాపించును. హిందూదేశమునందు మరణకారణములలో చలిజ్వరము తరువాత బహుశః గ్రహాణివిరేచనములచే గలుగు మరణములు హెచ్చుగ లెక్కకు వచ్చును. సముద్రతీరములలోను, పల్లపుభూములలోను, మిట్టప్రదేశములలోకంటె ఈవ్యాధి హెచ్చుగ వ్యాపించును. సముద్రపు మట్టముకంటె నూరు అడుగులలోపల యెత్తుగల ప్రదేశములలో మొత్తము వ్యాధులలో నూటికి 42 గురును, 500 అడుగులలోపు యెత్తుగల ప్రదేశములలో నూటికి 32 గురును, 500 మొదలు 8000 అడుగుల యెత్తుగల ప్రదేశములలో నూటికి19గురును,8000 అడుగులకంటె హెచ్చు యెత్తుగల ప్రదేశములలో నూటికి 4 గురును, గ్రహాణిచే బాధపడుచున్నారు. కాబట్టి సాధారణముగా నేల యెత్తయిన

కొలదిని గ్రహాణి తగ్గుచున్నట్లు కానవచ్చుచున్నది. అయినను నేలయొక్క స్వభావమునుబట్టియు, నీటినిబట్టియు, గాలిలో నుండు తడినిబట్టియు, ఈ వ్యాధి వ్యాపకము మారుచుండును. ఈ దేశములో సాధారణముగా బురదతో కూడిన క్రొత్తనీరు వచ్చుకాలములో గ్రహాణి హెచ్చుగనుండును.

దేశముయొక్క శీతోష్ణ స్థితియందు అధికమగుమార్పు లకస్మాత్తుగ కలిగినప్పుడెల్లను గ్రహాణియొక్క వ్యాపకము హెచ్చునని తోచుచున్నది. మిక్కిలి వేడిగ నుండు వేసవిలో అకస్మాత్తుగ చల్లనిదినము వచ్చినను, అధికపరిశ్రమచే శరీరము వేడి యెక్కియున్నప్పుడు చలిగాలి తగులుటచేగాని తడియుట చేగాని తడిబట్టలు కట్టుటచేగాని గ్రహాణి అంకురించును. చెరువులు కాలువలు మరమ్మతుచేసినసంవత్సరములలోను, చెరువులు బొత్తిగ ఎండిపోయి కొత్తనీరు ప్రవేశించిన సంవత్సరములోను గ్రహాణి తక్కిన సంవత్సరములలో కంటె హెచ్చుగ నున్నట్లు కానవచ్చుచున్నది. నేలకాలుటకును ఈ వ్యాధి వ్యాపకము నకును గలసంబంధమేమో ఇంకను తెలియదు.

విరేచనములచే మయిలపడిన నేలగాని నీరు గాని కలరా యొక్క వ్యాపకమునకెట్లో గ్రహాణియొక్క వ్యాపకమునకట్లే సహాయపడును. మంచినీళ్ల చెరువులలోనికి కల్మషము ఎప్పుడుచేరునో అప్పుడు గ్రహాణమువచ్చుట నిశ్చయము. ఇదిగాక నీటిలోనుండు మట్టివలన గ్రహాణి వచ్చునను

టకు ప్రబలకారణములు గలవు. నీటిలోని మట్టి కడుపులోనికి పోయి అక్కడ పుండు పుట్టించి క్రమముగ బాసిల్లుసు గ్రహణి లోనికిగాని అమీబాగ్రహణి లోనికిగాని ఉంపును.

మట్టితోగాని, ఇతర కల్మషముతోగానికూడిన ఆహారము, అజీర్ణపదార్థము, పచ్చివిగాని మిగుల మగ్గినవిగానిపండ్లు, హెచ్చుగను మితిలేకుండగను జేయు పండుగభోజనములు, అతి త్రాగుడు మొదలగునవి గ్రహణియొక్క వ్యాపకమున కెక్కువ సహాయము చేయును. యుద్ధకాలములందును క్షామ కాలములందును, ఆహారాదులు సరిగా లేకపోవుట, అధిక పరిశ్రమ జేయుట, ఎండను వానను లెక్కచేయక పోవుట, తడినేలను పరుండుట, జనసమ్మర్దము, మురికినీరు, మలమూత్రాదులతో కల్మషమైన నీరు ఇవి యన్నియు ప్రబలహేతువులు.

స్వభావము

అన్నిజాతుల వారికిని అన్నివయసుల వారికిని వ్యాధి సమానముగా అంటును. స్త్రీ పురుష వివక్షతలేదు భాగ్యవంతులకంటె బీదవారి నిది హెచ్చుగబాధించును. పెద్దపట్టణములలోకంటె పల్లెలయందును, చిన్నపట్టణములందును ఈ వ్యాధి హెచ్చుగనుండును.

నివారించు పద్ధతులు

ఈ వ్యాధిని రాకుండచేయు టీకారసము కనుగొనుటకు ప్రయత్నించుచున్నారు కాని ఇంకను ఉపయోగములోనికి

రాలేదు. అంతవరకును వ్యాధిని పుట్టించుటకు సహాయపడు ఇతర కారణములను మనము గమనించుచు సాధ్యమైనవరకు వ్యాధియొక్క వ్యాపకము నణచుటకు ప్రయత్నింపవలెను. ఇది అంటువ్యాధియని మనకిప్పుడు తెలిసియున్నది గనుక విరేచనములను మందునీళ్లతో గలిపి కల్మష మితరులకు అంటుకొనకుండ చూడవలెను. ఇంటిచుట్టునుండు నేలయందును, మంచినీళ్లయందును, మలమూత్రాదుల సంపర్కము చేరకుండ చూడవలెను. వ్యాధియున్న స్థలములలో నివసించువారు నీటిని చక్కగ మరగనిచ్చి చల్లార్చుకొని త్రాగవలెను.

పదునారవ ప్రకరణము

గాలిమూలమున వ్యాపించువ్యాధులు

ఇవి మశూచకము, పొంగు, ఆటలమ్మ, కోరింతదగ్గు, గవదలు, డెంగ్యుజ్వరము న్యూమోనియా మొదలగునవి. ఇందుకొన్ని వ్యాధులను కలిగించు సూక్ష్మజీవులను ఇంకను మనముకండ్లతో చూడలేదు. మశూచకరోగియొక్క పొక్కులపైనుండు పక్కులలో ఈసూక్ష్మజీవులుండి అవి యెండి ధూళియైగాలిలోకొట్టుకొనిపోవుచు చాలదూరమువరకు వ్యాపించునని యిప్పటి సిద్ధాంతము. రోగిని ప్రత్యేకపరచుటను గూర్చియు టీకాలువేసి రక్షణశక్తిని గలిగించుటను గూర్చియు ఇదివరలో వ్రాసినదానిని గమనింపవలయును. అపరిశుభ్రత, జనసమ్మర్దము ఇవి ఈవ్యాధుల వ్యాపకమునకు మిక్కిలి సహాకారులని జ్ఞప్తియుంచుకొని వానిని రెంటిని చేరనీయకుండ ప్రయత్నము లెడతెగక చేయుచుండ వలెను.

మశూచకము.

ఒకరినుండి మరియొకరికివ్యాపించు వ్యాధులలో మశూచకము మిక్కిలి ఉద్రేకమైనది. దీనియంత త్వరగా వ్యాపించు అంటువ్యాది మరొకటిలేదు. ఇతర జ్వరములవలె దీనినొక జ్వరముగా నెంచవలయును. కాని ఈజ్వరమునందు మూడవ

దినము మొదలుకొని రోగి చర్మమంతయు నొకవిధముగా కంది, పొక్కులెక్కి తుదకా పొక్కులలో చీముపుట్టి పెద్దపెద్ద కుండలును పుండ్లును ఏర్పడును. ఈ పుండ్లవలన శాశ్వతముగ నుండు మచ్చలును, ఒకానొకప్పుడు వికార రూపమును గలుగును. ఒక సారి మశూచకము వచ్చినవారికి తిరిగిరాదు. మనదేశమునం దనాదినుండి ఈ వ్యాధియున్నట్లు కనబడుచున్నది. ఇంగ్లాండు దేశమునకు ౧౭౨౧ సంవత్సరమునందును, అమెరికా దేశమునకు ౧౫౭౭ సంవత్సరమునందును ఈవ్యాధి ప్రవేశించినట్లు నిదర్శనములు గలవు.

మశూచకము నంటించు సూక్ష్మజీవి ఇదియని ఇప్పటికిని నిశ్చయముగా తెలియక పోయినను, అది యేదియో పొక్కులలోని చీమునందు ఉన్నదని రూఢిగా చెప్పవచ్చును. ఏలయన, ఈ చీమునెత్తి మరొకని కంటించిన యెడల వారికి మశూచకము వచ్చుటయే ఇందులకు ప్రబల నిదర్శనము. ఇది యితరులకంటు విధమునుజూడగా ఈ వ్యాధి యేదో విధమున అనగా గాలిమూలమునగాని, బట్టలు సామానులు మొదలగు వాని సంపర్కము మూలమునగాని, అంటుచున్నట్లు తెలియ గలదు. రోగియొక్క ఊపిరి తిత్తులలో నుండియు చర్మమునుండియు, బహుశః ఉమ్మి మలమూత్రాదులు మొదలగు వాని నుండియుగూడ దీనిసంపర్క మితరుల కంటవచ్చును. కాబట్టి రోగికి ఉపచారముచేయు నౌకరుల మూలమునగాని రోగి నివ

సించియుండు ఇంటిలోనికి రోగియున్నప్పుడుగాని, రోగి విడిచిన తరువాతగాని ఇతరులు ప్రవేశించుటచేతను, ఈవ్యాధి వ్యాపింపవచ్చును. వ్యాధి ప్రారంభించినది మొదలు, పక్కులన్నియు పూర్ణముగా నూడిపోయి ఆరోగ్యము గలుగు వరకును ఒకరోగినుండి ఇతరుల కీవ్యాధి అంటవచ్చును. కాని కుండలలో చీముపట్టు దినములయందు ఈవ్యాధి మిక్కిలి ఉధృతముగ వ్యాపించగలదని తెలియుచున్నది. తక్కిన అంటువ్యాధులయొక్క మైలకంటె ఈవ్యాధిని బుట్టించుమైల రోగినుండి విస్తారదూరము వ్యాపింప గలుగుటచే దీనివ్యాపకమును నిలుపుటకు మిక్కిలి కష్టముగానున్నది. ఒకగ్రామమున కంతకు అంటించుటకు మరియొకయూరినుండి ఒక్కమనిషి ఈవ్యాధిని దీసికొని వచ్చిన చాలును. ఈవిత్తనము పది పదునైదు దినములలోనే చుట్టుపట్లనున్న ముప్పది నలుబది కుటుంబములకు వ్యాపింపగలదు. ఇది కొంపలంటుకొను నిప్పుకంటె వేగముగ నింటింటికి వ్యాపించునని చెప్పవచ్చును.

నివారించుపద్ధతులు

రోగిని వెంటనే ప్రత్యేకపరచుటచేతను, రోగియుండు స్థలమును వెంటనే శుద్ధిచేయుటచేతను, ఈ వ్యాధియొక్క వ్యాపకము కొంతవరకు నిలుపవచ్చును గాని దీని వ్యాపకము గాలితో సమానమైన వేగము గలదగుటచే నింతటితో నిలుచునని చెప్పుటకు వీలులేదు. మశూచకము రాకుండ టీకాలు

వేయుటకు ప్రారంభించిన తరువాత దీని వ్యాపకము యొక్క యుద్ధృతము మనకంతగా దెలియకున్నది. ఇప్పుడు టీకాల మూలమున మశూచకపు వ్యాపకము కొంతవరకు నిలుచు చున్నను, అచ్చటచ్చట నీవ్యాధి ఇంకను హెచ్చుగ వ్యాపించు చున్నట్లు వినుచున్నాము. ఒకానొక కాలమునందు ఒకానొక యూరిలో నిది యమితముగ వ్యాపించుటయు మరియొక యూరిలో అదే కాలము నందుగాని, వేరొక కాలము నందు గాని ఒకరిద్దరు రోగులకు మశూచకము వచ్చి అంతటితో నీ వ్యాధి నిలచిపోవుటయు గలదు. ఇట్టి వ్యాపకమునకు కారణము కనుగొనవలయుననిన మిక్కిలి జాగ్రత్తతో పరిశోధింప వలసియున్నది. ఒక్కొక ప్రదేశమునందు టీకాలవలని లాభము ప్రజ లనుకొనినంతగానుండక పోవచ్చును. టీకాలు చక్కగా పొక్కినవా లేదా అనువిషయము ఆయాగ్రామము లందంతట ఈ వ్యాధి వ్యాపకముయొక్క ఉద్ధృతమును తెలసి కొనుటలో ముఖ్యమైన అంశము. కాబట్టి ఒకచోట మశూచకము వచ్చిన వెంటనే అనుమానాస్పదమగు జనులందరకు తిరిగి టీకాలు వేయవలయును.

దేశముయొక్క కాలమాన స్థితికిని, మశూచకపు వ్యాపకమునకును ఏదో ఒక సంబంధము కలదనిగూడ తోచు చున్నది. ఒకానొక కాలమందు ఇది మిక్కిలి ఎక్కువగా నుండును. మరియొక కాలమందు తగ్గియుండును. కాని అనేక

చోట్ల ఈ వ్యాపకము మానవుల రాకపోకలనుబట్టియే ఉండు నని తోచుచున్నది. మశూచకము వచ్చిన వానిచుట్టు అదృష్టవశమున టీకాలు వేయించుకొనినవారేయుండి రోగియొక్క వ్యాధి మశూచకమని మొదటిదినమే తెలిసియుండి, రోగిని వెంటనే ప్రత్యేకపరచి రోగిని చూచుట కితరు లెవ్వరును బోకుండ నుండిన యెడల ఆవ్యాధి అంతటితో దిగిపోయి యుండవచ్చును. అధికారులు ఈరోగివిషయమైవెంటనే తెలిసి కొని రోగితో సంబంధించిన వారల కందరకును చుట్టుపట్ల నుండు ఇండ్లవారి కందరకును వెంటనే టీకాలువేసి, రోగిని గ్రామము వెలుపలనుండు ప్రత్యేకస్థలమున నుంచినయెడల ఇంకను యుక్తము. కాని ఈ విషయములనుగూర్చి బొత్తిగ అజ్ఞానములో మునిగియున్న మన దేశమునందు ఇట్టిస్థితి ఇంతలో వచ్చునని తలచుటకు వీలులేదు. రోగికి వ్యాధి అంటిన మొదటి దినములలో ఏదో కొద్దిగా జ్వరము తగిలినదని తలచి 'అమ్మవార'ని తెలియక పూర్వము, మామూలుగా దిరుగుచు తన పనులను జేసికొనుచుండుటవలనను, ఊరంతయు దిరుగుచుండు అద్దెబండ్లలోను, రైలుబండ్లలోను తిరుగుటచే ఆబండ్ల మూలమునను, నాటకములకును సభలకును బోవుచుండుట చేతను ఈ వ్యాధి రోగిమూలమున ఎట్లు వ్యాపింపగలదో తెలియగలదు. అమ్మవారని తెలిసిన తరువాత, రోగి ఇంటిలో పరుండియున్న తరువాత గూడ ఆ యింటిలోని పిల్లలు బడికి

పోవుటచేతను, పెద్దలు తమతమ పనులమీద నూరంతయు
దిగుగుటచేతను, తల్లులు ఒక క్షణమున రోగికి ఉపచార
ములుచేయుచు, మరియొక క్షణమున నా బట్టలతోడనే
చెగువునకు వెళ్ళి నీకు దెచ్చుటచేతను లేక దుకాణమునగూ
ర్చుండి పండ్లమ్ముటచేతను, చాకలివాండ్రు వీధివెంట రోగిబట్ట
లను దీసికొని పోవుటచేతను, బంధుగులు రోగిని చూచుటకు
వచ్చిపోవుచుండుటచేతను, ఈ వ్యాధి వ్యాపింపగలదు. దీని
వ్యాపకమునకిన్ని మార్గము లుండుటచేతనే ఒకానొకచోనదృష్ట
వశమున ఒక్కనికే వ్యాధివచ్చిపోవుటయు, మరొకచోఒక్కని
నుండి నూరుగురకుగూడ వ్యాధి వ్యాపించుటయు సంభవించు
చున్నది.

ఒకనికి అమ్మవారు సోకినదని అనుమానము కలిగిన
వెంటనే ఆయింటియందు పూచీగలవారెవ్వరో అధికారులకు
తెలియ జేయనలయును. ఆ యధికారులు మిక్కిలి నేర్పును
జాగరూకతయు గలవారై ఏయూరినుండి ఆమనిషి నచ్చినది
యు, ఎవరెవరి యిండ్లకు తిరిగినదియు, యేయూరినుండి యెవ
రెవరు ఆయింటికి వచ్చుచు పోవుచున్నదియు చక్కగ కని
పెట్టనలయును. వ్యాధి వచ్చినవెంటనే తెలుపని వానికిని, తెలి
సిన సమాచారమును గూఢముగ నుంచినవానికిని, అధికారు
లడిగినపు డబద్ధము చెప్పవానికిని తగిన శిక్ష విధించుటకై శాస
నము లుండవలయును.

ఒకచోట మశూచకము ఉన్నదని తెలిసిన వెంటనే అధికారులు రోగిని తగిన వైద్యశాలకు తీసికొనిపోవలయును.

ఇల్లంతయు పదమూడవ ప్రకరణములో జెప్పినట్టుశుద్ధి చేయవలయును. రోగియొక్క పరుపును, బట్టలను, అవసరమైన యెడల నాశనముచేసి రోగికి తగిన పరిహార మియ్యవలయును.

చుట్టుపట్లనున్న ప్రజలకందరకును టీకాలువేయవలయును. ఇతర గ్రామములనుండి రోగిని చూడవచ్చిన వారివిషయమై వెంటనే ఆయా గ్రామాధికారులకు తెలియపరచి వారికిని వారినంటియుండు వారికిని టీకాలు వేయించవలయును.

బడికిబోవు పిల్లలున్నయెడల తక్షణము వారిని నిలిపి ఆ బడిలోని పిల్లలందరకును టీకాలు వేయవలయును. ఆ సమయమున బడికి రాని పిల్లల పట్టీని తయారుచేసి వారి యిండ్లకు పోయి వారల కిదివరకే అమ్మవారంటినదేమో తెలిసికొని వారలకును వారల నంటియుండు వారలకును అందరకును తిరిగి టీకాలు వేయవలయును. ఆ యింటినుండి మనుష్యులు నౌకరికిగాని, వ్యాపారములకుగాని ఏ యే స్థలములకు వెళ్లుదురో చక్కగ కనిపెట్టి అచ్చటివారల కందరకును తెలిపి, తిరిగి టీకాలు వేయవలయును. రెండవసారి టీకాలు వేసికొనుట నిర్బంధము గాదు కనుక, తిరిగి టీకాలు వేసికొనమని ఎవరైనను తిరుగబడినయెడల అట్టి వారలను పదునాలుగు దినముల వరకు నౌకరికి రానీయకుండజేసి ప్రజలనుండి ప్రత్యేక పరచ

వలయును. రోగి యుండు ఇంటిని, రోగియిండ్లకు వచ్చిన వారి యిండ్లను పదునాలుగు దినములవరకు అధికారులు ప్రతి దినమును శోధించుచుండవలయును. మరి పదునాలుగు దినములువరకు అప్పుడప్పుడు శోధించుచుండవలయును. వ్యాధి వలన చనిపోయిన శవమునుండి ఈవ్యాధి మిక్కిలి వ్యాపింప వచ్చునుగాన అట్టివానిని వీధుల వెంట దీసుకొనిపోవుటకు పూర్వము, శుద్ధిచేయుమందు నీళ్ళలో తడిపిన మందుగుడ్డలతో చక్కగ కప్పి తిన్నగ స్మశానమునకు తీసికొని వెళ్ళి కాల్చవల యును.

మశూచకపు వైద్యశాల

మశూచకపు వైద్యశాలలకును, తక్కిన వైద్యశాలల కును ముఖ్యమైన బేధములు కొన్ని కలవు.

స్థలము:—ఇండ్లకును, రోడ్లకును, ప్రజలు పలుమారు వచ్చుచు పోవుచుండు ఇతర స్థలములకును ఈవైద్యశాల మిక్కిలి దూరముగ నుండవలయును. ఈవైద్యశాలలు ఇతర అంటువ్యాధుల వైద్యశాలలతో కూడ సంపర్కము గలిగి యుండగూడదు. ఇట్టి వైద్యశాల కట్టవలయుననిన మిక్కిలి విశాలమైన స్థలము కావలయును. ఏలయన దీనిచుట్టు నా లుగువందల గజములకు లోపల ఏ యిండ్లును ఉండకూడదు. ఇట్టి వైద్యశాలలో గాలియు, వెలుతురును, మిక్కిలి చక్కగ వచ్చుచుండవలయును. అనుమానముగల మశూచకపు రోగు

లను, మశూచకపు రోగులతో సంబంధముగల ఇతరులను నివసింపజేయుటకై అదేయావరణములో ప్రత్యేకముగ, వైద్యశాలకు దూరముగ, ఇండ్లు కట్టియుంచవలయును.

ఈ వైద్యశాలలో నౌకరీ చేయు వారలందరును ఖాయముగ నక్కడనుండు వారైనను సరే లేక అపుడపుడు నౌకరికివచ్చు వారలయినను సరే వారుచేయు నౌకరీ ఎట్టిదైనను వారలకందరకు ఆస్పత్రిలో ప్రవేశించక మునుపే తిరిగి టీకాలు వేయవలయును. ఆస్పత్రిలోనికి ఎప్పుడో మిక్కిలి అవసరమున్నప్పుడు తప్ప చూచువారలను రానీయకూడదు. మిక్కిలి తప్పనిసరిగా ఎవరినైనను పోనీయవలసి ఉన్నయెడల అట్టి వారికి తిరిగి టీకాలువేసి ఆస్పత్రిలోనికి పోకముందే తడుపుటకు వీలైన ప్రత్యేకపు దుస్తులనిచ్చి వారు తిరిగివచ్చినవెంటనే మందు నీళ్లలో స్నానము చేయించి శుద్ధిచేసిన తమ దుస్తులను తొడుగుకొని పోనీయవలెను. లేనియెడల చూచుటకు వచ్చు వారలను పదునాలుగు దినములవరకు అదే ఆవరణములో ప్రత్యేకముగ శోధనలోనుంచి పిమ్మట పంపివేయవలయును. రోగుల బంధువులకును, స్నేహితులకును కావలసిన సమాచారము లన్నిటిని చెప్పుటకు దూరముగ నొక స్థలమేర్పరచి అక్కడకే వారు వచ్చిపోవునటు లేర్పాట్లు చేయవలయును. కాని అయినవారును కాని వారును ఆస్పత్రిలోనికి పోగూడదు.

ఆస్పత్రిలోనుండు యే విధమైన సామానును బయటికి పోనీయరాదు. రోగులు వ్రాయు ఉత్తరములను బహుశ్రద్ధగ ఎండబెట్టిగాని కాచిగాని శుద్ధిచేసి బయటికి పోనీయవలెను.

ఆస్పత్రి విషయమై చెప్పిన నిబంధనలన్నియు ఇండ్లలోనుండు రోగుల విషయములోకూడ బహుజాగ్రత్తగ జరుపుచుండినయెడల యీ వ్యాధియొక్క వ్యాపక మిప్పటికంటె అనేకరెట్లు తగ్గిపోవునని చెప్పవచ్చును.

తట్టమ్మవారు (పొంగు)

ఇది గొంతునొప్పి, జలుబు, కొద్దిపాటిదగ్గు, మొదలగు లక్షణములు గలిగి శరీరమంతయు నొకానొక విధమైన తట్టువలె నుండు దద్దులతోకూడిన యొక విధమైన జ్వరమని చెప్పవచ్చును. కొందరికీ వ్యాధితో పాటు కండ్ల కలకగూడ రావచ్చును.

వ్యాపకము

ఇది ప్రపంచకము నందన్ని భాగములయందును కొద్దిగనో హెచ్చుగనో వ్యాపించియున్నది. అప్పుడప్పుడు ఈ వ్యాధివచ్చుచు పోవుచుండు దేశములలోకంటె దీని నెన్నడెరుగని దేశములో నిది ప్రవేశించినయెడల మిక్కిలి ఉపద్రవము కలుగచేయును. 1875 సంవత్సరములో ఫిజీ ద్వీపములలో ఇది ప్రవేశించినపుడు దీని వ్యాపకము తీవ్రమైమూడు నెలలలో దేశమందలి ప్రజలలో నాలుగవ వంతును మ్రింగి

వేసెను. మన దేశమునం దీ వ్యాధి సర్వకాలములయందు నాశ్రయించి యుండుటచే మనలనంతగా బాధించుటలేదు. ఇది యేటేట వచ్చుచు పోవుచున్నను మరణములు మాత్రము మిక్కిలి అరుదు. మిక్కిలి ఎండ తీవ్రముగల ప్రదేశములలో నెట్లో అతి శీతలములగు ప్రదేశములలోగూడ నట్లే ఈ వ్యాధి వ్యాపించుచుండుటచే దేశములయొక్క శీతోష్ణ స్థితికిని దీనియొక్క వ్యాపకమునకును సంబంధము లేనట్లు తోచుచున్నది. ఈ వ్యాధి నల్లవార్లకును తెల్లవార్లకునుగూడ ఒకటే విధముగ వ్యాపించును. స్త్రీ పురుష వివక్షతగాని పిన్న పెద్దల వివక్షతగాని దీనికున్నట్లు తోచదు. అయినను మన యిండ్లలో సాధారణముగా పెద్దవారలకంటె పిల్లల నిది అంటుచున్నట్లు కనబడును. ఎందుచేతననగా ప్రతిదేశమునందు అప్పటప్పట యీ వ్యాధివచ్చి పోవుచుండుటచే పెద్దలందర కీవ్యాధి ఎప్పుడో ఒకప్పుడు సోకియుండును. అందుచే యీ వ్యాధి క్రొత్తగవచ్చినపుడెల్ల అనేకమంది పిల్లలును ఇదివరకు రాక మిగిలి పోయిన కొందరు పెద్దవార్లును నీ వ్యాధికి లోబడుదురు. ఆరుమాసములకు లోపువయసుగల పిల్లలకును నలువదిసంవత్సరముల వయసు మీరిన పెద్దలకును నీ వ్యాధి అంటుట అరుదు.

ఈ వ్యాధి సామాన్యముగా మరియొక రోగియొక్క సమీప సంపర్కముచే వచ్చును. ఇది ఒంటిమీద దద్దులు లేవక పూర్వమే ఇతరుల కంటుకొను స్వభావముగల దగుటచేత

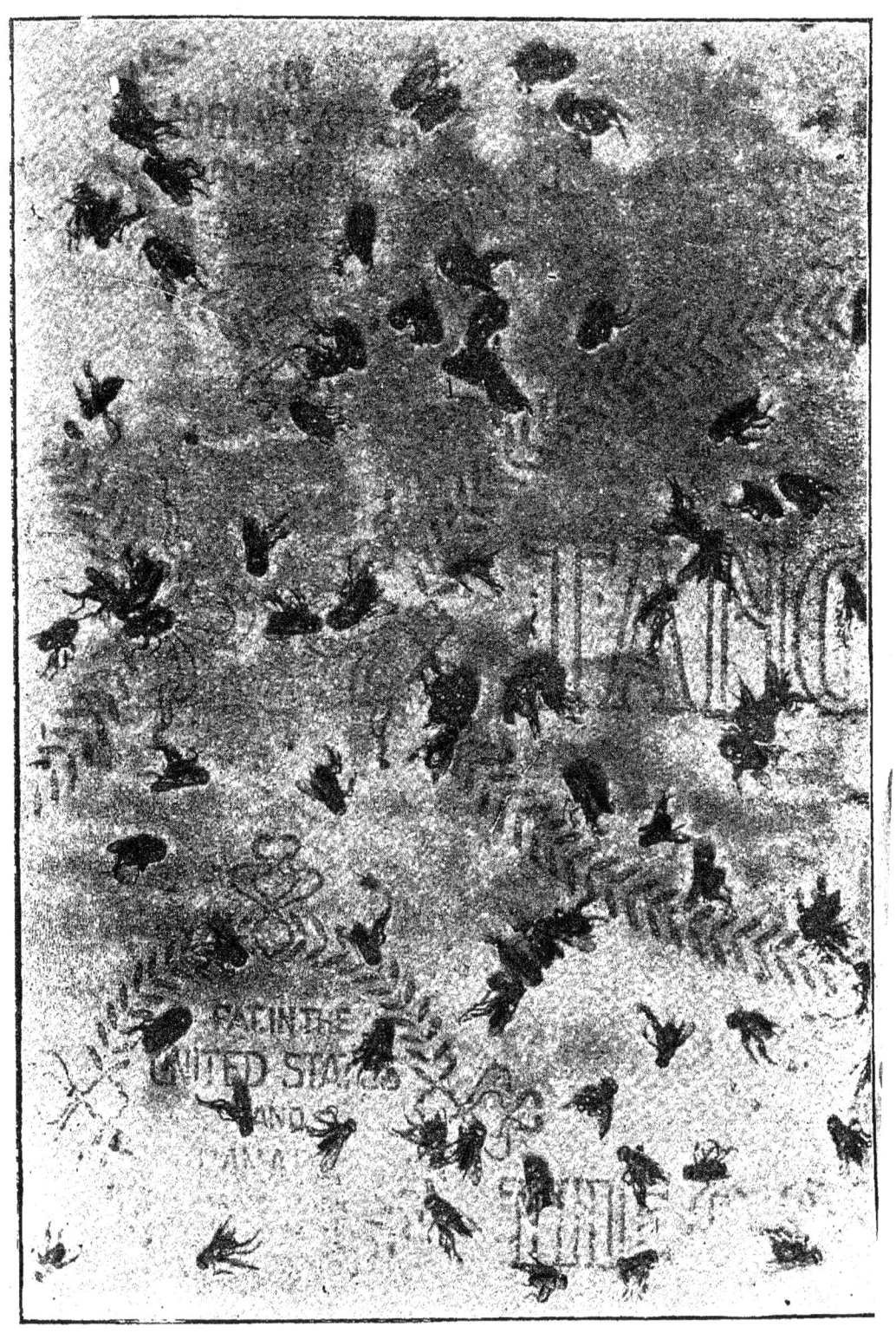

44-వ పటము.

ఈగ కాగితము. Fly-paper.

ఫలానా వ్యాధియని తెలియక పోవుటచేత పిల్లలు బడిలో ఒండొరుల తాకుటవలనను ఇదిపిల్లలలో మిక్కిలి వ్యాపించును. వ్యాధివచ్చిన ప్రతివారిని చక్కగ గాలియు వెలుతురును వచ్చునట్టియు ఇంటిలో విస్తారముసంబంధము లేనట్టియు ఒకగదిలో రోగిని ప్రత్యేకపరచిన యెడల సామాన్యముగా నీవ్యాధి యితరులకంటదు. బట్టలు పుస్తకములు ఆటబొమ్మలు ఇతర సామానులు ఇవి రోగినుండి తీసినవెంటనే ఎండలో నుంచిగాని మరియొక విధముగాగాని శుద్ధిచేసినయెడల ఎండచేతను గాలి చేతను దీని సూక్ష్మజీవి చచ్చునదగుటచేత ఈవ్యాధి అంతగా వ్యాపింపదు. కాని ఒక్క గదిలో నివసించి నంతమాత్రము చేత ఈ వ్యాధి ఎంత సులభముగ అంటు కొనునో ఈ క్రింద యుదాహరణము వలన తెలియగలదు. ఒక బడిలోని ఇరువది యిద్దరు పిల్లలు విహారార్థమొక యూరికిపోయి అచ్చట నొక యింటనొకరాత్రి నిద్రించిరి. మరుసటి వారములో ఆ 22-రు పిల్లలలో 21 మందికి తట్టమ్మవారు వచ్చెను. కారణము విచారింపగా విహారార్థమైపోయియున్నరాత్రి వారు పరుండియున్న ఇంటిలోని పిల్లవాని కొకనికి ఆ తట్టమ్మవారు సోకియున్నట్లు తెలిసెను. ఇప్పుడు తట్టమ్మ వచ్చియుండని పిల్లవానికి ఇది వరకే ఒకసారి తట్టమ్మ వచ్చిపోయెననియు తెలిసెను.

నివారించు పద్ధతులు

1. వైద్యుడును ఇంటియజమానియు వెంటనే గ్రామాధికారికి ప్రకటన చేయవలెను.

2. బడిపిల్లలలో తట్టమ్మ వచ్చినపుడు ఉపాధ్యాయుడు వెంటనే ఆధికార్లకు తెలుపవలెను. ఈ వ్యాధికల ఇంటిలో నుండు పిల్లల నెవ్వరిని బడికి రానియకూడదు. బడిలో అనేక మంది కీ వ్యాధి కనుపించినయెడల వెంటనే బడి మూసివేయ వలెను. సెలవు దినములలో ఇంటికిపోయిన పిల్లలందరును తమ ఇంట అంటువ్యాధి ఏదియును లేదని వైద్యునివద్ద నుండి గాని ఇంటి యజమానునివద్ద నుండిగాని సర్టిఫికేటు తీసికొని రావలయును.

౩. రోగిని, వ్యాధి తెలిసినవెంటనే, ప్రత్యేక పరచుట కూర్చియు రోగియుండు స్థలమును శుద్ధిజేయుటగూర్చియు 12, 13 ప్రకరణములలో వివరించిన విషయములను గమ నింపవలెను. లేదా రోగిని వెంటనే ప్రత్యేకముగ నంటు వ్యాధుల కేర్పఱుపబడిన ఆస్పత్రికి పంపవలయును. మన దేశ మునందు ప్రజలకు ఈవ్యాధియున్న బొత్తిగ భయమేలేదు. పైన చెప్పినకొద్దిపాటి నిబంధనలను గమసించినయెడల ఈ వ్యాధి వ్యాపకమును చాలవరకు మాన్పవచ్చును. రోగుల నుండివచ్చు కఫము చీమిడి మొదలగునవి రోగిచర్మము నుండి రాలుపొట్టుకంటె యావ్యాధియొక్క వ్యాపకమును హెచ్చు చేయునని తోచుచున్నది. తట్టు పోసిన 15 దినములైన తర్వాతగాని రోగిని చక్కగ స్నానముచేయించి తర్వాత గాని ఇతరులతో కలియనీయరాదు. అపుడైనను జలుబుగాని దగ్గుగాని ఏమియు నుండగూడదు.

ఆటలమ్మ

సామాన్యముగా పిల్లలకు ఏవిధమైన బాధయు లేకుండ
గనే మొదటిరోజునే శరీరము మీద అక్కడక్కడ ఎర్రని
పొక్కులు పొక్కి వెంటనే 'నిటితో నిండియున్న కుండలుగా
మారిపోవునట్టి ఒక అంటువ్యాధి. ఈకుండలలోని నీరు క్రమ
క్రమముగా ఎండిపోయి చిన్నచిన్న పక్కు లేర్పడును. సామా
న్యముగా జ్వరముండదు. కుండలలో చీముపట్టదు. ఎవ్వరును
దీనిచే చావరు. పిల్లలాడు కొనుచుండగనే ఈవ్యాధివచ్చి
పోవును. కావుననే మనవారు దీనికాటలమ్మయని పేరు పెట్టిరి.

వ్యాపకము

రోగిని ఇతరులు తాకుటచేతను బహుశః ఇతర సంప
ర్క్కముచేతనుగూడ ఇది వ్యాపించును. ఒక రోగి పక్కులలోని
రసమునెత్తి ఇతరులకు టీకాలు వేసినయెడల వార్ల కాటలమ్మ
రాదని చెప్పుటకు వీలులేదు.

నివారించు పద్ధతులు

ఈ వ్యాధి చంపునదికాక పోవుటచేత శానిటరీ అధి
కార్లకు దీనినిగూర్చి ప్రకటనచేయ నక్కర లేదని కొందర
యభిప్రాయము. ఆటలమ్మకును మశూచకములకును గల భేద
ము అందరకు సులభముగా తెలియక పోవచ్చును. కాబట్టి
ఒకా నొక్కప్పుడు మశూచకపు వ్యాధిని ఆటలమ్మయని
ప్రజలు తలచి అధికార్లకు తెలియ జేయకపోవచ్చును. ఇట్టి

యసందర్భములు కలుగకుండుటకుగాను ఆటలమ్మనుగూడ ప్రకటనచేయు వ్యాధులలోజేర్చిన యెడల అధికారులువచ్చిచూచుకొని అవసరమైన యెడల రోగిని ప్రత్యేకపరచి తగుజాగ్రతను పుచ్చుకొందురు. ఒక ఇంటిలో ఒక పిల్లవానికివచ్చిన ఆటలమ్మ ఇతరపిల్లలకు రాకుండ చేసికొనవలయునన్నయెడల రోగిని ప్రత్యేకపరచుటను గూర్చియు శుద్ధిచేయుటను గూర్చియు పంన్రెండు పదమూడు ప్రకరణములలో వివరింపబడిన విషయమును చూడుము.

గవదలు

సామాన్యముగా పిల్లలకు మెడయొక్క పైభాగమున క్రిందదౌడ ఎముకకు లోతట్టునను చెవి సమీపముననను ఉబ్బి బిళ్ళలుకట్టి నొప్పియెత్తుఒకానొక అంటువ్యాధికి గవదలనిపేరు. దీనికి గాలిబిళ్ళలనియు చెప్పుదురు. ఇది ఒకటిరెండు రోజులు వ్యత్యాసములో రెండుపైపులను వచ్చు స్వభావముగలదగుటచే వ్యాధిని గుర్తెరుగుటకంతగా కష్టముండదు. సామాన్యముగా గవద లుబ్బకముందే కొంచెము జ్వరము తలనొప్పి మొదలగు లక్షణములు కనుపించును.

వ్యాపించు విధము

ఈవ్యాధి తరుచుగా నాలుగు సంవత్సరములు మొదలు పదునాలుగు సంవత్సరముల వయస్సుగల పిల్లల కంటును. కాని పసిబిడ్డలకు ముసలివాండ్లకును తప్ప తక్కిన వారల

కందరకును రావచ్చును. ఇది రోగియొక్క సమీపసంపర్కము లేక పోయినను, అనగా రోగిని తాకకపోయినను, ఒకరి నుండి మరియొకరి కంటును. వాని చక్కగా ప్రసరింపనట్టియు తేమగలిగినట్టియు ఇండ్లలో దీనివ్యాపకము హెచ్చుగనుండును. తట్టమ్మవచ్చి పోయినపిమ్మట గవదలువచ్చుటయు ఒకానొకప్పుడు గలదు. ఒకసారి గవదలువచ్చి పోయినపిమ్మట తిరిగి సామాన్యముగా రాదు. ఈవ్యాధి గవదలుబ్బక పూర్వము కొన్ని దినములు ఉబ్బినతర్వాత మూడు నాలుగు వారముల వరకును, అనగా ఉబ్బుపోయిన తర్వాత పదిపం(డెండు దినములవరకును రోగినుండి ఇతరులకీవ్యాధి అంటవచ్చును.

నివారించు పద్ధతులు

ఈ వ్యాధినుండి సామాన్యముగా చావగుగనుక ప్రజలును శానిటరీ అధికారులును గూడ దీని విషయమై అంతగా లెక్కచేయరు. అయినను బడిపిల్లలలో ఈ వ్యాధి కనుపించిన యెడల వారలను వ్యాధి సోకినదినము మొదలు ఇరువది నాలుగు దినములవరకు బడికి రానీయకూడదు.

కోరింత దగ్గు

కోడిపిల్లను నులిమినట్లు నులుమివేయుచు 'కో' అను దీర్ఘస్వరముతో వచ్చుదగ్గు. దీనిని అందరు సులభముగ గుర్తింపవచ్చును. గాలితో గాని ఋతువుతో గాని ఈ వ్యాధికి సంబంధమున్నట్లు కానరాదు. ఈవ్యాధిని వ్యాపింపజేయు సూక్ష్మజీవికి మానవశరీరముగాక వేరెక్కడను నివాసస్థాన

మున్నట్టును తెలియదు. ఇది ప్రపంచమునందన్ని భాగముల యందును ఒక్కటే రీతిని చిరకాలమునుండి వ్యాపించియు న్నట్లు తోచుచున్నది. ఈవ్యాధియొక్క వ్యాపకమునకు అన్ని కాలములు సమానమైనప్పటికిన్ని ఇది వర్షకాలమునందును చలికాలమునందును రోగులనెక్కువగా బాధించును. మగ పిల్లలలోకంటె ఆడపిల్లలలో నీవ్యాధి హెచ్చుగవ్యాపించునని తోచుచున్నది. ఎక్కడనో వయసువచ్చిన వార్లకుకూడ వచ్చి నను దీనివ్యాపకము పిల్లలలోనే తరుచు. పెద్దపిల్లలలో కంటె పాలుత్రాగుపిల్లలకు తక్కువగా అంటునని చెప్పుదురు. రెండు మొదలు అయిదు సంవత్సరములవయస్సు వచ్చువరకు దీని వ్యాపకము హెచ్చుగనుండును. తల్లికడుపులోనున్నపుడే తల్లి నుండి పిండమీ వ్యాధిని సంపాదించుకొని పుట్టినకొద్ది గంట లలో ఈయొక్క లక్షణములన్నియు చూపుచు వ్యాధినొందిన బిడ్డలలో నిదర్శనములుగలవు. పిల్లలలో వలెనే పెద్దవార్లలో గూడ మగవాండ్రలోకంటె ఆడవాండ్రలో నీవ్యాధిహెచ్చు. అందుముఖ్యముగా గర్భిణీస్త్రీలనిది హెచ్చుగ అంటుచున్నట్లు కనుబడుచున్నది. పొంగు, ఆటలమ్మ మొదలగు అంటువ్యా ధులున్న సమయములోనే కోరింతదగ్గుకూడ తరుచువ్యాపించు చుండుటకు కారణమింత వరకు తెలియలేదు.

నివారించు పద్ధతులు

ఈవ్యాధిని కలిగించు సూక్ష్మజీవి ఇంతవరకు నిశ్చయ ముగా తెలియలేదు. ఇతర అంటువ్యాధులందువలెనే కొంత

దగ్గుగలవారిని కూడ ప్రత్యేకపరచి వ్యాధిగ్రస్తులుండు స్థలమును శుద్ధిచేయవలయును. బడి పిల్లలలో నీవ్యాధివచ్చిన యెడల వ్యాధిపూర్ణముగ నయమగువరకు బడికిరానీయకూడదు. ట్రాంబండ్లలోనికిని, రైలుబండ్లలోనికిని, సభలలోనికిని వ్యాధిగ్రస్తులను రానీయకూడదు. ఇంటివారలును వైద్యులును వ్యాధిని అధికారులకు ప్రకటనచేయునట్లు చట్టములేర్పడవలెను. ఈవ్యాధి అంటుటకు సమీప సంపర్కమవశ్యముగ తోచుచున్నదిగాన ఇరుగుపొరుగు ఇండ్ల పిల్లలను కొంత దగ్గుగలపిల్లలతో ఆట్లాడ నీయరాదు. కొంతదగ్గుగల పిల్లలతో సంపర్కము గలపిల్లలను బడులలోచేర్చుకొనక పూర్వము పదునైదు దినములవరకు శోధనలోనుంచవలెను.

డెంగ్యూ జ్వరము

అకస్మాత్తుగ కీళ్ళలోను, కండలలోను అమితమగు నొప్పితోను శరీరమంతయు ఒకవిధమైన ఎఱ్ఱని దద్దుర్లతోను గూడిన మూడునాలుగునాళ్ళ జ్వరమునకు డెంగ్యూజ్వరమని పేరు. ఇది రోగిని బాధపెట్టునుగాని చంపదు. ఇదికొన్నిదేశములలో అప్పుడప్పుడు వచ్చుచుండును. కాని 1877 వసంవత్సరము మొదలుకొని మూడు సారులది ప్రపంచమంతయు వ్యాపించినది. ఇన్‌ఫ్లూయింజా జ్వరముతప్ప ఇంత వేగముగను ఒక్కొక ప్రదేశములో ఇంతమందికి ఒకటేసారి వ్యాపించునట్టి జ్వరము మరొకటిలేదు. ఇది సామాన్యముగా నుష్ణప్రదేశములలో

వేసవి ప్రాంతమందు అధికముగ వ్యాపించును. చలికాలము రాగానే తగ్గిపోవును. సముద్ర ప్రాంతములందును, పల్లపు భూములయందును ఈవ్యాధి మిట్టప్రదేశములలో కంటె హెచ్చుగనుండును. మురికి వీధులును, జనసంఘములు గల పెద్దపట్టణములలో ఇది మొట్టమొదట పుట్టి రహదారీలవెంట అప్పుడప్పుడు పల్లెలకు జేరుచుండును. అన్నివయసుల వారును స్త్రీలును, పురుషులును గూడ ఈవ్యాధికి సమానులే. ఈ వ్యాధిని గలిగించు సూక్ష్మజీవి ఇంకను నిశ్చయముగ తెలియ లేదు.

నివారించు పద్ధతులు

సాధ్యమైనను కాకున్నను, రోగిని ప్రత్యేకపరచుట, రోగియుండు గదులను శుభ్రముగను వెచ్చగను చక్కనిగాలి ప్రసరించునట్లు జేయుట, రోగియుపయోగించిన బట్టలను వస్తువులను వెనుక ప్రకరణములలో జెప్పినప్రకారము శుద్ధిచేయుట ఇవియే ఈవ్యాధిని వ్యాపింప జేయకుండుటకు ముఖ్యసాధనములు.

న్యూమోనియా (Pneumonia)

ఊపిరితిత్తులు కఫ సంబంధమైన పదార్థములతో నిండిపోయి అకస్మాత్తుగ జ్వరము, ఊపిరాడకపోవుట మొదలగు లక్షణములతో సామాన్యముగ తొమ్మిది దినములుండు జ్వరమునకు న్యూమోనియా జ్వరమనిపేరు. ఈ వ్యాధి జంట

చుక్కలవలె నుండు న్యూమో కాకస్ అను నొక విధమైన సూక్ష్మజీవులచే కలుగుచున్నది. అధికమైన చలిగాలిలో గాని రాత్రులయందు మంచులోగాని వానలోగాని తిరిగిన వారికి వెంటనే ఇది అటుకొనును. ఈ సూక్ష్మజీవి ఆరోగ్యముగా నుండు వాని యుమ్మిలోగూడ సాధారణముగ గనపడుచుందును. ఏ కారణముచేత నైనను శరీరముయొక్క రక్షణశక్తి తగ్గినపుడు ఈ సూక్ష్మజీవి ఉపిరితిత్తులలో ప్రవేశించి వ్యాధిని పుట్టించును. న్యూమో కాకస్ గాక ఇంఫ్లూ యింజా, ప్లేగు టైఫాయిడు సూక్ష్మ జీవులుకూడ ఒకానొకప్పు డీ విధమైన న్యూమోనియాను కలిగింపవచ్చును.

అప్పుడు ఉపిరి తిత్తులలో ఆయా సూక్ష్మజీవులు ప్రత్యే కముగగాని, న్యూమో కాకస్ తోచేరిగాని ఉండును. పల్లె టూరి వారికన్న పట్టణవాసులు రెండింత లధికముగా బాధ పడుదురు.

పట్టణవాసులకు న్యూమోనియా భయము పల్లెలలో వారికంటె హెచ్చుగనుండును. అన్ని వయసులవారికిని సామాన్యముగ నొకటే విధముగా నంటును. కాని బిడ్డల కంటినపుడు మరణములు హెచ్చుగనుందును. ఇంటిలోనుండు ఆడువారలకంటె బయటవెళ్ళి వ్యవహరించు మగవారి కీవ్యాధి హెచ్చుగ నంటును. అధికాయాసము, వీధులలోని దుమ్ము, చలిగాలి, తడి, ఇవన్నియు ఈవ్యాధియొక్క వ్యాపకమునకు సహకారులగుచున్నవి.

నివారించు పద్ధతులు

ఇది వ్యాపించువిధము కొంతవరకు మనకు తెలిసి యున్నది గనుక ఆ మార్గములలో బడకుండ ప్రయత్నించుటయే దీనిని నివారించు ముఖ్యపద్ధతి. నివసించు ఇండ్లు శుభ్రముగ నుంచుట, పట్టణము శుభ్రముగ నుంచుకొనుట, శరీరము శుభ్రముగ నుంచుకొనుట, న్యూమోనియా రోగుల కఫము నెప్పటికప్పుడు శుద్ధిచేసికొనుట, ఇవియే నివారించు పద్ధతులు. గాలిమూలమున వ్యాపించు వ్యాధుల కన్నిటి యందెట్లో న్యూమోనియా యందట్లె నివారించు పద్దతుల నవలంబింపవలయును. న్యూమోనియా రాకుండ నివారించుటకు టీకారసమును ఇప్పుడిప్పుడు కనిపెట్టుచున్నారు. వీని యుపయోగమునుగూర్చి ఇంకను నిశ్చయముగజెప్పుటకు వీలు లేదు.

ఇన్ఫ్లూయింజా

మనకు తెలిసిన అంటువ్యాధులలో ప్రపంచమంతయు నొక్కసారి ముట్టించునది ఇన్ఫ్లూయింజా జ్వరమని చెప్పవచ్చును. ఈజ్వరము తనంతట దాను మనుష్యులను చంపదు. గాని తనవలన గలిగిన బలహీన స్థితియందు ఇతరవ్యాధులను గలిగించి రోగిని లొంగ దీయును. ఇదియును డెంగ్యూ జ్వరమువలెనే అకస్మాత్తుగ వచ్చును గాని జ్వరము దానంత తీవ్రముగానుండదు. ఇన్ఫ్లూయింజా యందు దగ్గు, పడిశము, ఛలి, ఈ లక్షణము లధికముగా నుండును. డెంగ్యూ జ్వరము

లోనున్న దద్దు ఇన్ఫ్లూయింజాలోనుండదు. ఒకవేళ చెమట వలన గలిగిన పొక్కులుండినను అది దద్దుమాదిరి నుండదు.

వ్యాపించువిధము

బెర్లిన్ పట్టణవాస్తవ్యుడగు ఫేఫర్ అను నతడు ఇన్ఫ్లూఇంజా జ్వరమును గలిగించు సూక్ష్మజీవిని కనిపెట్టెను. ఈ సూక్ష్మ జీవియెండవలన నయిదునిముసములలో చచ్చిపోవును. ఈజ్వరము వచ్చినపుడు సామాన్యముగా నింటిలో ఒక్కని గూడ విడువదు. పిల్లలు, పెద్దలు అందరును దీనికిసమానమే. 1891-వ సంవత్సరమున ఈవ్యాధి చీనా దేశమునబుట్టి, పసిఫిక్ సముద్రము మీదుగా అమెరికాకుపోయి, అచ్చటనుండి ఐరోపాకు వ్యాపించెను. ఇట్లు ప్రపంచమునందంతటను వ్యాపించిన దీని వ్యాపకమును గూర్చి మూడు సిద్ధాంతములు కలవు. గాలిలో నుండుదుమ్ము నాశ్రయించి తుపానులును పెద్దగాలియు వచ్చినపుడు ఈజ్వరమునుబుట్టించు సూక్ష్మజీవులు ఒక దేశమునుండిమరియొక దేశమునకు వెళ్లుననికొందరును, గాలియే వ్యాధికి కారణముగాని సూక్ష్మజీవులు కావనిమరికొందరును, మశూచికము పొంగు మొదలగు వ్యాధులవలె ఒకరోగినుండి మరియొకరోగికి ఏదో ఒకవిధమైన సంపర్కముమూలముననే వచ్చునని మరికొందరును జెప్పుచున్నారు. సామాన్యముగా ఒకమనిషినుండి మరియొకమనిషికి సమీపసంపర్కమున్నపుడే ఇది హెచ్చుగవ్యాపించుచున్నట్లు తోచుచున్నది. కాని ఒక

మనిషి తానీవ్యాధిని బొందకుండగనే ఒక రోగినుండి మరియొకని కంటించగలిగినట్లు నిదర్శనములు గలవు. ఓడలలోని సామానులమూలమున ఈవ్యాధియొక దేశమునుండి మరియొక దేశమునకు వ్యాపింపగలిగినట్లును నిదర్శనములు గలవు. ఋతువుగాని దేశముయొక్క శీతోష్ణస్థితిగాని జనసమ్మర్దముగానిగాలి వెల్తురు మొదలగునవికాని ఈవ్యాధియొక్క వ్యాపకముతో నంతగా సంబంధము గలిగియున్నట్లుతోచదు. క్రిక్కిరిసియుండు పట్టణములందెట్లో విశాలముగనుండు నారామములయందట్లే ఈజ్వరము వ్యాపించుచున్నది. మశూచకము, ఆటలమ్మ మొదలగు వ్యాధులవ్యాపకమునకును దీనివ్యాపకమునకును గల భేదములలో నిది ముఖ్యమైనది.

నివారించు పద్ధతులు

ఒకసారి వచ్చినవానికి ఈవ్యాధి తిరిగి రాదని లేదు. బహుశః ఒకసారి దీనిపాల బడినవాడు అనేకసారులు బడునని తోచుచున్నది.

(1) ఇంటిలో నొకనికి వ్యాధివచ్చిన వెంటనే రోగిని ప్రత్యేకపరచి రోగితో నితరుల సంపర్కము తగ్గించవలెను.

(2) ఉమ్మి, చీమిడి, తెమడ మొదలగునవి ఇండ్లలోగాని పనిచేయుస్థలములలోగాని గోడలమీదను గుడ్డలమీదగాని పడి ఎండిపోనీయరాదు. సాధ్యమైనంతవరకు కాగితములలోగాని శుభ్రమైన పాతగుడ్డలలోగాని వీనిచేర్చి తగులబెట్ట

వలెను. లేనియెడల రోగి సంపర్కముగల ప్రతి పదార్థమును పంద్రెండు పదమూడు ప్రకరణములలో చూపిన ప్రకారము శుద్ధిచేయవలెను. వ్యాధి తగిలినవారలు పది దినములవరకు జనసంఘములతో కూడరాదు. వ్యాధి బలమధికముగనున్న యెడల ఒక్కొకచో మూడువారముల వరకు రోగి ఇతరులతో కూడ రాదు.

(౩) ఈ వ్యాధి వ్యాపించియుండు దినములలో ఇండ్లను ఫ్యాక్టరీలను మిక్కిలి శుభ్రముగనుంచుకొనవలెను. తలుపులన్నియు తెరచి గాలియు వెలుతురును చక్కగ ప్రసరించునట్లు చూచుకొనవలెను.

పదునేడవ ప్రకరణము

ఇతర సంపర్కము వలన వ్యాపించు వ్యాధులు క్షయ ప్లేగు, కుష్ఠరోగము, కోరుకు, పచ్చసెగ, తామర, గజ్జిమొదలగునవి.

క్షయ

(Tuburcle)

ఈ వ్యాధిని కలిగించు సూక్ష్మజీవులు క్షయరోగులు ఉమ్మివేయు కఫమునుండి సాధారణముగా బయలువెడలును. మన దేశమునందలి ప్రజలు అజాగ్రత్తగ వీధులలోను ఇష్టము వచ్చిన చోట్లనెల్ల నుమ్మివేయుచుందురు. ఇది ఎండి పొడియై, గాలిలో నెగిరిపోవుచుండును. ఈకఫము తడిగానున్నప్పుడు ఈగలు దీనిమీద వ్రాలి అక్కడనుండి సూక్ష్మజీవులనెత్తుకొని పోయి మన ఆహార పదార్థములమీదికి జేరవేయును. క్షయ వ్యాధిగల ఆవులపాలగుండ ఈవ్యాధి వ్యాపించునను నమ్మకము అనేక వైద్యులకుకలదు. కాని మన దేశమునందలి ప్రజలు పాలనెల్లప్పుడు చక్కగకాచి పుచ్చుకొను నభ్యాసముగలవారగుట చేత ఇక్కడ ఈవ్యాధి పాలమూలమున నంతగా వ్యాపించుచున్నదనితోచదు. ఈవ్యాధి వంశపారంపర్యముగా వచ్చుచుండునను నమ్మకముగట్టిగ కలదు.

వాయుప్రచారము చక్కగలేని చీకటిండ్లలో నివసించు వారలను, స్వతస్సిద్ధముగగాని ఇతరవ్యాధులచే పీడింపబడుట చేతగాని బలహీనస్థితిలో నున్నవారలను ఈవ్యాధి యధికముగ నంటుకొనును.

క్షయవ్యాధి వ్యాపించుటకు రెండు విషయములు ముఖ్యములుగనున్నవి. 1. విత్తనము అనగా క్షయసూక్ష్మజీవి. 2. నేల అనగా బలహీనస్థితిలోనున్న మనుష్యుడు. వంశపారంపర్యముగ కొందరీవ్యాధికి సులభముగ లోనగుదురు. ఇది యొకవిధమైన బలహీనతగా నెంచవలయును.

నివారించు మార్గములు

క్షయవ్యాధి ఊపిరితిత్తుల మార్గమునగాని ఆహారముగుండగాని చర్మముద్వారాగాని అక్కడక్కడ అరుదుగ జననేంద్రియముల మార్గమునగాని మనశరీరములలో ప్రవేశించును. క్షయసూక్ష్మజీవి చాలసేపు గాలినిగాని వెలుతురునుగాని ఎండనుగాని భరింపజాలక వెంటనే చచ్చిపోవును. రోగియొక్క సమీప ప్రదేశములలోగాని ఇతరచోట్ల గాలిలో నీసూక్ష్మజీవులను కనుగొనుట కష్టము. కాబట్టి ప్రతిక్షయరోగికిని తాను ఉమ్మివేయు కఫమునందలి సూక్ష్మజీవులను నశింపజేయుట నేర్పడినయెడల నీవ్యాధియొక్క వ్యాపకము వెంటనే తగ్గిపోవుటకు సందేహాము లేదు. క్షయరోగుల కఫమును ఎండనిచ్చి గాలిలో కలియనిచ్చినను, ఈగలు చీమలు మొద

లగు జంతువు లీకఫమును రోగిపక్కనుండి చేరవేయనిచ్చినను గలుగు నపాయమింతంతయని చెప్పనలవికాదు. ఈగలెట్లు మనయాహార పదార్థములమీదికి నిరంతరమిట్టి విషపదార్థములను తెచ్చి పెట్టుచున్నవో వెనుకనే నొక్కి చెప్పియున్నాము.

ఈగలు సామాన్యముగా నొక్కొక్క కాన్పునకు 120 మొదలు 150 వరకు గ్రుడ్లనొక ముద్దగా బెట్టును. ఈగ్రుడ్లు 40-వ పటములో చూపిన ఆకారముగలిగి, తెల్లగ నిగనిగలాడుచు, జిగురు జిగురుగానుండును. ఈగ తనగ్రుడ్లనెప్పుడును పేడకుప్పలు మొదలగు కుళ్లుపదార్థములుగల చోట్లబెట్టును. వీలయినప్పుడు మనశరీరము మీది పుండ్లలో గూడ నిది గ్రుడ్లు పెట్టును. కొన్ని ఈగలు చిన్నపిల్లల ముక్కులలోను చెవుల

40-వ పటము.

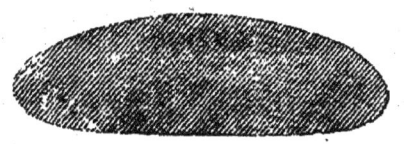

ఈగ గ్రుడ్లు

లోకూడ గ్రుడ్లు పెట్టును ఇవి యిక్కడ వేసవిలో 24 గంటల లోపలను శీతకాలములలో రెండుమూడు దినముల లోపలను 41-వ పటములో చూపినట్లు 12 కణుపులుగల తెల్లని పురుగులుగా పరిణమించును. ఈపురుగులు తలవైపున సన్నముగను వెనుకవైపున లావుగను మొద్దుగను ఉండును. ముందువైపున రెండుదట్టమైన పెదవులుగల ముట్టెయుండును. ఈముట్టె

41-వ పటము.

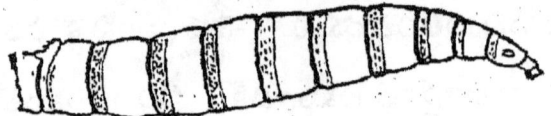

ఈగ పురుగు.

మిక్కిలి కఠినమైనదగుటచే నివి చరచర పుండ్లలోపలికి తొలిచి కొనిపోగలవు. ఇవి యిట్లు 5 దినములుండిన పిదప 42-వ పటములో చూపినట్లు గూడు కట్టుకొనును. ఇప్పుడు వీని తెల్లని

42-వ పటము.

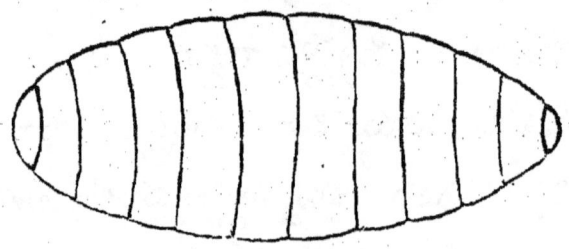

ఈగ గూడు.

చర్మము నలుపెక్కి గట్టిపడి గుల్లగా నేర్పడును. ఈ గూటిలో నివి నిరాహారముగా మూడుదినములుండిన తరువాత 43-వ

43-వ పటము.

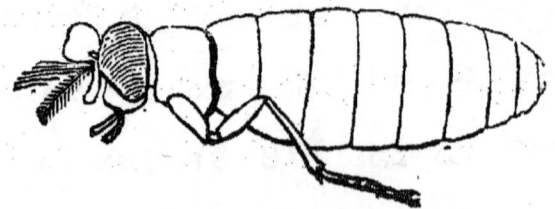

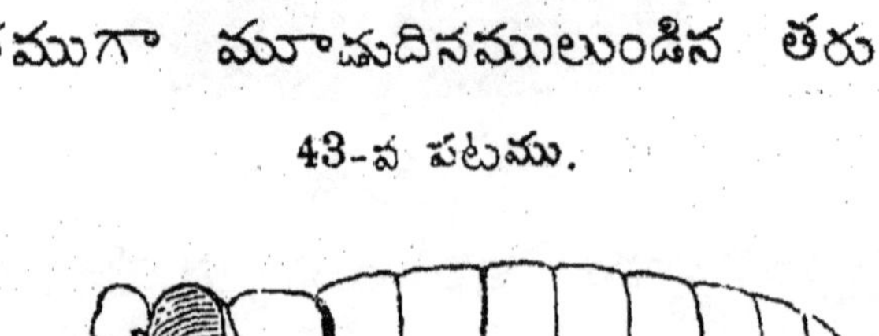

రెక్కలుగల ఈగ.

పటములో చూపిన ప్రకారము గూటిని పగల్చుకొని రెక్కలు గల ఈగలుగా వెలువడును. ఇట్లు గ్రుడ్డునుండి ఈగపుట్టుటకు

సగటున 10 దినములుపట్టును. ఈదేశములో సామాన్యముగా సంవత్సరము పొడుగున నీ యీగలు గ్రుడ్లువెట్టుచుండును. మగ ఈగల కండ్లు రెండును దగ్గరగానుండును. ఆడువానికండ్ల నడుమ యెడమ హెచ్చుగానుండును.

ఇట్టి యీగలను పట్టుటకు ప్రతిరోగి ప్రక్కన ఈగకాగి తము నొక దానిని(Fly-paper) వెట్టినయెడలవీని యుపద్రవము కొంతవరకు తగ్గును. ప్రక్కనుండు 44-వ పటమునుజూడుము. ఈగ కాగితములు అణాకు ఒకటిచొప్పున అమ్మను. క్షయ వ్యాధి పీడితులగు రోగులెల్లప్పుడును మందు నీళ్లుగలపాత్ర లలో నుమ్మివేయవలెనుగాని చుట్టు ప్రక్కలనుండు గోడల మీదను నేలమీదను ఉమ్మివేయగూడదు. సాధారణముగా ప్రజలనుఇండ్లలో తలచినచోట్లనెల్ల ఉమ్మివేయనీయకూడదు. రోగులకు జ్ఞాపకముచేయుటకై జనసంఘములు చేరుచోట్లనెల్ల 'ఇక్కడ ఉమ్మివేసిన వారలు శిక్షకు పాత్రులగుదురు' అని ప్రకటన పలకలు విరివిగ మూల మూలలకు గట్టవలయును. క్షయదగ్గుగల రోగులు ఇతరుల ముఖముమీద దగ్గకూడదు. విసురుగ దగ్గినపుడు సూక్ష్మజీవులు గాలితోపాటు బయటపడి ఎదుట వారినంటవచ్చును. వీరు సభలకు బోవునప్పుడు తమ తోగూడ చేతి రుమాళ్లుగాని పాతగుడ్డలు గాని, ఇప్పుడు జపానునుండి వచ్చుచున్న కాగితపు జేబురుమాళ్లుగాని సం చులుగాని తీసికొనిపోవలయును. దగ్గువచ్చినపుడెల్లను క్రింద

ఉమ్మివేయక గుడ్డలోవేసి దాని నెప్పటికప్పుడు కాల్చివేయవలెను. వీరు ఉపయోగించు బట్టల నితరులుపయోగింపరాదు. వాయు ప్రచారము అధికముగ గల స్థలములలోను ఎండయు వెలుతురు నిరంతరము ప్రసరించు స్థలములలోను ఈవ్యాధి యొక్క వ్యాపకము మిక్కిలి తక్కువగనుండును. కావున ప్రజలందరును వెలుతురులేని యిండ్లలో క్రిక్కిరిసి నివసింపక సాధ్యమయినంతవరకు గ్రామములను విస్తరించి కట్టుకొనుచు జనసమ్మర్దమును తగ్గించుకొనవలయును. తేమనేలలును పల్లపు ప్రదేశములును ఈ వ్యాధికి ప్రీతియగుటచేత సాధ్యమయినంతవరకు ప్రజలు ఎత్తుగనుండు ప్రదేశములలో నిండ్లుకట్టుకొనుటకు ప్రయత్నింప వలయును. ఇండ్లలోనికి సాధ్యమయినంత వెలుతురు వచ్చునట్లు కిటికీలను మండువాలను ఖాళీస్థలములను ఉంచుకొనవలయును. క్షయరోగులకు మిట్టప్రదేశములలో ప్రత్యేకాశ్రమముల (Sanatoria) కట్టించి వారల నక్కడ విశాలముగ నివసింప జేయవలెను. ఆవుపాలమూలమునను మాంసాదులమూలమునను నీవ్యాధివ్యాపింపవచ్చును కావున నేయాహారమునుగాని చక్కగ నుడుకకుండ తినరాదు.

ప్లేగు (Plague)

ఈ వ్యాధిని కలిగించు సూక్ష్మజీవి గాలిలో నెగురుచు ఎంత చిన్నగాయము గుండనైనను రక్తములోనికి ప్రవేశింపవచ్చును. ఆహారముగుండగాని ఊపిరి గాలిగుండగాని ప్రవే

శించినను ప్రవేశింపవచ్చును. మనము తినిన ఆహారము కడుపు లోనికిపోయినప్పుడు అక్కడ నేదైన, స్వల్పముగనైన, గాయ ముండినగాని ఈసూక్ష్మజీవులు రక్తములోనికి చేరలేవని కొందర యభిప్రాయము. ప్లేగు సంపర్కముగల ఆహారము తినునపుడు దానియందలి సూక్ష్మజీవులు పెదవులయందును చేతులయందు నుండు చిన్న చిన్న గాయములగుండ కూడ ప్రవేశించునని నిదర్శనములుగలవు దురదచే గోకి కొనుటవలన గాని దోమ కాటువలనగాని పుట్టిన అతిస్వల్పమైన గాయ ముల మూలమునగూడ ప్లేగుసూక్ష్మజీవి ప్రవేశింపగలదు. ప్లేగువ్యాధి నీటిమూలమున ప్రవేశింపదనియు చక్కని ప్రచా రముగల వాయువుమూలమునగూడ అంటదనియు చెప్ప వచ్చును. జనసమ్మర్దము అధికముగ గలిగినట్టి చీకటిండ్లలో నీవ్యాధి ప్రవేశించిన మిక్కిలి తీవ్రముగా నాశనము చేయునని నిశ్చయముగా చెప్పవచ్చును. ప్లేగు వ్యాధిగలిగిన యింటి లోని ఎలుకలు కుప్పలు కుప్పలుగ జచ్చును. ఒకానొకప్పుడు గ్రామములో ప్లేగు ప్రవేశింపగనే కొన్ని ఇండ్లలోని మను ష్యులకు ఏవిధమయినవ్యాధియు సోకకమునుపే ఇంటిలోని ఎలుకలు మిక్కుటముగ చచ్చిపడును. ఈయెలుకల శరీరము మీద నివసించుచు బ్రదుకుచుండు గోమారులు మానవు లను కుట్టినపుడు ప్లేగువ్యాధి ఎలుకలనుండి మానవులకు చేరు నని శాస్త్రజ్ఞుల యభిప్రాయము. ఈ గోమారులు

ప్లేగు సూక్ష్మజీవులను ఎలుకలనుండి తామే చేరవేయునది నిజమైనను కాకపోయినను, మన శరీరనుమీాద అదివరకే పడియున్న ప్లేగుసూక్ష్మజీవులు గోమారు కాటువలనగలిగిన గాయముగుండ మనరక్తములో ప్రవేశించి వ్యాధి గలుగజేయవచ్చును. గోమారులవలన కాకపోయినను ప్లేగు అంటిన ఎలుకలు ఇంటియందు విచ్చలవిడిగసంచరించుటచేతను వానిమూత్రపురీషాదులు ఇండ్లలో నలుప్రక్కల పడియుండుట కవకాశము గల్గియుండుట చేతను ఎలుకలు ప్లేగుయొక్క వ్యాపకమున కెక్కువగ సహాకారులగునని చెప్పవచ్చును. మానవుల రాకపోకలచేగాని బట్టలచేగాని ఇతర జంతువులచేగాని ఒక చోటినుండి మరియొక చోటికి ప్లేగువ్యాధి వ్యాపింపవచ్చును. బెంగుళూరు మొదలగు ప్రదేశములలో రైలునుండి దిగుమతియగు సామగ్రుల (Goods) తోపాటు ఎలుకలుకూడ దిగుమతియయి వానిమూలమున నే తరచుగ ప్లేగు వ్యాపించుచున్నట్లు నిదర్శనములుగలవు.

నివారించు పద్ధతులు

ఒక దేశములోనికి ప్లేగు సంబంధమైన యంటువ్యాపింపకుండ రహదారీ స్థలములయందును రైలుస్టేషనుల యందును ఓడరేవుల యందును తగినంతమంది యుద్యోగస్థులను కాపలాయుంచవలయును. ఒకవేళ వ్యాధి ప్రవేశించినయెడల రోగులను ప్రత్యేకపరచి వ్యాధి వ్యాపింపకుండ పంద్రెండు

పదమూడవ ప్రకరణములలో జెప్పిన ప్రకారము జాగ్రత్త పుచ్చుకొనవలయును. అనుమానాస్పదముగు ప్రదేశములలోని జనులకందరకు ప్లేగు టీకాలు వేయవలెను.

కుష్ఠరోగము

(Leprosy.)

ఇప్పటికి ౩౪౦౦ ల సంవత్సరముల క్రిందటనే కుష్ఠ వ్యాధి మనదేశమునన్నట్లు నిదర్శనములుగలవు. ఈవ్యాధిని గలిగించు సూక్ష్మజీవులు ఒకరోగినుండి మరియొకరికి వంశ పారంపర్యముగ వచ్చునని కొందరును, రోగి నితరులు తాకుటచే నంటుకొనునని కొందరును ఊహించుచున్నారు. కుష్ఠరోగులయొక్క శరీరములందు ఈసూక్ష్మజీవులు కనబడుచుండుటచేతను, కుష్ఠరోగము లేని జనులందెన్నడును ఈసూక్ష్మజీవులు కనపడకపోవుటచేతను, ఈవ్యాధికిని ఈసూక్ష్మజీవులకును తప్పక సంబంధమున్నదని చెప్పవచ్చును. కాని ఒకరోగి నుండి ఎత్తిన సూక్ష్మజీవులను వేరొకని శరీరమునందు బలవంతముగ నునమెక్కించి వానికీవ్యాధియంటుకొనునా లేదా యని శోధించుటకు వీలుగాక పోవుటచేత ఈసూక్ష్మజీవులే యీవ్యాధికి కారణమను అంశము కొంచెము సందిగ్ధముగ నున్నను, ఇతర అంటువ్యాధులకును దీనికినిగల పోలికలను బట్టియు, ఇదియొకరినుండి మరియొకరి కంటుమార్గములను బట్టియు చూడగా సూక్ష్మజీవులే మూలకారణములని స్పష్టమగుచున్నది.

వంశపారంపర్యముగ నీవ్యాధి యంటుకొను ననుటకు కొన్ని హేతువులు కనిపించుచున్నను ఈ వాదము సరికాదని ఈక్రింది నిదర్శనమువలన దెలియగలదు. నార్వే దేశమునుండి నూటయిరువదిమంది కుష్ఠరోగులు అమెరికా దేశమునకుబోయి అక్కడవిశాలమయిన స్థలములలో జనసమ్మర్దమును కల్మషమును లేనిచోట్ల గాపురము లుండిరి. వారి సంతానమునందుగాని మనుమలయందుగాని ఈవ్యాధి బొత్తుగ నగపడకపోవుట ఈవాదమును ఖండించుచున్నది. ఇక సంపర్కవాదము. ఐర్లండుదేశమును ఎన్నడును విడిచియుండని యొకానొకడు అమెరికాదేశమునకుబోయి కుష్ఠవ్యాధి నంటించుకొని వచ్చిన తనతమ్ముని పడకమీద కొన్నిదినములు పరుండిన కారణముచేత వానికీవ్యాధియంటుకొనెను. కాబట్టి ఒకమానవుని నుండి మరియొక మానవునకు ఈవ్యాధి అంటుకొనుననియు, అట్లంటుకొనుటకు అన్యోన్య సంపర్కము అవశ్యకమనియు తోచుచున్నది. ఇట్లధిక సంపర్కము గలిగియుండుట చేతనే ఒక వంశమునందనేకుల కీవ్యాధివచ్చుచు వంశపారంపర్యముగా వచ్చుచున్నట్లు తోచవచ్చును.

కొన్ని దేశములలో నీ వ్యాధి సముద్రపు టొడ్డున మాత్రము వ్యాపించియుండుటచేత చేపలమూలమున నిదివచ్చునని కొందర భిప్రాయపడియుండిరి. కాని బొత్తుగ చేపలను తినని బ్రాహ్మణ కుటుంబములలోగూడ నీ వ్యాధి వ్యాపించి

యుండుటచేత నీసిద్ధాంతము నిలువజాలదు. నల్లుల మూలమున గాని మన ఇండ్లలోనుండు నేవైనాయితర జంతువుల మూలమునగాని ఈవ్యాధివ్యాపించుచున్నదేమోయను సందేహముగలదు. ఈ విషయమును గనిపెట్ట ననేకులు శోధనలు చేయుచున్నారు.

నివారించు పద్ధతులు

కుష్ఠవ్యాధిగల రోగులను వేరుపరచి ప్రత్యేకస్థలములలో నివసింపజేయవలయుననుటకు సందేహములేదు. ఇంగ్లండుదేశమునందు క్రీ. శ. ౧౨౦౦ ల సంవత్సర ప్రాంతమునందు ఈవ్యాధి మిక్కిలి ఉధృతముగ వ్యాపించియుండి ప్రత్యేకము కుష్ఠరోగుల నిమిత్తమై ౯౫గి వైద్యశాల లేర్పడియుండెను. ఇట్లురోగులను ప్రత్యేకపరచి ౧౮౦౦ వ సంవత్సరము నాటికి లెక్కకొక్కఁడైనను కుష్ఠరోగి లేకుండునట్లు ఆదేశమువారు చేసికొనగలిగిరి. కాబట్టి ఈవ్యాధిని నిర్మూలము చేయవలెనన్న రోగులయొక్క సంపర్కములేకుండ జేసికొనుటయే సాధనము. ఈదేశమునందు కుష్ఠవ్యాధి గలవారిలో సగముమందికిది కాళ్ళలో ప్రారంభించుటచేత కుష్ఠరోగులు తిరుగుచున్నచోట్ల నేలయం దీ సూక్ష్మజీవులు రాలియుండి పాదరక్షలులేకుండ నడచువారికి ముఖ్యముగ నంటునని తోచుచున్నది. కుష్ఠరోగులు బాజారులలో నేవస్తువులను అమ్మరాదు. వీరి ఉమ్మియందును చీమిడియందును స్త్రీపురు

షాంగములనుండి స్రవించు ద్రవములయందును చనుబాల యందును సూక్ష్మజీవులుండును. ఒకకుష్ఠరోగి రెండునిమిష ములు బిగ్గరగమాట్లాడినంతలో ౪౦ వేలు మొదలు ౧౮౦గి వేల సూక్ష్మజీవులవరకు గజము దూరముదాక వెదజిమ్మునని యొకశాస్త్రికారుడు లెక్కించియున్నాడు. ఈరోగుల ముక్కు లందు ౧౦౦ లో ౯-౨ మందికి వుండు ఉండునని శోధకులు వ్రాసియున్నారు. కాబట్టి కుష్ఠరోగుల నెన్నటికిని దరిజేరదీయ కూడదు. కుష్ఠరోగులు వివాహంమాడకూడదని నిర్బంధము లేర్పడవలయును. వారలకుదగు ఆశ్రమముల నిర్మించి అక్క డనే వారిసౌఖ్యములకు తగిన ఏర్పాటులుజేసి యావజ్జీవము గడుపునట్లు చేయువలయును. లేనిచో మనదేశమున నీమహా వ్యాధి ఎన్నడును విడువదని చెప్పవచ్చును. కుష్ఠరోగులను తాక వలసివచ్చిన వారెల్లరును ఎప్పటికప్పుడు తమచేతులను మిక్కిలి శ్రద్ధగా మందునీళ్ళతో కడిగికొనవలయును. వ్యాధిని దాచ కుండుట, తగిన అధికారులు ఇంటింటినిశోధించి వ్యాధిగ్రస్తుల గూర్చి ప్రకటనచేయుట, రోగులను ప్రత్యేకపరచుట, పరి శుభ్రతను వృద్ధిపరచు నాచారముల నవలంబించుట, ఇవియే కుష్ఠవ్యాధిని నిర్మూలముచేయుటకు ముఖ్యసాధనములు.

పచ్చసెగ-కొరుకు-అడ్డగర్రలు

(Gonorrhea-Syphilis-Bubo.)

ఇవి వ్యభిచరించు స్త్రీపురుషులకు మిక్కిలి తరచుగ నంటువ్యాధులు. వీనినే సుఖవ్యాధులందురు. ఇందు మొదటి

అపరిశుద్ధమైన సంయోగముచేతనే కలుగునుగాని తనంతట తానురాదు. ఈపుండునకును కొరుకువ్యాధి కలిగించు పుండు నకునుగల భేదమును తెలిసికొననగును.

అడ్డగర్రపుండు

1. సంయోగమయిన కొన్నిగంటలు మొదలు కొద్దిదిన ములలో బయలు పడును.

2. మెత్తగనుండినవెంటనే చీముపట్టి గొయ్యివలెనుండు పుండుగా నేర్పడును.

3. ఒకపుండులోని చీము మరియొక చోటనంటినప్పుడు అక్కడ మరియొక పుండు ఏర్పడును. కావున అనేక పుండ్లూ కలేసారి అంగముమీద నున్న యెడల ఆపుండు అడ్డగర్రలు పుట్టించు పుండని చెప్పవచ్చును.

4. ఈ పుండు విషము గజ్జలలోనికెక్కి అక్కడ బిళ్ళలు ఉబ్బి చీముపట్టి అడ్డగర్రలుగా నేర్పడును.

కొరుకుపుండు

1. సంయోగమైన కొద్దిదినములవరకు బయల్పడదు.

2. మొట్టమొదట నొక పొక్కుగ బయలుదేరి అనప గింజవలె గట్టిగనుండి దిమ్ముగానేర్పడి యొకానొకప్పుడు చీము పట్టకనే కరగిపోవును. ఒకానొకప్పుడు దీనిమీదగాని, చుట్టు ప్రక్కలగాని అడ్డగర్రపుండుకూడ అంటియున్న యెడల వ్యాధి యేది అయినదియు తెలిసికొనుట కష్టము.

3. ఈపుండు ఒంటిగ నుండునుగాని ఒకచోటనుండి మఱియొకచోట నంటదు.

4. దీనివిషము గజ్జలలోని కెక్కినప్పుడు అక్కడ బిళ్లలు కొంచెముబ్బి గట్టిగనుండును గాని దానిలో చీము పట్టదు.

ఈవ్యాధులు మానవులకు మాత్రమంటును. ఇతర జంతువులకు మనము బలవంతముగ నేవిధమున అంటించినను అంటవు. ఇవి వ్యాధిగలిగిన మానవులనుండియే యితర మానవులకంటునుగాని తమంతటవి యెవ్వరికిని వ్యాధిగ్రస్తుల సంపర్కము లేనిదే పుట్టవు. ఇవి సామాన్యముగ స్త్రీపురుష సంయోగముచే వ్యాధిగల స్త్రీలనుండి పురుషులకును, ఈపురుషులనుండి తిరిగి యితరస్త్రీలకును అంటును. స్త్రీలయవయవములనుండి యెప్పటికప్పుడు చీముమొదలగునవి బయిటకు పోవుటకు తగినంత అవకాశముండుటచేత యొక్కొకప్పుడు వీరలను పచ్చసెగయు అడ్డ గర్రలను మగవారలను బాధించినంతగా బాధింపవుగాని కొరుకువ్యాధి స్త్రీలయెడ పక్షపాతమును సామాన్యముగా జూపదు.

నివారించు పద్ధతులు

౧. యుక్తవయస్సు వచ్చిన మగవానికి అయిదారు సంవత్సరముల పిల్లను కట్టిపెట్టినప్పుడు వానిమనస్సు పట్టజాలని వారలు తప్పుదారుల నడచుటవలన ఈవ్యాధులు మనదేశము

నందు హెచ్చుగవ్యాపించుచున్నవి. ఇట్టిమగవారలీ వ్యాధుల నేపాపము నెరుగని తమభార్యలకు పిట్టపిడుగున మొట్టమొదటి సంభోగముననేయంటించి వారలనుకూడ తమతోపాటు అపారములగు కష్టసముద్రముల ముంచుచున్నారు. స్త్రీపురుషులకు తగిన వయస్సులందు వివాహములుచేసి వారలకు యన్యోన్య ప్రేమ హెచ్చునట్లుజేయుట యీ వ్యాధుల నివారించుటకు మొదటిసాధనము.

౨. వ్యభిచారము హెచ్చుగనుండు ప్రదేశములలో నీవ్యాధులు హెచ్చుగవ్యాపించుచుండుననుట నిస్సందేహము. పల్లెలలోకంటె పట్టణములో హెచ్చుగనుండుట కిదియే కారణము. వ్యభిచారమును తగ్గించుటకు ఐరోపాఖండమునందు ఒక్కొక దేశమం దొక్కొక కాలమునందు అనేక పద్ధతుల నవలంబించిరి.

i. వ్యభిచారమువలన జీవించుట స్త్రీలకు లైసెన్సు (License) ల నిచ్చి వారుతప్ప ఇతరులు వ్యభిచరించిన యెడల శిక్షకు పాత్రులగుదురని నిర్బంధించిరి.

ii. లైసెన్సుగల స్త్రీలను వారమునకు ఒకటి రెండు పర్యాయములు డాక్టర్లు పరీక్షించి వారలకే వ్యాధియంటినను తక్షణమే వైద్యశాలలకుపంపి కుదుర్చుచు, వ్యాధిగల దినములలో వారలితరులకీ వ్యాధుల నంటింపకుండ కాపాడుచుండిరి.

iii. తార్పుకత్తెలకును, వ్యభిచారమును రహస్యముగ ప్రోత్సాహపరచువారలకును కఠినశిక్షలు విధించుచుండిరి.

iv. వ్యభిచార స్త్రీలు అన్నివీధులలో విచ్చలవిడిగా తిరుగకుండ నిర్బంధము లేర్పరచి వీరు నివసించుటకు పట్టణములందలి కొన్ని మారుమూలవీధులను నిరూపించి ఆయా వీధులయందు తప్ప యితరచోట్ల వారియాటలు సాగకుండ జాగ్రత్తపడుచుండిరి. నాటకములలోను, సభలలోను ఉన్నత తరగతుల వారితో వీరు కూర్చుండరాదని నిర్బంధించిరి.

ఇట్టి నిర్బంధములు హెచ్చుగ పెట్టుచువచ్చిన కొలదిని రహస్యముగ వ్యభిచారము హెచ్చగుచుండెను. విచ్చలవిడిగ సంచరింపవచ్చిన చోట్ల బహిరంగముగనే హెచ్చుచుండెను.

విద్యయొక్క అభివృద్ధినిబట్టి వ్యభిచారము తగ్గవలసి యున్నది కాని మిక్కిలి ఐశ్వర్యము ననుభవించు ఐరోపా ఖండమునందనేక దేశములలోకూడ వ్యభిచారము హెచ్చుగుచుండుట శోచనీయము. ఇదియిట్లుండ మనదేశమునందు మిక్కిలి పూజనీయములగు దేవస్థలములలోను వివాహమహోత్సవములలోను సయితము వ్యభిచరించు స్త్రీలను గౌరవింపకుండ మనకుజరుగ దాయెను. కుత్తిగంటులోని నల్లపూసలను భోగముదే గ్రుచ్చవలెనట. ఇంతకంటెను మనకు అవమానముగలదా? వ్యభిచారము గర్హ్యముగా నెంచకుండుటట్లుండగా వారలకు తగువసతులేర్పరచి వంశపారంపర్యముగ నిదే

వృత్తి నలుపుచుండుడని ప్రోత్సాహముచేయుట ఎంతయు శోచనీయము. ఎట్లయినను దేశాభివృద్ధిగోరు ప్రతిమానవుడును వ్యభిచారమును తగ్గించుటకు తన యావచ్ఛక్తిని ప్రయత్నములు చేయుట యీ సుఖవ్యాధుల వ్యాపకమును తగ్గించుటకు రెండవ సాధనము.

3. సందేహాస్పదమైన సంభోగముచేసిన వారందరును సంభోగానంతరము సంయోగావయములను మిక్కిలి పరిశుభ్రముగ మందునీళ్ళతో కడిగికొని, వెంటనేమూత్రము విసర్జించు నెడల ఈవ్యాధులు బహుశః అంటకపోవచ్చును. వ్యాధి యంటినప్పుడు దానిని దాచిపెట్టక వైద్యునివద్దకుపోయి వెంటనే చికిత్సచేసికొనినయెడల వీనినుండి యితరులకంటు నపకాశములు తగ్గియుండును.

౪. కట్టుబట్టలు, చేతిగుడ్డలు, పరుపులు, మంచినీళ్ళ చెంబులు మంగలికత్తులు మొదలగువాని మూలమున చిన్న పిల్లలకు కూడ ఈవ్యాధు లంటవచ్చును. కాబట్టి ఒకరుపయోగించు వస్తువులను చక్కగ శుద్ధిచేయకుండ నితరు లుపయోగింపరాదు. చంటిపిల్లలకు పాలిచ్చుదాదులకీ వ్యాధులు లేకుండ చూచుకొనవలెను.

౫. వ్యభిచారమువలనను, ఈ ఘోరవ్యాధులవలనను గలుగు నసంఖ్యాకములును, దుర్భరములును అగుదురవస్థలను గూర్చి పిల్లలకు యుక్తవయస్సురాక పూర్వమే తగినతరుణమున

వివరముగ బోధించు పాఠములను పాఠశాలలలో తప్పక బోధింపవలెను. ఈపద్ధతివలన పటాలములలో నీవ్యాధులు కొంత వరకు లొంగుబాటునకు వచ్చుచున్నవి.

తా మ ర

ఇది 13-వ పటములో చూపబడిన బూజుజాతి సూక్ష్మజీవిచే కలుగుచున్నది. ఇందనేక జాతులు కలవు. తలవెంట్రుకలలో వచ్చున దొకజాతి. గజ్జలు మొదలగు స్థలములలో శరీరమందు వచ్చున దొకజాతి. గోళ్లలో వచ్చున దొకజాతి. ఇట్లనేకజాతులుకలవు. గోళ్లలోవచ్చు తామరకే పుప్పిగోళ్లని చెప్పుదురు.

ఇది వ్యాపించువిధము

ఇది కుటుంబములలోను బడులలోను ఒకరి బట్టలొకరు కట్టుకొనుటచేతను ఒకరి దువ్వెనలు మంగలకత్తులు టోపీలు తువాళ్లు మొదలగునవి మరియొకరుపయోగించుటచేతను వచ్చును.

నివారించు పద్ధతులు

కొంచెము జాగ్రత్తగ మనము ప్రయత్నించిన ఈ వ్యాధి వ్యాపింపకుండ చేయవచ్చును. ప్యారిస్ పట్టణములో తామరయంటిన పిల్లలకు ప్రత్యేకమైన స్కూళ్లు గలవు. మన దేశములో అంతవరకు మనము పోలేక పోయినను సామాన్యముగ మనము చూపగలిగిన శ్రద్ధనుచూపి వ్యాధిగల పిల్లలను తరగతిలో వేరుగ కూర్చుండబెట్ట వలెను. పిల్లలంద

రొకచో నివసింపవలసి వచ్చినపుడు ఒకరి వస్తువుల నొకరు ఉప యోగపరచకుండ చేసిన చాలును. మంగలివాడు తనకత్తులను మిక్కిలి శుభ్రముచేసి కొనునట్లుగా చూచుకొన వలెను. అనుమానముగల చోట్లనెల్ల కత్తిని సలసలక్రాగు నీళ్లలో నుంచి సబ్బుతో శుభ్రముగ కడుగవలయును. బడికి పోవు పిల్లలను అందుకొర కేర్పరుపబడిన డాక్టర్లు అపుడపుడు శోధిం చుచు మిక్కిలి వ్యాధిగల పిల్లలను బడికి రాకుండ యుత్తరువు చేయవలెను. అట్టివారలను వ్యాధి పూర్ణముగా కుదిరినట్లు డాక్టరు సర్టిఫికేటు లేనిదే తిరిగి బడిలో చేర్చుకొనకూడదు.

శోభి

ఇదియు తామరవలెనే బూజుజాతిలో చేరిన ఒకా నొక సూక్ష్మజీవిచే అంటుచున్నది. ఇది సామాన్యముగా వయసువచ్చిన వారికి అంటునుగాని 8 సంవత్సరముల పిల్ల వానికి కూడ కానవచ్చినది. క్షయజాతి వ్యాధులుగల వార్ల శరీరముమీదను, చెమటపోయు స్వభావముగల ఇతరుల శరీరముమీదను ఇది ఎక్కువగా కనుపడుసని తోచుచున్నది. ఇదియు ఒకరినుండి మరియొకరి కంటుకొను నదేగాని, భార్యా భర్తలలో ఒకరినుండి మరియొకరి కంటుటలేదుగావున అంతగా అంటు స్వభావము గలదని చెప్పుటకు వీలులేదు. నివారించు పద్ధతులకు తామర చూడుము.

గజ్జి

ఇది అందరకును తెలిసిన వ్యాధియే. గజ్జి పుండ్లలో 22-వ పటములో చూపబడిన పరాన్నభుక్కు జాతిలోని ఒక చిన్న జంతువుండును. దీని చరిత్రము మిక్కిలి విచిత్రమైనది. తప్పక చదువదగినది. పురుగులకు సామాన్యముగా ఆరుకాళ్లుండును. దీని కెనిమిది కాళ్లుండుటచే ఇది నిజముగ పురుగు జాతిలో చేరినదని చెప్పుటకు వీలులేదు. కురుపులుగల యొకని చేతిని మనము జాగ్రత్తగ పరీక్షించినయెడల అందులో ఎక్కడనో ఒక భాగములో తెల్లని గుండ్రని చిన్న నలుసువంటి పదార్థములు కనుపడును. అవి వట్టికంటికి కనుబడి కనుబడనంత పరిమాణము గలిగియుండును. కొంచెము హెచ్చు ఆకారముతో చూపు భూత అద్దముతో ఈనలుసును పరీక్షించిన యెడల ముందు రెండు జతలును, వెనుక రెండు జతలును కాళ్లు గలిగి తాబేలువంటి యాకారము గలిగిన జంతువు కనుపట్టును. ఇదియే ఆ గజ్జి పురుగు. ఇది పొక్కులున్న చోట చీములో నుండక ప్రక్క నెక్కడనో ప్రత్యేకముగ వంకర టింకరగనుండు నొక సన్న రేఖయొక్క కొనయందుండును. ఈ రేఖలు సామాన్యముగా ½ అంగుళము పొడవుగనుండి స్వచ్ఛముగనుండు వారి శరీరములో తెల్లగను ఇతరుల శరీరములో కొంచెమించుమించుగ నల్లగను కనుపడును. తలవద్దనుండు రెండుజతల కాళ్లకు ముట్టెలుండును. వెనుకవైపున నుండు

రెండు జతలకాళ్ళకు చేప పొలుసులవంటి ముండ్లుండును. ఇది చర్మము లోపలకుతొలుచుకొని పోవునపుడు దీనిముందరికాళ్లు యందుండు ముట్టెలు సహాయము చేయును. ఆడుదాని కడుపులో ఒకటిగాని హెచ్చుగగాని గ్రుడ్లుండును.

మగది సామాన్యముగా ఆడుదానిని పోలియున్నను ఆడుదానికంటె చిన్నది. వెనుక భాగమందుండు కాళ్లలో చివర జతయందు ముండ్లకు బదులుగా ముట్టెలుండును. ఈ ముట్టెలు సంయోగ సమయమున సహాయపడును. వీపుమీద వెనుక భాగమున మధ్యరేఖలో గుఱ్ఱపు లాడమువంటి ఆకారముగల యొక నిర్మాణములో పురుషాంగముండును. ఆడుది అంగుళములో 75 వంతు పొడుగును అంగుళములో 100-వ వంతు వెడల్పును గలిగియుండును. మగది అంగుళములో 125 వంతు పొడుగును 150 వంతు వెడల్పును గలిగియుండును.

ఆడుగజ్జిపురుగు కడుపుతో నున్నపుడు చర్మములో లోపల కొకమార్గమును తొలుచుకొనిపోవుచు తానుపోవు మార్గముయొక్క వెనుక భాగమున గ్రుడ్లను, మలమును యొకానొక విధమైన విషమును విడుచుకొనుచు పోవును. కానిదానికి కావలసిన గాలి నిమిత్తమై ప్రతిదినము చర్మముపై కొకసారి రంధ్రము చేసికొనివచ్చి పీల్చుకొని పోవును. దీనికి మనవలె ముక్కును ఊపిరిగొట్టమును లేవు. దీనిశరీర మంతటను నుండు సన్ననిరంధ్రములగుండ ఇది గాలిని పీల్చుకొనును.

కొంతగాలిని నోటితో మ్రింగును. ఒక్కొక ఆడుది సామాన్య ముగా 15 మొదలు 50 గ్రుడ్లవరకు పెట్టును. ఇంతటితో దాని జీవిత పరమార్థముతీరి అక్కడనే చచ్చును. ఈగ్రుడ్లు 5 మొదలు 15 దినములలో పెద్దవై తల్లిపోయిన మార్గముయొక్క పైగోడను తొలుచుకొని శరీరము పైకివచ్చును. ఇది ఇట్లు బయటికివచ్చు నప్పటికి దీనికారు కాళ్లేయుండును. ఇది యనేక విధముల రూపపరిణామము చెంది తుదకు యెనిమిదికాళ్లుగలిగి ఆడుదిగనో మగదిగనో ఏర్పడును. ఇందు గర్భిణులైన ఆడువి మాత్రమే శరీరములోనికి తొలుచుకొని పోవును. మిగిలిన ఆడువియు మగవియుకూడ శరీరముపై స్వేచ్ఛగ తిరుగు చుం డును. ఇవిరాత్రిమాత్రమే ఆహారము తినును. తమ పనులను చేసికొనును. అందుచేతనే దురద పోటు మొదలగునవి రాత్రుల యం దధిక మగును. రొట్టెలు మొదలగునవి కాల్చుచు రాత్రి యంతయు మేలుకొనియుండు వారలకు తెల్లవారుజామున 4 గంటలకు బాధ ప్రారంభమగునని కొందరు శోధకులు వ్రాసియున్నారు. మరికొందరు రోగులకు రాత్రి 10 మొదలు 12 గంటలవరకు బాధయధికమగును. ఈబాధ పురుగుయొక్క చలనమువలననేగాక దానినుండి పుట్టుకొన్న విషపదార్థ ముల మూలమునను ఉమ్మి మూలముననుకూడ పుట్టునని తోచుచున్నది. హార్డి యనునతడు 8 గజ్జిపురుగులను ఒక నీటి బొట్టుతో నూరి దానిని తనచేతివెనుక భాగమున టీకావేసి

కొనినట్లుగా గుచ్చివేసికొనెను. ఇక్కడ అధికమైనదురద పుట్టెను. దీని తలను నోటిని మిక్కిలి శ్రద్ధతో శోధించిన మరి యొక వైద్యుడు ఈ ప్రకారము వ్రాయుచున్నాడు:- తన కోడలయొక్క కరుకైన కొనలతో ఇది తన కెరయగువాని శరీరము లోపలకు పొడిచి దానినుండి ద్రవమును నెత్తురుకణ ములను పిండు కొని తాను భుజించును.

గజ్జిపురుగు ప్రపంచమునందన్ని భాగముల యందును గలదు. ప్రతిదేశమునందు బీదవాళ్లను హెచ్చుగను భాగ్యవం తుల నరుదుగను ఇది ఆశ్రయించియుండును. ఈ వ్యాధి ఒకరి నుండి మరియొకరి కంటుటకు మొదటివారి శరీరములోనుండి రెండవవారి శరీరములోనికి గర్భిణితోనున్న ఆడుగజ్జిపురుగొకటి ప్రవేశింపవలయును. ఇట్టిది సంభవించుటకు పూర్వము ఒక పడకమీద పరుండుటగాని లేక అంతటి సంపర్కము గలిగించు ఇతర సంయోగముగాని కావలయును. ఒకరిచేతి నొకరు పట్టు కొనినంత మాత్రమున అంటునని తోచదు. గజ్జినచ్చికుదిరిన వారలు అదియున్నపుడు కట్టినబట్టలను చక్కగ శుద్ధిచేయ కుండ తిరిగికట్టుకొనినయెడల తిరిగి అంటవచ్చును. భాగ్యవంతు లకునౌకర్ల మూలమునగాని చాకలవాని మూలమునగాని అంటుకొనవచ్చును. దీనికి పిల్లలు పెద్దలును భాగ్యవంతులు బీదవారును అందరు నొక్కటియే. సోమరులును, దేహామును శుభ్రముగనుంచుకొనని వారును, దీనికి మిత్రులు. ప్రతిదినము

చక్కగ స్నానముచేయు వారిశరీరముమీద నిదిపడినయెడల ఇది లోపల ప్రవేశింపక మునుపే మఱియొక చోటు వెదకికొన వలసివచ్చును.

నివారించు పద్ధతులు

స్నానము చేయునప్పుడు రోగు లుపయోగించిన బట్టల నితరులుపయోగింపరాదు. రోగి కట్టుకొను బట్టలను చక్కగ ఉడకబెట్టి ఎండవేయవలెను. లేనియెడల తనవ్యాధి తనకే ఒక చోటనుండి మరియొక చోటికంటుకొనుచుండును. ఒక ఇంటిలో అనేకమందికి వ్యాధి అంటియున్నపుడు అందరకు నొక్కటేసారి వైద్యముచేయవలెను. లేనియెడల వీరిని విడిచి వారికి, వారినివిడిచి వీరికి అంటుకొనుచు ఎన్నిదినములు వైద్యము చేసినను వ్యాధి ఆ ఇంటిని విడువకపోవచ్చును. సంపర్కము గల వారలెల్లరు శరీరముల మిక్కిలిశుభ్రముగ తోముకొనుచు దినదినము స్నానముచేయవలెను.

సమాప్తము

ఇంతవరకు మాకు ముఖ్యమని తోచిన కొన్ని అంటు వ్యాధుల వ్యాపకమునుగూర్చియు వాని వ్యాపకమును నివారించుమార్గమునుగూర్చియు మాశక్తికొలది సులభమైనమాటలతో చర్చించియుంటిమి. ఈ గ్రంథము వైద్యులకొరకు గాని వైద్యులు కాబోవువారికొరకు గాని వ్రాసినది కాదు. దీనిని ముఖ్యముగ ప్రజలకొరకై వ్రాసియుంటిమి. ఇందనేక వ్యాధులు

వ్యాపించు విధమును తెలిసికొనినయెడల అవి తమకంట
కుండచేసికొనుట మిక్కిలి సులభము. ఈవ్యాధుల చికిత్సను
గూర్చి వ్రాయదలచినయెడల ఆయావ్యాధుల లక్షణములను
గూర్చి ముందు వ్రాయవలెను. ఒక్కొక్క వ్యాధినిగూర్చి
ప్రత్యేకముగ నొక్కొక్క గ్రంథము వ్రాయవలసివచ్చును. అట్లు
వ్రాసినను రోగితనకుతాను తెలిసి తెలియకుండ చికిత్సచేసి
కొని వ్యాధిని ముదరబెట్టుకొనక పూర్వమే తగువైద్యుని
సలహాను పుచ్చుకొనుట ఎల్లపుడుమంచిది. అర్ధజ్ఞాన మెప్పుడు
అపాయకరమే గనుక ఏదో కొంతవరకు చికిత్సచేయుటయు
ప్రయత్నించుటకంటె చికిత్సను వైద్యునకే విడిచి వ్యాధి
రాకుండ చేసికొనుటకు ప్రయత్నించుట మాత్రము ప్రజలపని
యనియెంచి అందులకు వారికి సహాయపడు నిమిత్తము ఈ
గ్రంథము నిట్లుముంగించితిని.

ఈ గ్రంథమును ''ఆంధ్రవిజ్ఞాన సర్వస్వములో'' అంటువ్యాధులు అ:
వ్యాసమునుండి పెంచి వ్రాసియున్నాము.

ఆంధ్రవిజ్ఞాన సర్వస్వము సెల ఆరుసంచికలకు రు5-0-0 పోస్టేజి 0-8.
వలయువారు ఆంధ్రవిజ్ఞాన సర్వస్వము ఆఫీసు చింత్రాద్రిపేట, మ
రాసు ఆను విలాసమునకు వ్రాయవలయును.

నారి కురుపు

నీటి మూలమున వ్యాపించు వ్యాధులలో నింత వరకు కలరా, సన్నిపాతజ్వరము, గ్రహిణి విరేచనములనుగూర్చి తెలిసికొని యుంటిమి. నారికురుపును కలిగించు పురుగు పై వ్యాధులలోని సూక్ష్మజీవులవలె అతి సూక్ష్మమై కంటికగపడ నిదిగాక మూడడగులు పొడుగుగలిగి పేకదారమువలె స్పష్టముగ తెలియుచు లాగినకొలదిని పుండునుండి బయటకు వచ్చుచుండును. ఈ పురుగు కూడ ఒక రోగినుండి అనేకులకు నీటి మూలమున ప్రవేశించుటచేత ఈ వ్యాధినికూడ అంటువ్యాధులలో చేర్చి ఇక్కడ వివరించియున్నాము.

వ్యాపకము

అనాదినుండియు నారికురుపు ఆసియా, ఆఫ్రికా, అమెరికా ఖండములలో నున్నట్టు నిదర్శనములు కలవు. ఇది ఉష్ణప్రదేశములలో హెచ్చుగనుండును. మిక్కిలి శీతలప్రదేశములగు ఐరోపా మొదలగు ఖండములందు ఈ పురుగు మిక్కిలి అరుదు. ఈ పురుగును, ఏలుగుపామును, నులిపురుగు మొదలగు మఱి కొన్నిపురుగులును ఒక్కజాతిలోనివే. ఈజాతిపురుగులలో ఆడుదానికంటె మొగది యెప్పుడును చిన్నదిగానుండును. స్త్రీసంబంధమైన అంగములు ఆడుదాని శరీర మధ్యము

నను, పురుషసంబంధమైన అంగములు మగదానితోక సమీపమునను ఉండును. ఆడుదాని గర్భకోశము సామాన్యముగా శరీరము పొడుగున నొక గొట్టముగా నుండి క్రిక్కిరిసియుండు పిల్లలతో నిండియుండును. ఇవి తమకు కావలసిన ఆహారమును తమ పోషకులు సంపాదించిపెట్టుకొనిన దానిలోనుండి సంగ్రహించుకొనుచు తామేమియు శ్రమపడక వారల శరీరములో బ్రతుకుచుండును. ఇట్టి జంతువులకు పరాన్న భుక్కులు (Parasites) అని పేరు. నారిపురుగు మానవశరీరములో చర్మముక్రిందను, కండలమధ్యమందు సందులయందును నివసించును. గుఱ్ఱము మొదలగు ఇతర జంతువులలోకూడ కొందరు దీనిని కనిపెట్టియున్నారు. హిందూదేశమునందలి కొన్ని స్థలములలో ఈపురుగు ప్రజలలోరమారమి సగముమంది శరీరములో నుండును. సామాన్యముగ ఒక్కొక రోగిని ఒకటే పురుగు ఆశ్రయించి యుండునుగాని కొందరికి నాలుగు, అయిదు చోట్లయందును అరుదుగ 30 లేక 40 చోట్లయందుకూడ ఈపురుగు కనబడియున్నది.

ఆడుపురుగు మానవశరీరములో ప్రవేశించిన తరువాత ఒక అడుగు మొదలు ఆరు అడుగులవఱకు పెరుగును. ఇదికొంచెము పసిమివర్ణముగల తెలుపురంగుకలిగి తలనుండికొనవఱకు గుండ్రముగా నుండును. ఇది అంగుళములో రమారమి 20-వ వంతులావుననుండి పేకదారమువలె కనబడుచుండును. తలవద్దనున్న భాగముకొంచెము సన్నగిలి తుండము(ముట్టె)వలెనేర్ప

నారిపురుగు

దీనిపొడుగు సగటున మూడడుగులుండును. తలవద్ద సన్నగిలి ముల్లైవలె తేలియున్నది.

తోకవద్ద కొక్కెమువలె కొంచెము వంగియున్నది.

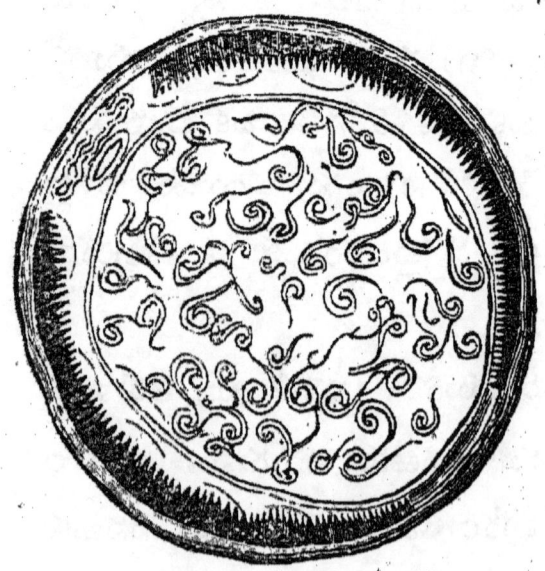

నారిపురుగు కడుపులోని పిల్లలను చూపు అడ్డకోత. పిల్లలపొడుగు అంగుళములో వెయ్యవవంతుండును.

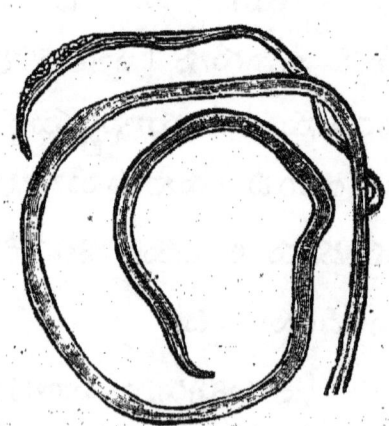

మగ నారిపురుగును ఆడు నారిపురుగును సంయోగము నొందుటను చూపుపటము. పైనున్నది చిన్నది మగపురుగు. క్రిందిది పెద్దది-ఆడుపురుగు.

డును. ఈతుండపుకొనయందు 2 పెద్దవియు 6 చిన్నవియు మొటిమలుండును. శరీరముపొడుగునను సన్నని అడ్డుగీట్లుండును. ఈ పురుగు రబ్బరువలె సాగునట్టి స్వభావముగలదై వింటినారివలె నుండుటచేకాబోలు దీనికి నారిపురుగు అనిపేరువచ్చి యుండవచ్చును.(నారి=విల్లునకు కట్టుత్రాడు). చర్మమునందు ఒకదాని మీద నొకటిచొప్పున 6 పొరలు గలిగి సూక్ష్మనిర్మాణమునందిదిసామాన్యముగ ఏలుగుపామును బోలియుండునని చెప్పవచ్చును. దీనితోకవద్దనుండు భాగము తలవెంట్రుకంత సన్నముగనుండి కొనయందు కొక్కెమువలెవంగి యుండును. పైపటమును చూడుము. దీని ఆహారకోశము నోటినుండి తోకవఱకు ఒకటే గొట్టముగనుండును. గర్భవతి అయినపుడు మిక్కిలి పెద్దదియై లోపలనుండి యొత్తికొనివచ్చు గర్భకోశముచేత పురుగు చిన్నదిగ నుండునపుడు తెరచియుండు ఆసనమార్గము మూసికొని పోవును. దీనిగర్భకోశములోనుండు పిల్లలు ఎట్లు కిక్కిరిసియుండునో పటములో చూడనగును. తలనుండి తోకవఱకు వ్యాపించుయుండు దీనిగర్భకోశములో లక్షలకొలది పిల్లలు చుట్టలుచుట్టుకొనియుండును. ఈపిల్లలు అంగుళములో 1000 వంతు పొడుగును, పొడుగులో రమారమి 20-వ వంతు లావునుకలిగి కొంచెము బల్లపరుపుగనుండును. ఈ పిల్లల తోకలు మిక్కిలి సన్నమై మొత్తము పొడుగులో సగము వఱకునుండును. ఇవి మిక్కిలి చురుకుగ నీదుచు మురికినీటిలో

గాని తడిమట్టిలోగాని అనేకదినములవఱకు నివసింపగలవు. నారి కురుపు వ్యాపకముగల గ్రామములలోనుండు చెరువుల లోను, నూతులలోను, ఈపురుగుపిల్లలు సామాన్యముగ కానవచ్చును. ఇవి పొడి నేలలోకూడ 6 ఘంటలుమొదలు **24** ఘంటలవఱకు బ్రతుకగలవు. ఇవి మన శరీరములో ప్రవే శించినది మొదలు బయిట కురుపుగా తేలువరకు మూడు లేక ఆరుమాసములు పట్టును.

తల్లి నారిపురుగు యుక్త వయస్సు వచ్చిన వెంటనే తలతో దారిని దొలుచుకొనుచు సామాన్యముగా క్రిందిభాగ మునకు అనగా పాదములోనికి గాని చీలమండ లోనికి గాని కాలిలోనికిగాని దిగును. ఇక్కడ చర్మములో నెక్కడకైనను ఒక రంధ్రమును లోపలనుండి తొలుచుకొనుచు వచ్చి మన శరీరముపైనుండు ఒక్క పలుచని పొరను మాత్రము చీల్చ కుండ పైకప్పుగా బెట్టుకొనును. ఈ పొరలోపల నొక బొబ్బ ఏర్పడి అది కొద్దిదినములలో పగిలి పుండగును. ఈ పుండు యొక్క మధ్యభాగమున మిక్కిలి సన్నని రంధ్రమొకటి కన్పట్టును. ఒకానొకప్పుడు ఈ రంధ్రముగుండ చూచు కొని నారిపురుగు యొక్క తల గూడ కొద్దిగ కన్పడు చుండవచ్చును. తల బయిటకు కనపడుచుండినను లేకపోయి నను ఈపుండుమీద కొంచెము చల్లని నీటిని పోసినయెడల ఒక విధమైన తెల్లని ద్రవపదార్థము చిన్న రంధ్రముగుండ ఊరునట్లు బయిటకు పొంగును. ఒకానొకప్పుడు రమారమి

అరఅంగుళము పొడుగుగల తెల్లని గొట్టమొకటి ఈరంధ్రము గుండ బయిటకు వచ్చును. పిమ్మట ఈ చిన్నగొట్టము పగిలి దీనిలో నుండు పదార్థము పుండుమీద పడును. మనము చన్నీళ్లను పుండుమీద పోసినప్పుడు బయిటకువచ్చు చిన్న గొట్టము నారిపురుగుయొక్క గర్భతిత్తియందలిభాగమే. ఇట్లు పుండులోనుండి బయలుపడు ద్రవపదార్థమును కొంచెమెత్తి సూక్ష్మదర్శినితో పరీక్షించినయెడల దీనియదార్థము తెలియ గలదు. సూక్ష్మదర్శినిలో నారిపురుగు పిల్లలు గిలగిల గొట్టు కొనుచు కిక్కిరిసియున్నవి కనబడును. ఈప్రకారము అప్ప టప్పట ఈ గ్రుడ్లు బయలుపడుచు 15 దినముల నాటికి గర్భ తిత్తిలోనుండు గ్రుడ్లన్నియు వెలుపలకువచ్చివేయును. ఇంతట తల్లినారిపురుగు తనంతట తానే ఒకానొకప్పుడకస్మాత్తుగను మరియొకప్పుడు మెల్లమెల్లగను మానవ శరీరమును విడిచి వేయును. దినమునకు 5, 6 సారులు కొంచెము కొంచెముగ మెల్లమెల్లగ తెగిపోకుండ లాగుచు వచ్చినయెడల కొన్నిపురు గులు ఒకటి రెండు దినములలోనే బయట పడును.

నారిపురుగునకు చల్లని నీటియందు ఆశమెండు. అందు చేతనే ఇది సాధారణముగా కాళ్లలోనికి దిగును. ఏలయన నడచునప్పుడును కాళ్లుకడుగుకొనునప్పుడును అక్కడ నీళ్లు దొరుకునని దానికి తెలియును. నీటిసహాయము లేనియెడల తనగ్రుడ్లు బ్రతుకలేవనికూడ దానికి తెలియును. అందుచేతనే చన్నీళ్లు దొరికినతోడనే ఇది గ్రుడ్లను విడిచిపెట్టుటకు సిద్ధ

ముగానుండును. నీళ్లబిందెలను భుజములమీద మోయువార్ల శరీరములో ఒకానొకప్పుడీ నారికురుపు భుజములవద్ద పయికి తేలవచ్చును. కాని ఇతర స్థలములలో ఇది బయిటపడుట మిక్కిలి యరుదు.

ఈ వ్యాధి పిల్లలను పెద్దవారలను అన్ని జాతుల వారలను నారిపురుగున కనుకూలమగు స్థితిగతు లేర్పడినప్పుడు సమానముగ నంటును. అనగా నొక చెరువులోని నీటియందు ఈవ్యాధి వ్యాపించుటకుతగిన కారణముండిన యెడల ఆ నీటిని త్రాగు అన్ని జాతుల వారికిని భాగ్యవంతులకును బీదవారలకును పెద్దలకును పిల్లలకును నారి కురుపు ఒకటే రీతిగ అంటును. ఈపురుగు బయిటికిరాక పూర్వము కొందఱికి దద్దుర్లు, వాంతులు, దురదలు మొదలగు గుణములు కలుగ వచ్చును. పిమ్మట కొన్ని దినములకు శరీరములో నెక్కడో ఒక్కచోట చర్మము క్రింద నొక్క త్రాడు ఉన్నట్లుగా తోచవచ్చును. సామాన్యముగా చర్మము క్రిందికి ఈపురుగు చేరువఱకును ఇది మనశరీరములో నున్నట్లు మనకు తెలియనే తెలియదు. ఇది సాధారణముగా కాళ్ళలోనికి దిగునని పైన చెప్పియుంటిమి కాని నడుము మీదను జననేంద్రియముల మీదను చేతుల మీదను నాలుకమీదను కనురెప్పలమీదను కూడ నీపురుగు కానవచ్చుచున్నది. ఒకానొకప్పుడు ఒకటిగాని అనేకములుగాని కురుపులు పొడుగున నీపురుగున్నంత దూరము

పుట్టుటగలదు. ఒక్కొకప్పుడు ఈ కురుపులలో చీముపట్టి ఆ యా భాగములు చచ్చిపోయి కాళ్లుచేతులు తెగగొట్టవలసి వచ్చును. ఒక్కొకప్పుడు ప్రాణహానికూడ కలుగవచ్చును. ముఖ్యముగ అతిమూత్రవ్యాధి కలవారలకు ఈపురు గంటిన యెడల మిక్కిలి అపాయకరమగును. కాళ్లు చేతులు కుళ్లి చచ్చిపోవును. బలవంతముగ లాగి నారిని త్రెంపినయెడల పిల్లలన్నియు చెదరిపోయి జ్వరము, అతికమైనబాధ మొదలగు చిహ్నములతో పెద్దకురుపేర్పడి హెచ్చుగ పీడింపవచ్చును. ఒకానొకప్పుడు పురుగు చర్మముపైకి తేలకమునుపే తనంతట తానే చచ్చిపోవచ్చును. అట్టి సమయములలో అది లోపల మిగిలి పోయినను అపాయము లేదు.

నారికురుపువచ్చిన వారలకు సాధారణముగా చికిత్స అక్కరలేకయే పురుగు బయిటపడి మానిపోవచ్చును. కాని అప్పుడప్పుడు చన్నీళ్లతో తడిపిన పరిశుభ్రమైన మెత్తని గుడ్డను పుండుమీాదవేసి దానిపైని లేత అరిటాకుగాని, మెత్తని ఎండు తామరాకుగాని వేసి కట్టి తడిగుడ్డ ఆరిపోకుండ మార్చుచుండుటమంచిది. ఇట్లుచేయుచు కొద్దికొద్దిగ నారిని బయిటకు లాగినయెడల పురుగంతయు శీఘ్రముగ వెలువడ వచ్చును. లేదా అప్పుడప్పుడు పుండుమీాద చన్నీళ్లు కొట్టుచుండిన చాలును. కొందఱు చీపురుపుల్లనుగాని వెదురుపుల్లనుగాని ఒక కొనయందు రెండుగాచీల్చి ఆచీలికలోనారియొక్క కొనను దూర్చి నారినంతను పుల్లచుట్టు మెల్లగచుట్టి పెట్టుదురు. ప్రతి

దినమును కొంచెము కొంచెముగా నీడ్చుచు పుల్లకుచుట్టి పెట్టుచు కొన్నిదినములలో పురుగునంతను బయిటకు లాగి వేయుదురు. కురుపు తేలక బాధ యెత్తుచున్నప్పుడు బోరిక్ పవుడర్ వేసి కాచిన నీళ్లతో పిండిన వేడివేడిగుడ్డతో అప్పు డప్పుడు వత్తుచుండవచ్చును. లేదా వేడినీళ్లలోముంచి పిడిచిన బోరిక్ లింటును వెచ్చవెచ్చగవేసి కట్టవచ్చును. ఉమ్మెత ఆకులను వెచ్చజేసి కట్టినకూడ నొప్పివారించును. నూరిన ఉమ్మెత్తాకులును సరికిసరిగా వరిపిండియు కలిపి నీటితో ముద్దగా నుడికించి అది వేసి కట్టవచ్చును.

నివారించు పద్ధతులు

నారి పురుగునకు సహజముగ నీటియందభిలాష అధిక మనియు నీటియొక్క సంపర్కము కలిగినప్పుడు ఇది తన పిల్ల లను వేగముగ బయటికి విడిచివేయుననియు పైన చదివియు న్నాము. నీరులేనిచోట్ల అనగా పొడి నేలలయందు ఈ పురుగు పిల్లలు మిక్కిలిసులభముగ చచ్చిపోవుననియు చదివియున్నా ము. సామాన్యముగా నారిపురుగు పిల్లలు నీటిలో పడినవెంటనే ఆనీటియందుండు మిక్కిలి సూక్ష్మములగు రొయ్యజాతి జంతు వుల శరీరములోనికి చొచ్చుకొనిపోయి వాని శరీరములో పెరు గును. ఆ జంతువులలో ప్రవేశించిన తరువాత నాలుగు వార ములలో నివి రూపనివృత్తిజెంది అంగుళములో 20-వ వంతు పరిమాణము గలవి యగును. ఆ జంతువులు మనము త్రాగు నీటితోపాటు మనకడుపులోపడి జీర్ణమైపోయినప్పుడు నారి

పురుగుపిల్లలు ... చుకొని
ప్రయాణము ... ం కొండ
ఉను, మనవ ... చర్మము
లోనుండుచవ ... ప్రవేశిం
చునని. మఱి ... . ఒకా
నొక శోధకుడ ... రెండు
కోతులకు పె ... కి తోడ
మీద వాపున ... తి అటు
పిమ్మట తో ... అప్పుడు
దాని తొడమీ ... ల నారి
పురుగును పో ... ండెను.
కాని దాని పొ ... ుండెను.
ఈ నిదర్శనము ... హారపదా
ర్థముల మూ ... చున్నది
ఈ విషయమై ...

ఎట్లయి ... ప్రదేశ
ములో నివసిం ... తప్పక
మరగకాచుకొ ... నారి
పురుగు పిల్లల ... చేయు
నీళ్లనుకూడ సాధ్యమైనంతవరకు మరగకాచి చల్లార్చుకొను
టయే మంచిది.

శ్రీకృష్ణదేవరాయాంధ్ర భాషానిలయము
సుల్తాన్ బజారు - హైదరాబాదు
ఈ దిగువ పేర్కొనబడిన తేదినాడు కాని అంతకు పూర్వము కాని ఈ పుస్తకము వాపసు చేయవలెను. (తిరిగి ఈయవలెను)

24 JUL. 1960
25 JAN 1963
15 MAY 1974

16-వ పటము.

బాక్టీరియములు. (Bacteria.)

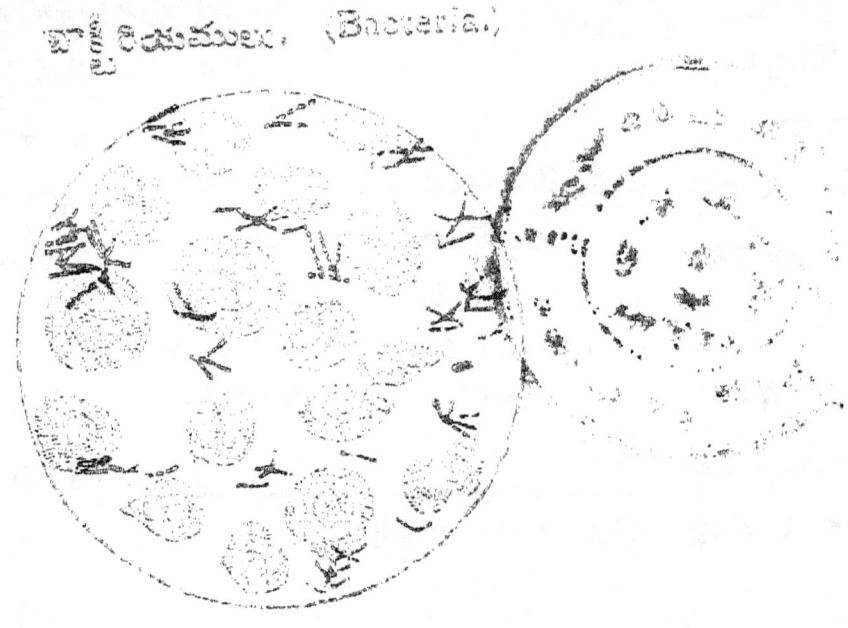

క్షయను పుట్టించునవి కొంకిముడంగిన సూక్ష్మజీవకణికలు.

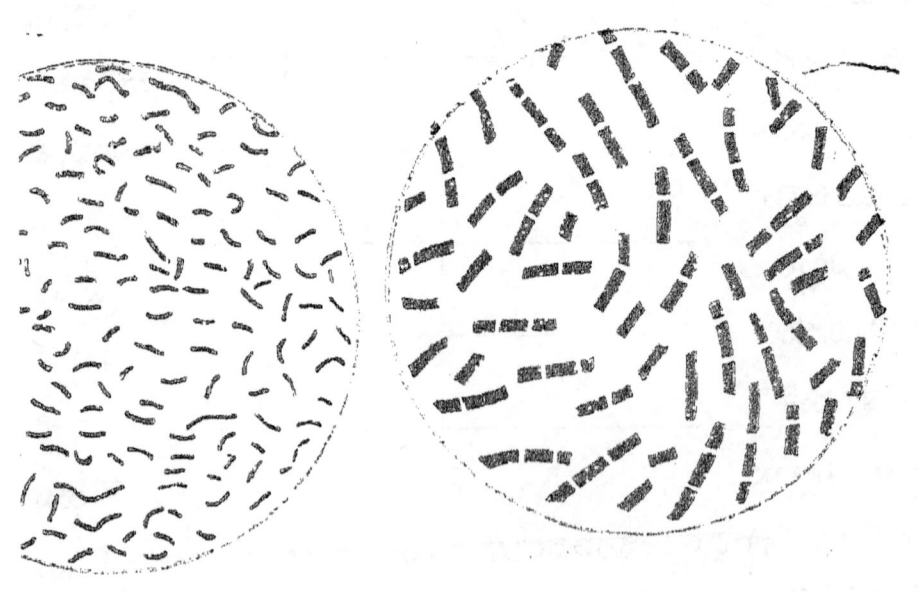

దొమ్మను పుట్టించునవి.

పురుగుపిల్లలు బయిలుపడి ... ప్పొట్టగోడ గుండ చొరుచుకొని ప్రయాణము చేసి ... పోయి ... ని కొంద ఱను, మన ... చర్మము లోనుండుచమట ... ప్రవేశిం చునని మఱికొం ... అభిప్రాయ ... ఒకా నొక శోధకుడు అరటిపండ్లలో నారి పురుగు ... ను రెండు కోతులకు పెట్టి ... పించగా అందులో నొకకోతికి తొడ మీద వాపును నొప్పియు ప్రారంభమయ్యెను. ఆకోతి అటు పిమ్మట తొమ్మిది మాసములలో చచ్చిపోయెను. అప్పుడు దాని తొడమీదికంతిని కోసిచూడగా సర్వవిధముల నారి పురుగును పోలియుండు పురుగు దానిలో కన్పట్టియుండెను. కాని దాని పొడుగు 16 అంగుళములు మాత్రమేయుండెను. ఈ నిదర్శనమువలన నారిపురుగు పిల్లలు మన ఆహారపదా ర్థముల మూలమునకూడ ప్రవేశింపవచ్చునని తోచుచున్నది. ఈ విషయమై ఇంకను శోధనములు చేయవలసియున్నది.

ఎట్లయినను నారికురుపుల వ్యాపకముగల ప్రదేశ ములో నివసించు వారలందరును తాము త్రాగునీళ్లను తప్పక మరగకాచుకొని త్రాగవలెను. ఇట్లు చేయుటచే నీళ్లలో నారి పురుగు పిల్లలున్నయెడల చచ్చిపోవును. స్నానము చేయు నీళ్లనుకూడ సాధ్యమైనంతవరకు మరగకాచి చల్లార్చుకొను టయే మంచిది.

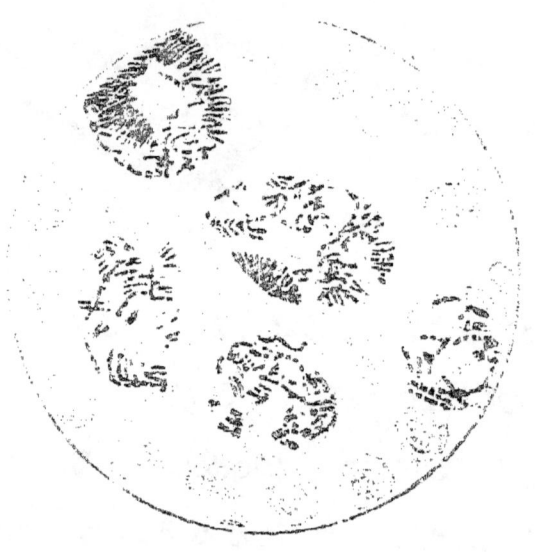

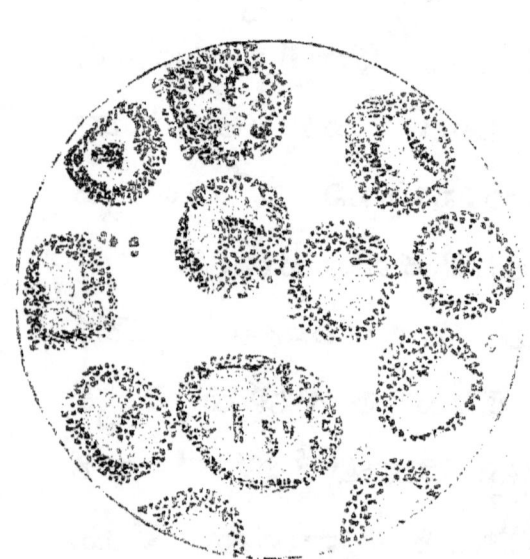

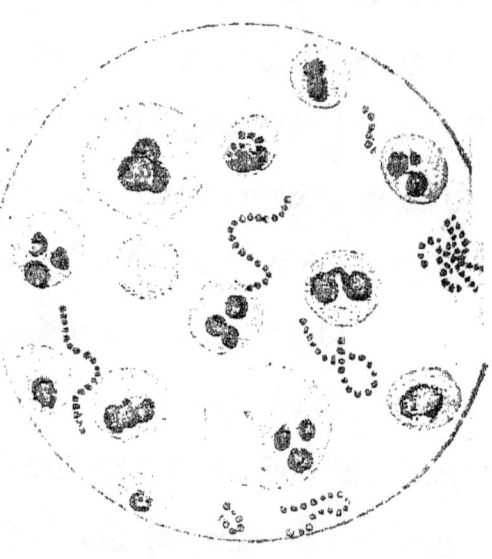

కుష్ఠరోగమును పుట్టించునవి క్రిమికణికలు.

సన్ని సెగను పుట్టించునవి జంటలవలె నున్నవి.

చీమును సూతికజ్వరమును పుట్టించునవి గొలుసులవలె నున్నవి.